Elementary
Vietnamese

Elementary
Vietnamese

3rd Edition

BINH NHU NGO, PH.D.
(Ngô Như Bình)

TUTTLE Publishing
Tokyo | Rutland, Vermont | Singapore

The Tuttle Story: "Books to Span the East and West"

Most people are surprised to learn that the world's largest publisher of books on Asia had its humble beginnings in the tiny American state of Vermont. The company's founder, Charles Tuttle, came from a New England family steeped in publishing, and his first love was books—especially old and rare editions.

Tuttle's father was a noted antiquarian dealer in Rutland, Vermont. Young Charles honed his knowledge of the trade working in the family bookstore, and later in the rare books section of Columbia University Library. His passion for beautiful books—old and new—never wavered throughout his long career as a bookseller and publisher.

After graduating from Harvard, Tuttle enlisted in the military and in 1945 was sent to Tokyo to work on General Douglas MacArthur's staff. He was tasked with helping to revive the Japanese publishing industry, which had been utterly devastated by the war. When his tour of duty was completed, he left the military, married a talented and beautiful singer, Reiko Chiba, and in 1948 began several successful business ventures.

To his astonishment, Tuttle discovered that postwar Tokyo was actually a book-lover's paradise. He befriended dealers in the Kanda district and began supplying rare Japanese editions to American libraries. He also imported American books to sell to the thousands of GIs stationed in Japan. By 1949, Tuttle's business was thriving, and he opened Tokyo's very first English-language bookstore in the Takashimaya Department Store in Ginza, to great success. Two years later, he began publishing books to fulfill the growing interest of foreigners in all things Asian.

Though a westerner, Tuttle was hugely instrumental in bringing a knowledge of Japan and Asia to a world hungry for information about the East. By the time of his death in 1993, he had published over 6,000 books on Asian culture, history and art—a legacy honored by Emperor Hirohito in 1983 with the "Order of the Sacred Treasure," the highest honor Japan bestows upon non-Japanese.

The Tuttle company today maintains an active backlist of some 1,500 titles, many of which have been continuously in print since the 1950s and 1960s—a great testament to Charles Tuttle's skill as a publisher. More than 60 years after its founding, Tuttle Publishing is more active today than at any time in its history, still inspired by Charles Tuttle's core mission—to publish fine books to span the East and West and provide a greater understanding of each.

Published by Tuttle Publishing, an imprint of Periplus Editions (HK) Ltd.

www.tuttlepublishing.com

Cataloging-in-Publication Data for this title is on record at the Library of Congress.

ISBN 978-0-8048-4172-6

16 15 14 13   1301CP
10 9 8 7 6 5 4 3 2 1

Printed in Singapore

Distributed by:

North America, Latin America & Europe
Tuttle Publishing
364 Innovation Drive
North Clarendon, VT 05759-9436 USA
Tel: 1 (802) 773 8930
Fax: 1 (802) 773 6993
info@tuttlepublishing.com
www.tuttlepublishing.com

Asia-Pacific
Berkeley Books Pte Ltd
61 Tai Seng Avenue, #02-12
Singapore 534167
Tel: (65) 6280 1330
Fax: (65) 6280 6290
inquiries@periplus.com.sg
www.periplus.com

TUTTLE PUBLISHING® is a registered trademark of Tuttle Publishing, a division of Periplus Editions (HK) Ltd.

CONTENTS

Pronunciation Guide

For an answer key to the exercises, please send a request via e-mail to: info@tuttlepublishing.com

For updates and more information about this book and series,
visit the *Elementary Vietnamese* page at **www.tuttlepublishing.com**

ACKNOWLEDGMENTS

My deep gratitude is expressed to my students of the beginning and intermediate Vietnamese classes at Harvard University in the academic years from 1994 to 2011 for their comments on the textbook as learners and users.

I am also grateful to Ms. Adele Sage, Ms. Kathleen Lynch, Ms. Lê Kim Liên, Ms. Lê Hằng Vân, Dr. Nguyễn Ngọc Dung, Dr. Nguyễn Thành, Ms. Đỗ Mai Vân, Ms. Nguyễn Yến Phi, Dr. Lê Tiến Dũng, Mr. Phạm Quốc Tuấn and Mr. Huang Weijia (黄伟嘉) for their contribution to the recording of the textbook. I wish to thank Ms. Margaret Keyes, Mr. Gerald MacDonald, Mr. Tony Di Bartolo, Mr. Jeff Valade and Mr. Kevin McGowan of the Media Production Center of Harvard University for their excellent production of the audio files for the textbook.

Thanks also to Dr. Do Hyun Han, Mr. Nester Clark, Ms. Nguyễn Thị Nhã, Mr. Nils Per Erik Eriksson, Ms. Narquis Barak, Ms. Trịnh Ngọc Anh-Thư and Mr. Benjamin Wilkinson who granted me permission to use their photos of Vietnam in my textbook, my friend Li DaCheng (李达成) for his help in incorporating the Chinese characters into Lesson Thirteen of this edition of the textbook.

I would like to say many thanks to Professor Martha Collins of Oberlin College for her English translation of the poem in Lesson Ten.

Finally, my sincere appreciation is due to architect Trần Quang Trung for his excellent humorous illustrations throughout the lessons.

PREFACE TO THE THIRD EDITION

The development of the first version of this textbook was completed in the summer of 1994. The text has been used to teach Vietnamese in the beginning class at Harvard University since 1994. At the end of each semester, the students evaluated the text. Their feedback was taken into consideration to make necessary changes in the text in the summers of 1996, 1997, 1998, 1999 and 2002. This textbook was published for the first time in 1999. The revised edition was published in 2003. This third edition contains a number of significant changes.

The text consists of two parts. The first part is composed of fourteen lessons.

- Each lesson is opened by several short dialogues, presenting real situations related to the lesson's cultural theme. The new vocabulary used in the dialogues is given with translations into English.

- The dialogues and the vocabulary are followed by grammar and usage explanations, which are accompanied by numerous and varied drills. These drills are designed to reinforce all of the grammatical constructions and the usage of the vocabulary introduced in the dialogues.

- The exercises following the drills focus on the lesson's topic and encourage students to interact with each other, sharing thoughts, concerns and opinions as they learn about today's Vietnam.

- Lessons Seven through Fourteen contain narratives on the lesson's topic, which introduce students to written Vietnamese. The narrative is followed by English translations of the vocabulary, grammar and usage notes, drills and exercises with the same purpose as these sections for the dialogues.

- Lessons Ten, Eleven, Twelve and Thirteen introduce students to four of the most important word-formation processes (compounding, affixation, reduplication and borrowing) in the Vietnamese language.

- The authentic materials taken from Vietnamese newspapers and magazines provide up-to-date information on Vietnam about the lesson's theme and give students practice in reading Vietnamese using dictionaries.

- A cultural note (**bạn cần biết**) in English found at the end of each lesson provides current information about Vietnam related to the lesson's topic.

- Most lessons have a saying at the end that is related to the lesson's topic. It is accompanied by the English translation.

The second part called *Pronunciation Guide* introduces the phonetic system of the Vietnamese language based on the Hanoi dialect, and the spelling rules. The *Guide* includes the descriptions of the Vietnamese sounds, the comparison of phonological similarities and differences between some Vietnamese and English sounds. Several basic differences between the Hanoi and Saigon dialects are also explained. This phonetic part can be introduced to students either before they start the main lessons or along with the main lessons.

Elementary Vietnamese includes a Vietnamese-English glossary and an English-Vietnamese glossary of all the words and most frequent combinations introduced in the text. It also has a grammar and usage index as a convenient reference for reviewing the grammar and usage taught throughout the textbook.

The text is accompanied by an audio disc composed of recordings of 1) the fourteen lessons consisting of dialogues, narratives with vocabulary, grammar and usage notes for both the dialogues and the narratives, and the sayings; 2) all the eight units of the *Pronunciation Guide*. The recordings were conducted at the Harvard University Media Production Center. The master audio was also produced by the Harvard University Media Production Center.

INTRODUCTION

The Language of Vietnam

Vietnamese is the official language of Vietnam. It is spoken by 86 million people in Vietnam and approximately 4 million overseas Vietnamese. It belongs to the subfamily of Mon-Khmer languages in the Austroasiatic family of languages.

Vietnamese has three main dialects: northern, central and southern. The dialectal differences concern both the vocabulary and the phonetic system. However, the Vietnamese everywhere understand each other despite these dialectal differences.

The Vietnamese language does not have a standard pronunciation. The Hanoi dialect represents the phonetic system of the language more fully than the other dialects. The Vietnamese language used in news broadcasts on Vietnamese radio and television, and in Vietnamese books, newspapers and magazines is mostly based on the Hanoi dialect. The next most significant dialect is the dialect spoken in Saigon (Ho Chi Minh City), the biggest city in Vietnam and the most important political, economic and cultural center in Southern Vietnam.

This Vietnamese language text introduces the contemporary Hanoi dialect. The phonetic part of the text represents the full system of Vietnamese sounds, and introduces the specific features of the Hanoi pronunciation. The audio portion is recorded by native speakers of the Hanoi dialect.

The Tones and the Syllable

Vietnamese is a tonal language where changes of the pitch level signal a change in meaning. The Vietnamese language has six tones: mid-level, low-falling, high-rising, low-falling-rising, high-rising broken and low-falling broken. Except the mid-level tone, all the other tones are denoted by diacritic marks.

In the Vietnamese language, the syllable is the minimal meaningful unit that cannot be divided into smaller meaningful parts. Each syllable consists of two mandatory components: a tone and a nuclear vowel; in addition, three optional components may be present: an initial consonant, a sound indicating the labialization (rounding of the lips) of the syllable, and a final consonant or semivowel. The structure of the Vietnamese syllable can be presented as follows:

TONE			
INITIAL CONSONANT	LABIALIZATION	NUCLEAR VOWEL	FINAL CONSONANT/ SEMIVOWEL

Remember, the tone and the nuclear vowel are the compulsory constituents of the Vietnamese syllable. The initial consonant, labialization and final consonant or final semivowel are not always obligatorily present.

When describing the production of the sounds, some technical terms are used in the phonetic part of the text. Please refer to organs of speech in the following figure.

The Organs of Speech

1. lips
2. teeth
3. alveolar ridge
4. (hard) palate
5. velum
6. uvula
7. tongue tip
8. tongue blade
9. front of the tongue
10. back of the tongue
11. mouth cavity
12. nose cavity
13. pharynx
14. epiglottis
15. esophagus
16. glottis
17. larynx

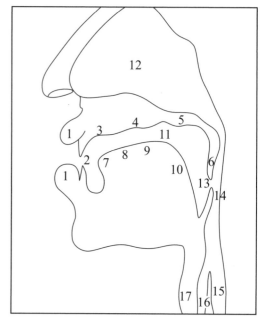

Figure 1: Organs of Speech

Initial Consonants

The Vietnamese phonetic system contains 23 initial consonant sounds: **b, ph [f]**[1], **v, m, t, đ [d], th [tʰ], x [s], d/gi [z], n, l, tr [ʧ], s [ʂ], r [ʐ]**[2], **ch [c], nh [ɲ], [k]**[3], **g [ɣ], kh [χ], ng [ŋ], h, p, r [r]**[4]. The Vietnamese consonants are represented in the following chart based on the place and manner of their production (articulation).

	PLACE	Labial	Alveolar	Retroflex	Palatal	Velar	Glottal
MANNER							
Stop	Voiceless	p	t	tr [ʧ]	ch [c]	[k]	
Stop	Voiced	b	đ [d]				
Stop	Voiceless Aspirated		th [tʰ]				
Fricative	Voiceless	ph [f]	x [s]	s [ʂ]		kh [χ]	h
Fricative	Voiced	v	d/gi [z]	r [ʐ]		g [ɣ]	
Nasal	Voiced	m	n		nh [ɲ]	ng [ŋ]	
Lateral	Voiced		l				
Rolled	Voiced		r				

---

1. The square brackets [ ] enclose phonetic transcription for the sound represented by the character(s).
2. This sound is introduced in Unit Five.
3. This sound is introduced in Units Two and Five.
4. The consonants **p** and **r** [r] in the Hanoi dialect occur only in words borrowed from European languages.

Consonants are produced by obstructing in some manner the flow of air through the vocal tract. The place of articulation of sounds indicates where the obstruction takes place and the organs involved. The *labial* consonants are made with one or both lips; *dental*, with tongue tip and upper front teeth; *retroflex*, with tongue tip curled back past the alveolar ridge; *palatal*, with front of the tongue and the hard palate; *velar*, with back of the tongue and the velum; and *glottal*, with the vocal cords.

Besides describing the place where the obstruction occurs in the production of a consonant, it is also essential to consider the manner of articulation, i.e., the nature and extent of the obstruction. A *stop* consonant is made when the organs of speech involved come together, then completely cut off the flow of air momentarily, followed by abrupt separation. A *fricative* consonant is produced with the organs of speech brought very close together, leaving only a very narrow channel through which the air squeezes on its way out, producing turbulence in the process. *Nasal* sounds are produced with air escaping through the nose; the velum is lowered to allow access to the nasal tract. To produce a *lateral*, the air is obstructed by the tongue at a point along the center of the mouth, but the sides of the tongue are left low so that air is allowed to escape over both sides of the tongue. The *rolled* consonant **r** is made with a sequence of rapid vibratory movements produced by the tongue tip.

A *voiceless* consonant is produced if the vocal cords are apart (inactive). If the vocal cords are very close together, the air will blow them apart as it forces its way through and will make them vibrate, producing a voiced sound.

Triangle of Vowels

The Vietnamese language has 11 *nuclear monophthong* vowels: **i, ê, e, ư, ơ, â, a, ă, u, ô, o** and three *nuclear diphthongs*: **iê/ ia, ươ/ưa, uô/ua**. According to the part of the tongue that is raised, the monophthongs can be *front* (**i, ê, e**), *mid* (**ư, ơ, â, a, ă**) and *back* (**u, ô, o**). They can be *high* (**i, ư, u**), *mid* (**ê, ơ, â, ô**) and *low* (**e, a, ă, o**), depending on the extent to which the tongue rises in the direction of the palate. The lips are rounding when producing three *rounded* vowels **u, ô, o** and the diphthong **uô/ua**. The nuclear vowels in Vietnamese are represented in the triangle on the basis of the part of the tongue that is raised and the position of the tongue toward the palate.

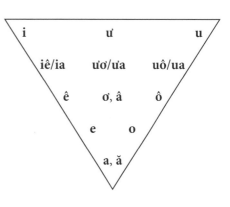

Final Consonants

In Vietnamese there are six final consonants: **p, t, c/ch, m, n, ng/nh** and two final semivowels: **i/y, o/u**.

The Written Language

The Chinese writing system, which was previously adopted along with other cultural elements, was used in Vietnam for official documents of all sorts as well as for creating literature and poetry for a very long period of time. It is called in Vietnamese **chữ Hán** or **chữ nho**.

A writing system known as **chữ nôm** was developed by Vietnamese Buddhist scholar-priests around the thirteenth century. It was based on Han Chinese writing. Composite graphs borrowed from Chinese were used in which one component signals the pronunciation, while the other component indicates the meaning of a Vietnamese word. However, the new writing system was not so popular because it was too complicated to learn. That is the reason why **chữ nôm** existed for several centuries alongside the standard written Chinese used both by the royal court and the Vietnamese intellectuals for different purposes.

The Roman script was introduced by Catholic missionaries at the beginning of the seventeenth century when they began their efforts to Christianize Vietnam. The writing system based on the Roman script is called **quốc ngữ**. It has obvious advantages over the official **chữ nho** and **chữ nôm**, because it made use of the alphabetic principle (where each symbol, for the most part, represents a structurally significant phonetic entity, i.e., phoneme). Since the beginning of the twentieth century, **quốc ngữ** has become the official alphabet in Vietnam.

The Vietnamese alphabet contains 22 Roman characters: a, b, c, d, e, g, h, i, k, l, m, n, o, p, q, r, s, t, u, v, x, y. Some diacritic marks are also used to indicate specific sounds: ă, â, ê, ô, ư, ơ, đ. To indicate the tones, tone marks are used: `, ´, ', ~, . .

The Structure of the Language

Vietnamese belongs to the group of *isolating* languages where there are no inflectional endings and all the words are invariable. Grammatical relationships are expressed not by changing the internal structure of the words (the use of inflectional endings), but by the use of auxiliary words and word order.

Most words in Vietnamese are monosyllabic (consisting of one syllable) or disyllabic (consisting of two syllables). The number of polysyllabic words (comprising more than two syllables) is rather small. Besides the words of Mon-Khmer origin, the Vietnamese vocabulary also contains a large number of words and parts of words borrowed from Chinese. It also makes use of words of French and English origin.

Symbols and Typography

In the phonetic part of this text, the square brackets [ ] enclose phonetic transcription for the specific Vietnamese sounds which either need a detailed description or differ from the English sounds that are denoted by the same letter, for instance: the letter *d* represents the consonant [**d**] in English and the consonant [**z**] in Vietnamese.

In the notes on grammar and usage, the optional words and elements of a pattern are shown between square brackets [ ].

A preposition used together with a verb to show its connection with another word is enclosed between round brackets ( ).

A slash / means that either of two choices is possible.

Quotation marks " " are used to enclose English translations of Vietnamese words, phrases and sentences.

When a Vietnamese word or phrase is introduced in the text for the first time, it is accompanied by the English translation in quotation marks.

LESSON 1

Greetings

GRAMMAR
1. Interrogative sentences
2. Equative verb **là**
3. Demonstrative adverbs **đây, đấy, đó, kia**
4. Interrogative word **ai**
5. Position of an adjective modifying a noun

USAGE
chào, xin lỗi, cám ơn

 DIALOGUE 1

A : Chào chị! Rất vui được làm quen với chị.
B : Chào anh! Tôi cũng rất vui được làm quen với anh.
A : Chị có khoẻ không?
B : Vâng, cám ơn anh, tôi khoẻ. Còn anh thế nào?
A : Cám ơn chị, tôi cũng khoẻ. Xin lỗi chị, chị tên là gì?
B : Tên tôi là Mary. Còn anh, tên anh là gì?
A : Tôi tên là Thắng.

 DIALOGUE 2

A : Đấy có phải là anh Dũng không?
B : Không phải, đấy là anh Hùng.
A : Còn kia là ai?
B : Kia là chị Lan.

 DIALOGUE 3

A : Anh có báo mới không?
B : Không, tôi không có báo mới.

VOCABULARY

Dialogue 1

chị elder sister; you
anh elder brother; you
tôi I
cũng also, too
rất very
vui glad, happy
được to have an opportunity
làm quen to meet someone for the first time
với with
    làm quen với to meet, be introduced to someone
    rất vui được làm quen với chị/anh nice to meet you
có to have
có … không? question construction
khoẻ fine, well, healthy, strong
vâng yes
cám ơn to thank

còn and, as for
xin lỗi to excuse, beg pardon
    xin lỗi anh/chị excuse me
tên name
là to be (linking verb)
gì? what?
    tên anh/chị la gì?/anh/chị tên là gì? what is your name?
    tên tôi là …/tôi tên là… my name is…

Dialogue 2

đấy there, that
kia there, that
ai? who?

Dialogue 3

báo newspaper
mới new, recent

 GRAMMAR NOTES

1. A question is formed with the frame construction **… có … không?** The correct word order is:

> SUBJECT + **CÓ** + PREDICATE + **KHÔNG**

    Chị có hiểu không? Do you understand?

The word **vâng** is used very commonly at the beginning of the affirmative response:

    Vâng, tôi hiểu. Yes, I do.

When the predicate is expressed by the verb **có**, only one **có** appears in the question:

    Anh có báo không? Do you have a newspaper?

The negation **không** is used in the negative response, both at the beginning and immediately before the predicate; it corresponds to the English "no" and "not":

    Không, tôi không có báo. No, I don't have a newspaper.

When an adjective functions as the predicate of a sentence, it is treated as a verb and follows the noun immediately, without any linking verb. The link verb **là** is not used. The correct word order is:

> SUBJECT (noun, pronoun) + PREDICATE (adjective)

Tôi khoẻ. I am fine.

The constructions for the question and the negation with an adjective are the same as for any verb:

Anh có khoẻ không? How are you?

Không, tôi không khoẻ. No, I am not fine.

2. The equative (or linking) verb **là** is used to link the subject with the identification predicate, which may be represented by a noun (**kỹ sư** "engineer") or a pronoun (interrogative **ai?**):

Hải là kỹ sư. Hải is an engineer.

Hải là ai? Who is Hải?

3. When a question contains the equative verb **là**, the frame construction **… có phải là … không?** is used to form the question. The correct word order is:

> SUBJECT + **CÓ PHẢI LÀ** + IDENTIFICATION PREDICATE + **KHÔNG**

Anh có phải là kỹ sư Hải không? Are you engineer Hải?

The word **vâng** is used at the beginning of the affirmative response as well:

Vâng, tôi là kỹ sư Hải. Yes, I am engineer Hải.

The negation **không** or **không phải** is used at the beginning of the negative response, and **không phải** is used before the equative verb **là**:

Không/Không phải, tôi không phải là kỹ sư Hải. No, I am not engineer Hải.

4. Demonstrative (locational) adverbs **đây, đấy, đó, kia** are used for replacing nouns denoting place. **Đây** "here, this" denotes a place, person or thing close to the speaker:

Đây là cô Hà. This is Miss Hà.

Đấy/đó "there, that" indicates a place, person or thing far from the speaker, but close to those whom he or she is talking to:

Đấy/đó là Hải. That is Hải.

Kia "there, that" demonstrates a place, person or thing far from both the speaker and those whom he or she is talking to:

Kia là nhà mới. That is a new house.

5.   The interrogative word **ai?** "who?, whom?" is used for a person. It may function as the identification predicate:

Hải là ai? Who is Hải?

As the subject:

Ai có ô tô? Who has a car?

As the object:

Nga vẽ ai? Whom is Nga drawing?

When **ai** functions as the subject of the question, it is placed at the beginning of the question. When functioning as the identification predicate, it follows the identification marker **là**. When functioning as the object, it is placed after the verb.

Note that unlike English, where a question word is always placed at the beginning of a question, question words in Vietnamese may take different positions in a question. The position of a question word should be memorized.

6.   When an adjective modifies a noun functioning as an attribute of the noun modified, it follows the noun, for instance:

Cô Hà có nhà đẹp. Miss Hà has a beautiful house.

The adjective **đẹp** "beautiful," which modifies the noun **nhà** "house," follows the noun, unlike the English word order "beautiful house."

Chùa Trấn Quốc, Hà Nội
Trấn Quốc Pagoda, Hà Nội

🎧 NOTES ON USAGE

In most cases a second personal pronoun is used after such words as **chào** "hello," **xin lỗi** "to beg one's pardon, to be sorry, to excuse," **cám ơn** "to thank."

Chào ông!	Xin lỗi ông!	Cám ơn ông!
Chào bà!	Xin lỗi bà!	Cám ơn bà!
Chào anh!	Xin lỗi anh!	Cám ơn anh!
Chào chị!	Xin lỗi chị!	Cám ơn chị!

DRILLS

A. Make up questions for the following sentences, using the frame construction **có … không?** or **có phải … không?**

> EXAMPLE   A. **Hà đọc báo.**   →   **Hà có đọc báo không?**
>
> B. **Hải là kỹ sư.**   →   **Hải có phải là kỹ sư không?**

A

1. **Dũng mở** "to open" **cửa** "door."
2. **Thanh mua** "to buy" **ô tô** "car."
3. **Hà ghi** "to write down" **từ** "vocabulary."
4. **Mẹ** "mother" **đi** "to go" **chợ** "market."
5. **Thư ký** "secretary" **hỏi** "to ask" **bác sĩ** "doctor, physician."
6. **Dũng nghe** "to listen" **nhạc** "music."
7. **Thày giáo** "Mr. teacher" **hỏi Lan.**
8. **Sách** "book" **hay** "interesting."
9. **Bố** "father" **có ô tô mới** "new"
10. **Hùng thích** "to like" **ăn** "to eat" **đu đu** "papaya."
11. **Dừa** "coconut" **ngon** "tasty."
12. **Hà trả lời** "to answer" **cô giáo** "Ms. teacher."
13. **Họ** "they" **hiểu** "understand" **câu hỏi** "question."
14. **Bài** "lesson" **dễ** "easy."
15. **Bố đọc** "to read" **sách.**
16. **Lan chào** "to greet" **cô giáo.**
17. **Xe** "vehicle" **tốt** "good."
18. **Họ bán** "to sell" **nhà.**
19. **Nhà đẹp.**
20. **Câu hỏi khó** "hard, difficult."

B

1. **Đấy là báo mới.**
2. **Cô** "Miss" **Mai là y tá** "nurse."
3. **Kia là dứa** "pineapple."
4. **Đấy là từ điển** "dictionary" **Anh-Việt** "English-Vietnamese."
5. **Ông ấy** "he" **là bác sĩ.**
6. **Cô ấy** "she" **là cô Thuý.**
7. **Đây là chanh** "lemon, lime."
8. **Đấy là vở** "notebook" **ghi từ mới.**
9. **Cô Thu là thư ký.**
10. **Kia là xe tắc-xi** "taxi."
11. **Cô ấy là bác sĩ Lan.**
12. **Đây là phố** "street" **Lê Lợi.**
13. **Đấy là tạp chí** "magazine" **cũ** "old."
14. **Cô ấy là y tá.**
15. **Ông ấy là thày Thắng.**
16. **Hải là kỹ sư.**
17. **Họ là sinh viên** "student."
18. **Kia là xe mới.**
19. **Ông** "Mister" **Long là bác sĩ.**
20. **Đây là phố Hai Bà Trưng.**
21. **Đó là kỹ sư Hùng.**
22. **Cô ấy là cô giáo Mai.**
23. **Kia là từ điển mới.**

B.   Change the sentences given in Drill A to the negative sentences.

> EXAMPLE   A. **Hà đọc báo.**   →   **Hà không đọc báo.**
>   B. **Hải là kỹ sư.**   →   **Hải không phải là kỹ sư.**

C.   Give both the affirmative and the negative answers to the following questions.

> EXAMPLE   A. **Câu hỏi có khó không?**   B. **Cô Nga có phải là bác sĩ không?**
>   → **Vâng, câu hỏi khó.**   → **Vâng, cô Nga là bác sĩ.**
>   → **Không, câu hỏi không khó.**   → **Không/Không phải, cô Nga không phải là bác sĩ.**

A

1. **Anh có báo mới không?**
2. **Xe có đắt** "expensive" **không?**
3. **Kỹ sư Johnson có đi Hà Nội không?**
4. **Nhà có đẹp không?**
5. **Hà có hiểu câu hỏi không?**
6. **Bà có lo** "to worry" **không?**
7. **Cô ấy có mua hoa** "flower" **không?**
8. **Bài có khó không?**
9. **Dừa có ngon không?**
10. **Chị có đọc sách không?**
11. **Thắng có chào cô Mai không?**
12. **Anh có ghi từ mới không?**

B

1. **Ông ấy có phải là kỹ sư Thắng không?**
2. **Kia có phải là cô Thư không?**
3. **Bà ấy có phải là bác sĩ Thuỷ không?**
4. **Đấy có phải là phố Lý Thường Kiệt không?**
5. **Đây có phải là cam** "orange" **không?**
6. **Đó có phải là thày Hùng không?**
7. **Đấy có phải là đu đủ không?**
8. **Cô Thanh có phải là thư ký không?**
9. **Kia có phải là bưu điện** "post office" **không?**
10. **Đây có phải là từ điển mới không?**

D.   Give answers to the following questions.

> EXAMPLE   **Hải là ai?** (kỹ sư)   →   **Hải là kỹ sư.**

1. **Chị** "Miss" **Nga là ai?** (kỹ sư)
2. **Cô Hà là ai?** (cô giáo)
3. **Mai là ai?** (thư ký)
4. **Hải là ai?** (thày giáo)
5. **Chị Phương là ai?** (cô giáo)

6. **Cô Thu là ai?** (thư ký)
7. **Hà là ai?** (kỹ sư)
8. **Chị Mai là ai?** (cô giáo)
9. **Cô Thư là ai?** (y tá)
10. **Hải là ai?** (lái xe "driver")

E. Give answers to the following questions.

> EXAMPLE   **Ai có từ điển? (cô Hà)**   →   **Cô Hà có từ điển.**

1. **Ai hỏi chfi Nga? (bà)**
2. **Ai có nhà to "big"? (bố mẹ "parents")**
3. **Ai trả lời bà? (chị Nga)**
4. **Ai ghi từ mới? (chị Thư)**
5. **Ai là y tá? (Hà)**
6. **Ai về nhà? (bố)**
7. **Ai nghỉ "to rest"? (mẹ)**
8. **Ai là lái xe? (Hải)**
9. **Ai có ô tô? (cô Thu)**
10. **Ai nghe câu hỏi? (chị Thu)**
11. **Ai mua ô tô mới? (bà)**
12. **Ai mở cửa? (cô Mỹ)**
13. **Ai đi ngủ "to go to bed"? (Mai)**
14. **Ai có vở ghi từ mới? (Hải)**
15. **Ai mua nhà to? (cô giáo Thuỷ)**
16. **Ai là thư ký? (chị Thuý)**
17. **Ai vẽ ô tô? (Oanh)**
18. **Ai hiểu bà? (bố mẹ)**
19. **Ai có mũ "hat" mới? (Thu)**
20. **Ai hỏi bố mẹ? (bà)**

F. Give answers to the following question using the words given below.

> **Nga hỏi ai?**
> **bố, mẹ, cô giáo, bà Mai, cô thư ký, cô Hà, thày giáo, Hải**

G. Replace the verb **hỏi** in Drill F by the verbs **trả lời, nghe, chào, vẽ,** and give the answers to the questions.

H. Give answers to the following questions.

> EXAMPLE   **Thày giáo hỏi ai? (Thuỷ)**   →   **Thày giáo hỏi Thuỷ.**

1. **Hà vẽ ai? (bà)**
2. **Thuý trả lời ai? (cô giáo)**
3. **Thư nghe ai? (thày giáo)**
4. **Thuỷ chào ai? (cô Hải)**
5. **Cô giáo hỏi ai? (Phương)**
6. **Bố mẹ hiểu ai? (bà)**
7. **Thư ký trả lời ai? (cô Châu)**
8. **Bố mẹ hỏi ai? (y tá)**
9. **Thày giáo trả lời ai? (tôi)**
10. **Cô Nga mở cửa cho "for" ai? (bố)**

I. Give answers to the following questions. Try to memorize some common given names.

> EXAMPLE   **Anh tên là gì?/Tên anh là gì? (Thắng)**   →   **Tôi tên là Thắng./Tên tôi là Thắng.**

1. **Ông tên là gì? (Dũng)**
2. **Chị tên là gì? (Thuý)**
3. **Tên anh là gì? (Hùng)**
4. **Bà tên là gì? (Phương)**
5. **Cô tên là gì? (Lan)**
6. **Tên ông là gì? (Tân)**
7. **Anh tên là gì? (Tuấn)**
8. **Tên chị là gì? (Phượng)**
9. **Tên bà là gì? (Thuỷ)**
10. **Ông ấy tên là gì? (Hiển)**
11. **Chị ấy tên là gì? (Hiển)**
12. **Tên anh ấy là gì? (Hiển)**
13. **Bà ấy tên là gì? (Hiên)**
14. **Ông kỹ sư ấy tên là gì? (Hải)**
15. **Cô bác sĩ ấy tên là gì? (Mai)**
16. **Tên cô thư ký đó là gì? (Nga)**
17. **Cô giáo ấy tên là gì? (Ngà)**
18. **Cô ấy tên là gì? (Liên)**

J.   Complete the following sentences. Try to memorize some common given names.

> EXAMPLE   **Tôi tên là Thắng. (anh)**   →   **Tôi tên là Thắng. Còn anh tên là gì?**

1. Tôi tên là Hiển. (chị)
2. Tôi tên là Trung. (ông)
3. Tên tôi là Mai. (cô)
4. Tôi tên là Dũng. (bà)
5. Tôi tên là Vân. (anh)

6. Tên tôi là Nga. (ông)
7. Tôi tên là Nhung. (anh)
8. Tên tôi là Ngọc. (chị)
9. Tên tôi là Liên. (anh)
10. Tôi tên là Hiển. (cô)

K.   Complete the following sentences.

> EXAMPLE   **Anh có khoẻ không? (cô)**   →   **Cám ơn cô, tôi khoẻ. Còn cô thế nào?**

1. Ông có khoẻ không? (bà)
2. Anh có khoẻ không? (cô)
3. Bà có khoẻ không? (ông)
4. Cô có khoẻ không? (ông)
5. Chị có khoẻ không? (anh)

6. Cô có khoẻ không? (bà)
7. Ông có khoẻ không? (anh)
8. Chị có khoẻ không? (bà)
9. Anh có khoẻ không? (cô)
10. Bà có khoẻ không? (chị)

Đình làng ở đồng bằng sông Hồng
A village community hall in the Red River delta

BẠN CẦN BIẾT ("YOU SHOULD KNOW": CULTURAL NOTE)

Vietnamese does not have specific terms for morning, afternoon, evening or night greetings. You use the word **chào** both when greeting someone and when leaving someone at any time of the day. Don't forget the second personal pronoun which follows **chào**. What personal pronoun should be used in a particular situation is a pretty complicated issue for non-native speakers. When you are going to meet someone or to be introduced to someone, it is a good idea to ask your Vietnamese friends or colleagues beforehand how you should address the person(s). They will be happy to explain to you an appropriate option.

Although every situation is different, one greeting that is often appropriate for non-native speakers is "**Chào chị**" when you greet a young woman and "**Chào anh**" when you greet a young man, as you see in Dialogue 1. It is quite formal; of course it's always better to err on the side of being overly formal, than accidentally being too informal.

The Vietnamese shake hands when greeting someone and saying "good-bye" to someone. If close friends have not seen each other for a while, they may hug each other when meeting.

 ## TỤC NGỮ (SAYING)

Lời chào cao hơn mâm cỗ.

It's better to greet someone with respect than to serve him an auspicious meal.

LESSON 2

Getting acquainted

GRAMMAR

1. Interrogative words [cái] gì, nào
2. Interrogative expression phải không
3. Interrogative word à
4. Interrogative adverb ở đâu
5. Classifiers cái, chiếc, cây, quả, con, quyển, cuốn, tờ, toà, ngôi
6. Demonstrative pronouns này, kia, ấy, đó

USAGE

ở as a verb and as a preposition

 DIALOGUE 1

A : Chào chị!
B : Chào anh!
A : Xin lỗi chị, chị là người nước nào?
B : Tôi là người Việt. Còn anh là người Mỹ, phải không?
A : Vâng, tôi là người Mỹ. Chị là sinh viên à?
B : Vâng, tôi là sinh viên.
A : Tôi cũng là sinh viên.
B : Anh học ở đâu?
A : Tôi học ở trường Đại học Quốc gia Hà Nội.

 DIALOGUE 2

A : Anh ơi! Toà nhà cao kia có phải là thư viện trường không?
B : Không phải. Thư viện trường là ngôi nhà trắng gần đấy. Chị cần gì ở thư viện?
A : Tôi muốn mượn mấy quyển sách.

VOCABULARY

Dialogue 1

người person
nước country
nào? what? which?
   chị là người nước nào? where are you from?
   người Việt Vietnamese person
Mỹ America; the U.S.A.
   người Mỹ American person
học to study, learn
ở in, at
trường school
đại học college, university
   trường đại học college, university
quốc gia national
   Đại học Quốc gia Hà Nội Hà Nội National
   University

Dialogue 2

ơi vocative particle, used to attract someone's
   attention
toà classifier for tall buildings
cao tall, high
kia that
thư viện library
ngôi classifier for houses, buildings
trắng white
gần near, close
   gần đấy close to there
cần to need
muốn to want
mượn to borrow
mấy a few
quyển/cuốn classifier for books

 GRAMMAR NOTES

1. The interrogative word **[cái] gì?** "what?" is used for a thing. The element **cái** is optional. **[Cái] gì** functions as:
   (a) the identification predicate following **là**:

   Đấy là [cái] gì? What is that?

   (b) the object following a verb:

   Cô Mai mua [cái] gì? What does Miss Mai buy?

2. The interrogative pronoun **nào** "which, what" follows the noun it modifies and denotes a choice which is to be made from a known set of things or people. The interrogative pronoun **gì** "what" is used in the same function when the choice is from an indefinite set of things or people:

gì?	nào?
Đây là quyển gì? What kind of book is this?	**Anh mua quyển từ điển nào?** Which dictionary are you buying?
Đây là [quyển] từ điển. This is a dictionary.	**Tôi mua quyển [từ điển] kia.** I am buying that one.

Note that if **gì** follows a classifier, the classifier may be omitted in the reply. If **nào** follows a noun used together with a classifier, the noun may be omitted in the reply, but the classifier is required.

Đại học Quốc gia Hà Nội
Hà Nội National University

3.   The interrogative expression **phải không**, similar to the English question tag, is placed at the end of the sentence to form a question when the speaker expects his hearer to confirm what he/she just said:

> **Chị học ở trường Đại học Quốc gia Hà Nội, phải không?** You study at Hà Nội National University, don't you?

> **Anh là người Mỹ, phải không?** You are an American, aren't you?

The responses to this kind of question are similar to the responses to the questions formed by the frame construction **có … không?** and **có phải là … không?** In the negative response **không phải** may also occur at the beginning:

Anh là người Mỹ, phải không? You are an American, aren't you?

Không phải, tôi là người Anh. No, I am an Englishman.

4. The interrogative **à** when placed at the end of the sentence to form a question also asks for confirmation or agreement. However, **à** denotes a speaker's stronger belief that the hearer will agree with him than the expression **phải không**:

Chị học ở trường Đại học Quốc gia Hà Nội à? You study at Hà Nội National University, right?

Anh là người Mỹ à? You are an American, right?

5. The interrogative adverb **ở đâu** "where" is placed at the end of the question, indicating a location only, not a motion:

Anh học tiếng "language" **Việt ở đâu?** Where are you studying Vietnamese?

Cô mua chiếc xe máy này ở đâu? Where did you buy this motorbike?

6. The Vietnamese language has a group of words called classifiers, which indicate the semantic class to which a class of words belongs. Classifiers express a wide range of categories, such as size, shape, fruits, trees, animateness, inanimate things, etc. **Cái, chiếc, cây, quả, con, quyển, cuốn, tờ, toà, ngôi** are the most common classifiers.

Cái and **chiếc** are used with many nouns denoting inanimate objects; for this type of single objects **cái** and **chiếc** are interchangeable: **cái/chiếc ô tô** "a car," **cái/chiếc áo** "a shirt," **cái/chiếc ô** "an umbrella." The difference between **cái** and **chiếc** will be introduced later.

Cây, which literally means "tree," is used for trees: **cây lê** "a pear tree," **cây chuối** "a banana tree," **cây đu đủ** "a papaya tree."

Quả, which literally means "fruit," is used for fruits: **quả lê** "a pear," **quả chuối** "a banana," **quả đu đủ** "a papaya."

Con, which literally means "child," is used for animals, fish, birds: **con chó** "a dog," **con cá** "a fish," **con chim** "a bird."

Quyển and **cuốn** are used for books; they are interchangeable: **quyển/cuốn sách** "a book," **quyển/cuốn từ điển** "a dictionary."

Tờ is used for paper, newspapers, magazines: **tờ giấy** "a sheet of paper," **tờ báo** "a newspaper," **tờ tạp chí** "a magazine."

Ngôi is used for houses, and buildings in general. **Toà** is used for tall buildings.

When a countable noun is used with a number, the phrase demands a classifier inserted between the number and the noun, for instance: **một cái ghế** "a chair," **hai tờ báo** "two newspapers," **ba con chim** "three birds."

NUMBER + CLASSIFIER + NOUN

7. When modifying nouns, the demonstrative pronouns **này** "this," **kia** "that," **ấy/đó** "that" follow the nouns: **ngôi nhà ấy** "that house," **cái bàn kia** "that table," **quyển từ điển này** "this dictionary," **tờ báo đó** "that newspaper." Note the following word order of the noun group:

> ## CLASSIFIER + NOUN + PRONOUN

A demonstrative may follow a classifier, forming a phrase without a noun:

> **Đây là cái mũ.** This is a hat.
>
> **Cái này là cái mũ.** This thing is a hat.
>
> **Kia là cây chuối.** That is a banana tree.
>
> **Cây kia là cây chuối.** That tree is a banana (tree).
>
> **Dũng và** "and" **Hùng đọc sách. Dũng đọc quyển này, Hùng đọc quyển kia.** Dũng and Hùng are reading books. Dũng is reading this one, Hùng is reading that one.

Note the similarities and differences between the demonstrative adverbs and the demonstrative pronouns:

ADVERBS	DEMONSTRATIVES
đây	này
kia	kia
đấy	ấy
đó	đó

 NOTES ON USAGE

The word **ở** may function as a verb in the sense of "to live": **Ông bà tôi ở phố này.** "My grandparents live on this street." It may function also as a preposition in the sense of "in, on, at": **Ông bà tôi mua một ngôi nhà ở phố này.** "My grandparents bought a house on this street."

DRILLS

A. Give answers to the following questions.

> EXAMPLE A. **Đây là quyển gì?** (sách) → **Đây là [quyển] sách.**
> B. **Anh thích** "to like" **quyển sách nào?** (kia) → **Tôi thích quyển [sách] kia.**

A
1. **Kia là cây gì?** (chuối)
2. **Kỹ sư Thắng mua xe gì?** (xe máy "motor-cycle, motorbike")
3. **Đây là vở gì?** (ghi từ mới)
4. **Đó là quả gì?** (xoài "mango")
5. **Bố đọc báo gì?** (cũ)
6. **Hà vẽ con gì?** (chó)
7. **Bà mua quả gì?** (cam và dứa)
8. **Cô ấy nói** "to speak" **tiếng gì?** (Anh)
9. **Ông Hải đọc tạp chí gì?** (Mỹ)
10. **Họ học tiếng gì?** (Việt)
11. **Con kia là con gì?** (ngựa "horse")
12. **Trường ấy là trường gì?** (đại học)
13. **Anh thích đi xe gì?** (xe đạp)
14. **Kia là nhà gì?** (bưu điện)
15. **Ông đọc sách gì?** (tiếng Anh)
16. **Cô thích lái** "to drive" **xe gì?** (xe ô tô)

B
1. **Quả dứa nào ngon?** (này)
2. **Anh trả lời câu hỏi nào?** (ấy)
3. **Họ thấy** "to see" **ngôi nhà nào?** (kia)
4. **Bác sĩ Hùng ở phố nào?** (đó)
5. **Cô Mai là thư ký ở bưu điện nào?** (Bờ Hồ)
6. **Chị thích cái áo nào?** (đỏ "red" kia)
7. **Hiền học ở trường đại học nào?** (Huế)
8. **Bố lái chiếc xe nào?** (trắng này)
9. **Còn mẹ lái chiếc xe nào?** (đen "black" kia)
10. **Anh muốn đọc tờ báo nào?** (mới kia)
11. **Cuốn sách nào đắt?** (này) **Còn cuốn nào rẻ** "inexpensive"? (ấy)
12. **Ông nào là kỹ sư Hải?** (kia)
13. **Cô nào là bác sĩ?** (này) **Còn cô nào là y tá?** (kia)
14. **Cô Lan mua cái ô nào?** (xanh "green")
15. **Cây nào là cây cam?** (này) **Còn cây nào là cây bưởi** "grapefruit"? (ấy)

B. Give answers to the following questions.

> EXAMPLE **Chiếc áo ấy mẩu** "color" **gì?** (xanh) → **Chiếc áo ấy mẩu xanh.**

1. **Cái ô ấy mẩu gì?** (đen)
2. **Ngôi nhà cao kia mẩu gì?** (trắng)
3. **Chiếc xe ấy mẩu gì?** (đỏ)
4. **Quả bưởi mẩu gì?** (xanh)
5. **Hoa ấy mẩu gì?** (trắng)
6. **Cái bút** "pen" **này mẩu gì?** (đen)
7. **Cái quần** "pants" **kia mẩu gì?** (nâu "brown")
8. **Con chó ấy mẩu gì?** (vàng "yellow")
9. **Quyển từ điển ấy mẩu gì?** (đen)
10. **Ông Hiền mua xe mẩu gì?** (trắng)

C. Make up questions to the following sentences, using **phải không** at the end of the questions, then give both positive and negative answers to them.

    1. **Ông ấy là bác sĩ Tuấn.**
    2. **Bà Ngọc mua nhà mới.**
    3. **Cô Mai là thư ký.**
    4. **Kỹ sư Thắng có ô tô mầu đỏ.**
    5. **Bố mẹ nghỉ.**
    6. **Hà trả lời câu hỏi ấy.**
    7. **Anh ấy thích đọc sách.**
    8. **Bà mở cửa cho tôi.**
    9. **Bà ấy là y tá.**
   10. **Anh ấy tên là Hiến.**
   11. **Cô Nhung thích ăn xoài.**
   12. **Họ học tiếng Anh ở trường này.**
   13. **Bài tập** "exercise" **ấy khó.**
   14. **Mẹ đi chợ.**
   15. **Lan trả lời thày giáo.**
   16. **Chị Thanh ở phố này.**

D. Give negative answers to the following questions. Please note that **không phải** is used in the negation before the noun **mầu**.

> EXAMPLE   **Cái ô ấy mầu đen, phải không? → Không phải, cái ô ấy không phải mầu đen.**

    1. **Ngôi nhà ấy mầu trắng, phải không?**
    2. **Cái quần ấy mầu nâu, phải không?**
    3. **Chiếc xe kia mầu đỏ, phải không?**
    4. **Cái bút này mầu xanh, phải không?**
    5. **Con chó ấy mầu đen, phải không?**
    6. **Cuốn sách ấy mầu nâu, phải không?**

E. Make up questions to the following sentences, using the interrogative particle **à**.

> EXAMPLE   **Anh ấy học tiếng Việt. → Anh ấy học tiếng Việt à?**

    1. **Câu hỏi này khó.**
    2. **Anh ấy lái xe đi Hà Nội.**
    3. **Bố đọc báo.**
    4. **Cô Thu là bác sĩ.**
    5. **Ông kỹ sư Tuấn mua xe mới mầu đỏ.**
    6. **Tôi không hiểu.**
    7. **Bà mua nhiều** "many, much" **cam.**
    8. **Mẹ ngủ** "to sleep".
    9. **Cây kia là cây dừa.**
   10. **Quả dứa này không ngon.**

F. Write questions using the interrogative particle **à** so that the following sentences could be the responses to them.

1. A: _____?
   B: **Vâng, tôi là sinh viên.**

2. A: _____?
   B: **Vâng, tôi học ở trường đại học Quốc gia Hà Nội.**

3. A: _____?
   B: **Vâng, ông kia là bác sĩ Dũng.**

4. A: _____?
   B: **Vâng, họ lái xe đi New York.**

5. A: _____?
   B: **Vâng, cô ấy ở phố này.**

6. A: _____?
   B: **Vâng, tôi học tiếng Nga "Russian".**

7. A: _____?
   B: **Không, cô ấy không phải là y tá. Cô ấy là bác sĩ.**

8. A: _____?
   B: **Vâng, tôi không hiểu câu hỏi ấy.**

9. A: _____?
   B: **Không, bà ấy không mua xe mới. Bà ấy mua xe cũ.**

10. A: _____?
    B: **Vâng, kỹ sư Hải ở phố này.**

G. Give answers to the following questions. Note that in the example A, the noun **nước** meaning "country, nation" is used in the question only, while in the example B, the noun **tiếng** meaning "language" is used in both the question and the answer.

> EXAMPLE A. **Anh là người nước nào? (Anh)** → **Tôi là người Anh.**
> B. **Chị học tiếng gì? (Việt)** → **Tôi học tiếng Việt.**

A
1. **Chị là người nước nào? (Pháp** "France")
2. **Anh là người nước nào? (Đức** "Germany")
3. **Cô là người nước nào? (Nhật** "Japan")
4. **Bà là người nước nào? (Nga** "Russia")
5. **Ông ấy là người nước nào? (Ý** "Italy")
6. **Anh ấy là người nước nào? (Trung Quốc** "China")
7. **Bà ấy là người nước nào? (Tây Ban Nha** "Spain")
8. **Họ là người nước nào? (Canada)**
9. **Chị là người nước nào? (Bồ Đào Nha** "Portugal")
10. **Anh ấy là người nước nào? (Mexico)**

B
1. **Anh học tiếng gì? (Tây Ban Nha)**
2. **Bà ấy hiểu tiếng gì? (Trung Quốc)**
3. **Bác sĩ Trung biết** "to know" **tiếng gì? (Anh và Pháp)**
4. **Họ học tiếng gì? (Ý)**
5. **Bà Ngọc nói tiếng gì? (Pháp)**
6. **Cô sinh viên ấy học tiếng gì? (Bồ Đào Nha)**
7. **Họ nói tiếng gì? (Đức)**
8. **Anh học tiếng gì? (Indonesia)**
9. **Tiếng gì khó? (Nhật)**
10. **Tiếng gì dễ? (Việt)**

H. Give answers to the following questions, using the phrases given in the parentheses where **ở** functions either as a verb or as a preposition.

1. **Anh ấy thích lái xe ở đâu?** (New York)
2. **Họ ở đâu?** (phố kia)
3. **Sinh viên ấy học tiếng Việt ở đâu?** (Trường tiếng Việt Sài Gòn)
4. **Ở đâu có nhiều xoài?** (Việt Nam)
5. **Anh mua tờ tạp chí này ở đâu?** (hiệu sách "bookstore")
6. **Chị đọc báo ở đâu?** (thư viện)
7. **Ở đâu mưa "to rain" nhiều?** (Huế)
8. **Họ mua nhà ở phố nào?** (phố Huế)
9. **Ông ấy ở đâu?** (Pháp)
10. **Bà nghỉ ở đâu?** (ở nhà "at home")

I. Listen to and repeat after the speaker the cardinal numbers in Vietnamese (from zero to ten).

không zero	**sáu** six	
một one	**bảy** seven	
hai two	**tám** eight	
ba three	**chín** nine	
bốn four	**mười** ten	
năm five		

J. Replace the underlined phrases with the phrases given in the parentheses.

> EXAMPLE   **Bà mua một cái ô tô. (một ngôi nhà) → Bà mua một ngôi nhà.**

1. **Hà vẽ hai con chim.** (ba con ngựa)
2. **Bố đọc một quyển sách mới.** (năm tờ báo)
3. **Cô Nga mua một cái mũ xanh.** (một cái ô)
4. **Đấy là ba cây chuối** (sáu quả táo "apple")
5. **Kỹ sư Hà mua một cái ô tô cũ.** (một ngôi nhà)
6. **Thuý ăn hai quả táo to.** (ba quả cam nhỏ)
7. **Kia là một toà nhà lớn "big."** (ngôi nhà nhỏ)
8. **Họ có một cái bàn to.** (sáu cái ghế)
9. **Tôi thấy ba ngôi nhà nhỏ.** (hai toà nhà mới)
10. **Thuỷ vẽ một cây dừa.** (ba cây chuối)
11. **Tôi mua sáu tờ báo mới.** (ba tờ tạp chí)
12. **Dũng ăn một quả dứa to.** (ba quả lê)
13. **Họ thấy năm cây dừa cao.** (hai ngôi nhà)
14. **Bố mẹ mua một chiếc bàn to.** (sáu chiếc ghế đẹp)
15. **Hùng có mười chiếc áo mới.** (bảy cái quần)
16. **Bà có hai chiếc xe.** (một cái xe đỏ và một cái xe xanh)
17. **Thuý vẽ mười con cá to.** (năm con chim nhỏ)
18. **Đây là hai quyển từ điển mới.** (cuốn sách)
19. **Tôi đọc hai tờ báo mới.** (một tờ tạp chí)

K. Fill in the blanks with the proper classifiers.

1. Bà mua 10 _____ cam.

2. Kia là 2 _____ bàn cao.

3. Hùng mua 1 _____ xe xanh cũ.

4. Họ thấy 2 _____ táo và 5 _____ lê.

5. Nga có 1 _____ từ điển mới và 3 _____ sách hay.

6. Kỹ sư Dũng mua 2 _____ tạp chí hay.

7. Mẹ mua 1 _____ mũ mới mầu nâu.

8. Hà vẽ 4 _____ ngựa to.

9. Tôi thấy 6 _____ nhà nhỏ và 1 _____ nhà lớn.

10. Thuỷ ăn 2 _____ chuối to.

L. Replace the underlined pronoun with the pronoun given in the parentheses.

> EXAMPLE   **Hùng đọc cuốn sách <u>này</u>. (ấy) → Hùng đọc cuốn sách ấy.**

1. Bố mua cái nhà <u>này</u>. (kia)

2. Cô Thuỷ đọc tờ báo <u>kia</u>. (ấy)

3. Dũng vẽ con ngựa <u>đó</u>. (này)

4. Tôi ghi từ mới <u>kia</u>. (đó)

5. Kỹ sư Ngọc ở ngôi nhà <u>này</u>. (ấy)

6. Hà có quyển vở <u>này</u> ghi từ mới. (kia)

7. Họ bán ngôi nhà nhà <u>ấy</u>. (đó)

8. Cô y tá <u>này</u> hỏi chị Mai. (kia)

9. Cô giáo <u>ấy</u> là cô Bích. (này)

10. Ông lái xe <u>ấy</u> tốt. (kia)

11. Họ thấy toà nhà <u>ấy</u>. (này)

12. Bà mua cái mũ xanh <u>kia</u>. (đó)

13. Cô Hà hỏi cô thư ký <u>này</u>. (kia)

14. Tôi hiểu câu hỏi <u>ấy</u>. (này)

15. Họ chào thầy giáo <u>này</u>. (kia)

16. Mẹ mở cửa cho cô y tá <u>kia</u>. (ấy)

17. Cô kỹ sư <u>này</u> là cô Thuý. (kia)

18. Bà bán chiếc xe cũ <u>đó</u>. (này)

19. Nga ăn hai quả cam <u>này</u>. (kia)

20. Hùng vẽ ba cây dừa <u>ấy</u>. (này)

21. Câu hỏi <u>này</u> dễ. (đó)

M. Fill in the blanks with the words given in the parentheses.

> EXAMPLE   **Cái này là cái bàn. Cái kia _____ (ghế) → Cái kia là cái ghế.**

1. Cây này là cây chuối. Cây kia _____ (cam)

2. Quả này là quả dừa. Quả ấy _____ (dứa)

3. Quyển kia là quyển sách. Quyển này _____ (từ điển)

4. Cái này là cái mũ. Cái ấy _____ (ô)

5. Cô này là cô Thuý. Cô kia _____ (Thuỷ)

6. Tờ này là tờ báo. Tờ ấy _____ (tạp chí)

7. Con kia là con mèo "cat." Con này _____ (chó)

8. Quả này là quả cam. Quả kia _____ (chanh "lime, lemon")

9. Cái này và cái kia là hai cái xe đạp "bicycle." Cái ấy _____ (xe máy)

10. Ông này là ông Quang. Ông kia _____ (Thắng)

N. Fill in the blanks with the proper demonstrative pronouns.

> EXAMPLE   **Kia là ngôi nhà. Ngôi nhà _____ đẹp.** → **Kia là ngôi nhà. Ngôi nhà kia đẹp.**

1. **Đây là quyển sách. Quyển sách _____ hay.**
2. **Đó là câu hỏi. Câu hỏi _____ khó.**
3. **Kia là hai tờ báo. Hai tờ báo _____ cũ.**
4. **Đấy là bà kỹ sư. Bà kỹ sư _____ là bà Phương.**
5. **Kia là toà nhà. Toà nhà _____ cao và đẹp.**
6. **Đấy là chị Mai. Chị _____ là thư ký.**
7. **Đây là quả dừa. Quả dừa _____ ngon.**
8. **Đó là cái ô. Cái ô _____ đắt.**
9. **Đây là cái ghế. Cái ghế _____ nhẹ** "light, not heavy."
10. **Kia là ông kỹ sư. Ông kỹ sư _____ là ông Thắng.**
11. **Đấy là hai quả đu đủ và ba quả dứa. Hai quả đu đủ và ba quả dứa _____ ngon.**
12. **Đó là cô Thuỷ. Cô _____ trẻ.**
13. **Đây là ngôi nhà. Ngôi nhà _____ nhỏ.**
14. **Kia là chiếc ô tô. Chiếc ô tô _____ mới và tốt.**
15. **Đấy là cuốn từ điển. Cuốn từ điển _____ cũ.**

EXERCISE

Prepare with your partner the following dialogue, then perform the dialogue for the class. Independent learners may practice both roles, then read the roleplay aloud, alternating between the roles for extra practice.

A	B
1. greets B	1. greets A, asks where A is from
2. answers B's question, asks where B comes from	2. answers A's question, talks about the university library
3. agrees with B that the library is big, asks if B is a student at this university	3. answers the question
4. closes	4. closes

BẠN CẦN BIẾT

The Vietnamese you encounter will likely be impressed with your knowledge of and your willingness to speak their language. You should expect them to ask you such questions as **Chị/Anh là người nước**

Tháp Rùa trên hồ Gươm, Hà Nội
Turtle Temple on the Lake of the Returned Sword, Hà Nội

nào? (What country are you from?); **Chị/Anh đến Việt Nam lâu chưa?** (How long have you been in Vietnam?)

They may ask you some questions about your age, family and job. This is not an attempt to pry into your private life; rather, it's a way to express friendliness to you. If you do not wish to give answers to certain questions, you may change the topic after giving an evasive answer to the question. For instance, when you are asked a question about your age, you may want to reply: "**Tôi còn trẻ lắm**" (I am still very young) or even to joke "**Tôi chưa già lắm đâu**" (I am not very old yet).

LESSON 3

Language, nationality

GRAMMAR

1. **Ít** "few, little," **nhiều** "many, much"
2. Ordinal numbers
3. Plural markers **các, những**
4. Adverbs of degree **rất, lắm, quá**
5. **Hay** with the meaning "or"
6. Interrogative word **[như] thế nào**
7. Position of an adjective modifying a verb
8. **Cũng** meaning "also, too"
9. English "and" in Vietnamese

 DIALOGUE 1

A (an American student): **Chào chị!**

B (a Vietnamese student): **Chào anh! Anh biết tiếng Việt à?**

A : **Tôi biết tiếng Việt rất ít. Tôi học tiếng Việt ở Trường tiếng Việt Sài Gòn. Tôi là sinh viên năm thứ nhất ở Đại học Quốc gia thành phố Hồ Chí Minh.**

B : **Ai dạy các anh tiếng Việt?**

A : **Hai cô giáo và một thầy giáo người Việt. Tiếng Việt khó lắm.**

B : **Tiếng Anh cũng rất khó.**

A : **Chị nói tiếng Anh giỏi lắm.**

B : **Anh khen tôi quá lời!**

 DIALOGUE 2

A : **Năm nay cậu học ngoại ngữ nào? Tiếng Pháp hay tiếng Đức?**

B : **Năm nay mình định học tiếng Tây Ban Nha. Nhiều người nói tiếng Pháp và tiếng Đức khó lắm.**

A : **Còn tiếng Tây Ban Nha thế nào?**

B : **Tiếng Tây Ban Nha không khó lắm.**

VOCABULARY

Dialogue 1

ít little, few

năm year

thứ nhất first

> **sinh viên năm thứ nhất** first-year student, freshman

thành phố city

> **Đại học Quốc gia thành phố Hồ Chí Minh**
> Hồ Chí Minh City National University

dạy to teach

các plural marker

giỏi good; well

lắm very

khen to praise

quá very, excessively

> **khen quá lời** to flatter someone too much

Dialogue 2

năm nay this year

cậu you (familiar)

ngoại ngữ foreign language

hay or

mình I (familiar)

định to plan, intend

thế nào? what? how?

 GRAMMAR NOTES

1. The words **ít** "few, little" and **nhiều** "many, much" indicate quantity.

1.1. They may precede 1) a countable noun without any classifier: **ít sách** "few books," **nhiều sách** "many books"; 2) an uncountable noun: **ít cơm** "little rice," **nhiều cơm** "much rice."

1.2. They may follow a verb, modifying it: **biết ít** "to know little," **biết nhiều** "to know much."

2. Ordinal numbers are formed from the regular number system, by the addition of **thứ** before the numbers. Note that there are two exceptions: **một** is replaced by **nhất**, and **bốn** is replaced by **tư**.

thứ nhất first	**thứ sáu** sixth
thứ hai second	**thứ bảy** seventh
thứ ba third	**thứ tám** eighth
thứ tư fourth	**thứ chín** ninth
thứ năm fifth	**thứ mười** tenth

Trường Đại học Quốc gia Hà Nội (toà nhà cũ)
The old building of Hà Nội National University

3. The plural markers **các** and **những** convey the notion of plurality: **các sinh viên** "students," **những quyển sách** "books." Generally speaking, **các** implies that all of a given set of entities are involved, while **những** suggests that only a certain number of the total possible number are referred to.

    Note that 1) only **các** is used before personal pronouns in direct addressing: **Chào các anh các chị!** "Hello!"; 2) in most cases only **những** is used with the word **người**: **những người Pháp ấy, những người Mỹ này.**

4. The adverbs of degree **rất** "very," **lắm** "very," and **quá** "very, excessively" are used with adjectives and, in some cases, with a few verbs such as **thích** "to like," **yêu** "to love," **sợ** "to fear, to be afraid," **lo** "to worry, to be worried."

    Rất precedes the adjectives and the verbs, **lắm** and **quá** follow them. In terms of conveying degree, **rất** denotes a moderate degree, **lắm** is used in the sense of a greater degree, and **quá** indicates an extreme degree, sometimes going beyond the usual limits:

    Chiếc áo này rất đẹp. This shirt is quite beautiful.

    Chiếc áo này đẹp lắm. This shirt is very beautiful.

    Chiếc áo này đẹp quá! This shirt is extremely beautiful!

    When the verb functioning as the predicate has an object, **rất** is placed before the verb, and **lắm** and **quá** go at the end of the sentence, without the word **nhiều** meaning "much":

    Tôi rất thích chiếc áo này. I rather like this shirt.

    Tôi thích chiếc áo này lắm. I like this shirt very much.

    Tôi thích chiếc áo này quá! I really like this shirt!

    In the question formed by the frame construction **có … không** and in the negative sentences, the adverbs **rất** and **quá** are replaced by the adverb **lắm**:

    Chiếc áo này rất đẹp. → **Chiếc áo này có đẹp lắm không?**

    Chiếc áo này đẹp lắm. → **Chiếc áo này không đẹp lắm.**

    Chiếc áo này đẹp quá! → **Chiếc áo này không đẹp lắm.**

    However, when the predicate is expressed by a verb, the adverb **rất** may precede the verb in the negative sentence in the sense of "at all":

    Tôi không thích chiếc áo này lắm. I don't like this shirt very much.

    Tôi rất không thích chiếc áo này. I don't like this shirt at all.

5. The word **hay [là]** has the meaning "or":

    Năm nay tôi định học tiếng Nhật hay [là] tiếng Trung Quốc. This academic year I plan to study Japanese or Chinese.

The word **hay** [là] may function as an interrogative word and refer to any part of the sentence:

Bố đọc sách hay nghỉ? Does father read a book or rest?

Ngôi nhà ấy đẹp hay xấu "ugly"**?** Is that house nice or ugly?

John nói tiếng Việt giỏi hay kém "not well"**?** Does John speak Vietnamese well or not?

Note that when a question contains the interrogative word **hay** [là], the interrogative construction is not used to form the question.

6. The interrogative word **thế nào/như thế nào** "what, how" is placed after a noun group without the link verb **là**, and is placed after a verb in the questions:

Ngôi nhà này [như] **thế nào?** What is the house like?

Ngôi nhà này mới và đẹp. This house is new and beautiful.

Hà vẽ [như] **thế nào?** How does Hà draw?

Hà vẽ rất đẹp. Hà draws very beautifully.

7. When an adjective modifies a verb (like an adverb modifying a verb in English), it follows the verb or the verb group: **vẽ đẹp** "to draw beautifully," **hát hay** "to sing well," **học khá** "to study well," **nói tiếng Việt giỏi** "to speak Vietnamese well."

8. The word **cũng** meaning "also, too" always precedes the predicate:

Tôi cũng là sinh viên. I am also a student.

Tôi cũng học ở trường Đại học Quốc gia Hà Nội. I am also studying at Hà Nội National University.

Cũng can be used in a negation, which is equivalent to the English "either":

Tôi không biết tiếng Nhật. I do not know Japanese.

Tôi cũng không biết tiếng Nhật. I do not know Japanese either.

9. The English word "and" corresponds to several Vietnamese words. **Và** is used when several items are listed:

Chị ấy nói tiếng Pháp, tiếng Đức và tiếng Tây Ban Nha rất giỏi. She speaks French, German[,] and Spanish very well.

Note that the "serial" comma is not used before **và** in Vietnamese. In a conversation, when the subjects are changed, **còn** is used:

Chị có khoẻ không? How are you?

Cám ơn anh, tôi khoẻ. Còn anh thế nào? Thank you, I am fine. And you?

The Vietnamese equivalents of some other functions of the English "and" are introduced in Lesson Nine.

DRILLS

A. Replace the numbers in the following sentences by the words **ít** and **nhiều**. Note that classifiers are not used between **ít** or **nhiều** and countable nouns.

1. **Anh ấy có mười cuốn sách hay.**
2. **Bài này có chín từ mới.**
3. **Cô Thu mua hai cái áo đẹp.**
4. **Phố này có ba ngôi nhà cao.**
5. **Bà mua mười quả chuối và hai quả dứa.**
6. **Hà vẽ năm con chim và ba con cá.**
7. **Thanh có bốn quyển từ điển mới.**
8. **Họ có ba chiếc xe.**
9. **Phòng** "room" **ấy có hai cái bàn và chín cái ghế.**
10. **Cây bưởi kia có mười quả.**
11. **Tôi có ba tờ báo và hai tờ tạp chí.**
12. **Quang nhớ** "remember" **mười từ khó.**
13. **Sinh viên học ba bài mới.**
14. **Tôi biết hai bác sĩ ở bệnh viện** "hospital" **này.**
15. **Trường đại học này có sáu sinh viên Việt Nam.**
16. **Thắng mua bảy cái bút tốt.**
17. **Phố kia có tám cây cao.**
18. **Lớp** "class" **ấy có chín sinh viên.**
19. **Hiệu** "store" **đó bán sáu chiếc xe cũ.**

B. Add the words **ít** and **nhiều** in the following sentences. Pay attention to their position.

1. **Anh ấy ngủ.**
2. **Họ có sách.**
3. **Bố đọc báo và tạp chí tiếng Anh và tiếng Pháp.**
4. **Bà ấy nói.**
5. **Mẹ mua cam và xoài.**
6. **Sinh viên lớp ấy học.**
7. **Họ nghỉ.**
8. **Hà nhớ từ mới.**
9. **Ông ăn cơm.**
10. **Phố này có nhà đẹp.**
11. **Ở đây** "here" **mưa.**
12. **Họ uống** "to drink" **bia** "beer."
13. **Cây dừa kia có quả.**
14. **Ông ấy làm việc** "to work."
15. **Mẹ lo.**

C. Fill in the blanks with the ordinal numbers.

> EXAMPLE **Anh ấy là sinh viên năm _____ (1) → Anh ấy là sinh viên năm thứ nhất.**

1. **Họ học năm _____ (3)**
2. **Bài _____ (1) rất khó, còn bài _____ (2) không khó lắm.**
3. **Đó là hai quyển từ điển. Quyển _____ (1) là từ điển Anh-Việt, còn quyển _____ (2) là từ điển Việt-Anh.**
4. **Chúng tôi học tiếng Việt tháng** "month" **_____ (3)**
5. **Lớp tiếng Việt năm _____ (2) có 7 sinh viên, còn lớp năm _____ (3) có 8 sinh viên.**
6. **Thầy giáo hỏi hai câu. Câu _____ (1) dễ, nhưng** "but" **câu _____ (2) khó quá!**
7. **Đây là lần** "time" **_____ (2) tôi đọc cuốn sách này.**
8. **Anh Jeff đi Hà Nội lần _____ (3)**
9. **Cô ấy học năm _____ (4) ở trường này. Năm _____ (1) và năm _____ (2) cô ấy học tiếng Nhật, còn năm _____ (3) và năm _____ (4) học tiếng Trung Quốc.**
10. **Đây là chiếc ô tô _____ (2) chúng tôi mua ở hiệu này.**

D. Change the following sentences, using numbers and **những** or **các**. Pay attention to the position of the classifiers.

> EXAMPLE **Đây là báo mới. (hai, những) → Đây là hai tờ báo mới. → Đây là những tờ báo mới.**

1. **Đó là cây dừa. (bốn, những)**
2. **Tôi thích quyển sách này. (ba, những)**
3. **Đây là sinh viên Pháp. (năm, các)**
4. **Từ mới rất khó. (mười, các)**
5. **Tạp chí ấy hay. (ba, những)**
6. **Nhà ở đây cao. (hai, những)**
7. **Chiếc xe ấy mầu trắng. (bốn, những)**
8. **Người Pháp này biết tiếng Đức. (sáu, những).**
9. **Bệnh viện ấy có bác sĩ giỏi. (nhiều, những)**

E. Fill in the blanks, using **những** or **các**.

1. **Chào _____ bà!**
2. **_____ người Nhật ấy làm việc ở bệnh viện.**
3. **Chào _____ anh _____ chị! _____ anh _____ chị có phải là sinh viên trường đại học này không?**
4. **Chào _____ ông! _____ ông có khoẻ không?**
5. **_____ cô có biết anh ấy không?**
6. **Họ không hiểu _____ người Ý ấy nói gì.**

7. _____ anh có muốn nghe nhạc không?

8. Xin lỗi _____ ông _____ bà, _____ ông _____ bà là người Trung Quốc, phải không?

9. _____ người ấy làm việc ở đây.

10. _____ ông có báo mới không?

11. Cám ơn _____ anh!

12. _____ cô có thích chiếc áo này không?

13. _____ lớp ở trường này học tiếng Tây Ban Nha.

14. _____ người Anh ấy là ai?

15. _____ anh _____ chị muốn nghỉ à?

16. Tôi thích _____ chiếc áo đỏ này, còn _____ chiếc kia tôi không thích lắm.

17. _____ anh có quen "to know, to be acquainted with" bà ấy không?

18. _____ từ mới dễ lắm!

19. _____ cô ấy là sinh viên trường này, phải không?

20. _____ cuốn từ điển ấy cũ quá!

F. Add the adverbs **rất**, **lắm** and **quá** in the following sentences. Pay attention to their position and the type of the sentences (assertive, negative or interrogative).

1. Họ thích nghe nhạc Mozart.
2. Trường đại học ấy có lớn không?
3. Dứa Hawai'i ngon.
4. Mưa to "hard, heavily."
5. Hà sợ chó.
6. Ngôi nhà ấy đẹp.
7. Cái bàn này không nặng.
8. Bà ấy yêu con.
9. Ở đây có nhiều hoa đẹp.
10. Người Đức thích uống bia.
11. Tiếng Nhật khó.
12. Tôi không thích cuốn sách này.
13. Nhiều người sợ lái xe ở Boston.
14. Cây dừa ấy cao.
15. Bố mẹ lo.
16. Ông ấy không khoẻ.

G. Give both the positive and negative answers to the following questions, using **rất**, **lắm** and **quá**.

1. Anh/chị có thích đọc báo không?
2. Bài này khó lắm, phải không?
3. Anh/chị thích uống bia à?
4. Lớp ấy có nhiều sinh viên không?
5. Anh ấy học ít, phải không?
6. Xoài Việt Nam có ngon không?
7. Cô ấy thích đi xe đạp à?
8. Bệnh viện ấy có nhiều bác sĩ giỏi, phải không?
9. Bà ấy sợ đi máy bay "airplane," phải không?
10. Bài đó có nhiều từ mới không?
11. Cô ấy thích chó và mèo à?
12. Anh/chị có thích ăn cơm "food, cuisine" Việt Nam không?
13. Xe ô tô Anh có đắt không?
14. Anh/chị có thích uống bia không?

H. Give answers to the following questions.

1. Cái áo ấy cũ hay mới?
2. Ngôi nhà kia đẹp hay xấu?
3. Chiếc xe này đắt hay rẻ?
4. Cô Hà hay cô Nga dậy tiếng Việt?
5. Tờ báo ấy cũ hay mới?
6. Bà nói to "loud" hay nhỏ "quiet"?
7. Toà nhà ấy cao hay thấp "short, low"?
8. Thắng vẽ đẹp hay xấu?
9. Cuốn từ điển ấy cũ hay mới?
10. Dũng trả lời đúng "correct" hay sai "incorrect"?
11. Bác sĩ Dung hay kỹ sư Dũng mua nhà?
12. Đấy là gì: báo hay tạp chí?
13. Bài tập này khó hay dễ?
14. Ai trả lời đúng: Lan hay Phương?
15. Kia là cây cam hay cây chanh?
16. Ai mở cửa cho bà: bố hay mẹ?
17. Cô giáo hỏi từ mới hay từ cũ?
18. Ai nói tiếng Việt hay: anh John hay anh Jeff?
19. Ai có quyển từ điển Việt-Anh mới: cô Nga hay cô Thuý?
20. Chiếc xe máy kia cũ hay mới?

I. Give answers to the following questions.

> EXAMPLE   Cái ô ấy [như] thế nào? (tốt) → Cái ô ấy tốt.

1. Ngôi nhà kia như thế nào? (đẹp)
2. Quả dừa ấy thế nào? (ngon)
3. Tờ tạp chí này thế nào? (hay)
4. Bài tập ấy như thế nào? (khó)
5. Cô Thuý thế nào? (trẻ và đẹp)
6. Hai cuốn từ điển này như thế nào? (cũ)
7. Hoà trả lời thế nào? (đúng)
8. Chiếc ô tô đó như thế nào? (đắt)
9. Cái bàn và sáu cái ghế ấy thế nào? (to)
10. Cô Thu nói tiếng Anh "English language" như thế nào? (hay)
11. Kỹ sư Hải thế nào? (rất giỏi)
12. Thắng vẽ như thế nào? (xấu)
13. Hai cái áo mới này thế nào? (đẹp)
15. Toà nhà ấy như thế nào? (rất cao)
16. Ba quả dứa đó thế nào? (nhỏ)
17. Ông bác sĩ ấy như thế nào? (tốt)
18. Bà nói thế nào? (to)
19. Dũng học thế nào? (giỏi)
20. Bố mẹ thế nào? (khoẻ)

J.   Ask questions referring to the underlined words in the following sentences.

> EXAMPLE   **Quyển sách này <u>hay</u>. → Quyển sách này [như] thế nào?**

1. **Ba cái áo và hai cái quần ấy <u>mới</u>.**
2. **Quả dừa ấy <u>ngon</u>.**
3. **Tờ báo kia <u>hay</u>.**
4. **Chiếc ô tô ấy <u>rất đắt</u>.**
5. **Ngôi nhà này <u>đẹp</u>.**
6. **Cây chuối ấy <u>nhiều quả</u>.**
7. **Quyển từ điển ấy <u>rất cũ</u>.**
8. **Cô Hà <u>trẻ</u>.**
9. **Cái ô ấy <u>xấu</u>.**
10. **Chiếc xe đạp kia <u>rẻ</u>.**
11. **Dũng vẽ <u>rất đẹp</u>.**
12. **Cô giáo hỏi <u>rõ</u>.**
13. **Cái bàn ấy <u>to</u>.**
14. **Cô Nga hát <u>hay</u>.**
15. **Thắng học <u>giỏi</u>.**
16. **Toà nhà ấy <u>cao và đẹp</u>.**
17. **Ông Johnson nói tiếng Việt <u>hay</u>.**
18. **Hà trả lời <u>đúng</u>.**
19. **Thầy giáo nói <u>to và rõ</u>.**
20. **Tôi hiểu <u>đúng</u>.**

K.   Use **cũng** to make the responses to the following statements. Note that **cũng** is placed before the predicate.

> EXAMPLE   **Hùng biết tiếng Trung Quốc. (Dũng) → Dũng cũng biết tiếng Trung Quốc.**

1. **Những người Mỹ này biết tiếng Việt. (những người Đức kia)**
2. **Toà nhà này mới. (toà nhà ấy)**
3. **Cuốn sách đó không hay. (cuốn này)**
4. **Chúng tôi là người Việt. (họ)**
5. **Tiến trả lời không đúng. (Thanh)**
6. **Người Mexico nói tiếng Tây Ban Nha. (người Argentina)**
7. **Chiếc xe ô tô này tốt lắm. (chiếc kia)**
8. **Chị ấy học tiếng Việt ở Đại học Quốc gia Hà Nội. (chúng tôi)**
9. **Ông ấy không phải là kỹ sư. (anh ấy)**
10. **Lớp tiếng Việt có mười sinh viên. (lớp tiếng Indonesia)**

L.   Fill in the blanks with **và** or **còn**.

1. **Hiệu sách này bán sách tiếng Việt, tiếng Anh _____ tiếng Pháp.**
2. **Tôi là người Mỹ. _____ chị là người nước nào?**
3. **Họ học tiếng Việt ở Đại học Quốc gia Hà Nội. _____ chúng tôi học tiếng Việt ở Trường tiếng Việt Sài Gòn.**
4. **Bà ấy nói giỏi tiếng Nhật, _____ ông ấy nói giỏi tiếng Nga.**
5. **Lớp tiếng Việt năm thứ nhất có chín sinh viên. _____ lớp năm thứ hai có năm sinh viên.**
6. **Hiệu này bán cơm Pháp _____ cơm Ý.**
7. **Năm thứ ba tôi học tiếng Lào "Laos," _____ năm thứ tư tôi học tiếng Khmer** (the official language of Cambodia).
8. **Hải là bác sĩ, _____ Hà _____ Hiền là sinh viên.**
9. **Tôi thích đọc sách ở thư viện. _____ anh thế nào?**
10. **Họ đi Huế, Đà Nẵng _____ Nha Trang.**

BẠN CẦN BIẾT

Vietnamese is the official language of Vietnam. There is a variety of dialects. The Hanoi dialect and the Saigon dialect are the major dialects of the language. The number of dialects spoken in Central Vietnam is large due to the length of the coastline, and they may significantly differ from each other. However, native speakers of different dialects in Vietnam have no difficulty understanding one another.

Central television, radio and newspapers use the Hanoi dialect. The big cities have their own television and radio stations, where the regional dialects may be used in some local broadcasts.

 ## TỤC NGỮ

Có công mài sắt có ngày nên kim.
If one polishes iron long enough, some day it will become a needle.
[Practice makes perfect.]

Tháp Chàm ở Phan Rang, tỉnh Ninh Thuận
Champa temple in Phan Rang, Ninh Thuận Province

LESSON 4

Address system

GRAMMAR
1. Interrogative words **bao nhiêu**, **mấy**
2. Number system from 11 to 99
3. Personal pronouns

USAGE
1. Final particle **ạ**
2. Initial particle **thưa**
3. **Bận** meaning "to be busy"

 DIALOGUE 1

A : **Chào cô ạ!**
B : **Chào cháu! Lâu ngày không gặp cháu. Bận lắm, phải không?**
A : **Thưa cô, cháu bận lắm. Cháu làm việc ở hai nơi.**
B : **Một tuần cháu làm việc bao nhiêu giờ?**
A : **60 giờ ạ.**

 DIALOGUE 2

A : **Dạo này thế nào?**
B : **Nhiều việc quá! Mình chuẩn bị thi. Cậu có khoẻ không?**
A : **Cám ơn cậu, mình khoẻ lắm. Chúng mình cũng chuẩn bị thi.**
B : **Thi mấy môn?**
A : **Năm môn.**
B : **Năm môn à? Nhiều quá!**

 DIALOGUE 3

A : **Cháu chào bác ạ.**
B : **Chào cháu! Bố có nhà không?**
A : **Thưa bác, bố cháu không có nhà.**
B : **Tiếc quá! Bác muốn mời bố đi xem một bộ phim mới.**
A : **Bác chờ bố cháu mấy phút ạ. Bố cháu đi mua báo.**

VOCABULARY

Dialogue 1

cô aunt; you
ạ final polite particle
cháu nephew, niece; you
lâu long
ngày day
    lâu ngày for a long time
gặp to meet, see, run into someone
bận to be busy
thưa initial polite particle
nơi place
tuần week
bao nhiêu how many
giờ hour

Dialogue 2

dạo này these days, nowadays
    Dạo này thế nào? How are you these days?

việc business
    Nhiều việc quá! I have a lot to do. I'm very busy.
chuẩn bị to prepare
thi to take a final exam; final examination, final exam
môn subject, course, class

Dialogue 3

có nhà to be at home
không có nhà not to be at home
tiếc to regret
    Tiếc quá! What a pity!
mời to invite
xem to watch, look, take a look
bộ set; classifier for movies
phim movie
chờ to wait (for)
phút minute

GRAMMAR NOTES

1. **Bao nhiêu** in the sense of "how many" is used when the speaker presumes a quantity of ten or more than ten, and **mấy** is used for a quantity of less than ten.

2. Number system from 11 to 99

2.1. The numbers from 11 to 19 are formed by adding **một, hai, ba, bốn, năm, sáu, bảy, tám, chín** to the number **mười**. The number **năm** changes into **lăm**:

mười một eleven	**mười bốn** fourteen	**mười bảy** seventeen
mười hai twelve	**mười lăm** fifteen	**mười tám** eighteen
mười ba thirteen	**mười sáu** sixteen	**mười chín** nineteen

2.2. The numbers 20, 30, 40, 50, 60, 70, 80, 90 add the element **mươi** (with mid-level tone) to the numbers **hai, ba, bốn, năm, sáu, bảy, tám, chín: hai mươi, ba mươi, bốn mươi, năm mươi, sáu mươi, bảy mươi, tám mươi, chín mươi.**

2.3. The number **một** in the numbers 21, 31, 41, 51, 61, 71, 81, 91 changes its tone to the high-rising tone: **hai mươi mốt, ba mươi mốt, bốn mươi mốt, năm mươi mốt, sáu mươi mốt, bảy mươi mốt, tám mươi mốt, chín mươi mốt.**

2.4. The number **bốn** in the numbers 24, 34, 44, 54, 64, 74, 84, 94 is used in both the Hanoi and the Saigon dialects: **hai mươi bốn, ba mươi bốn**, etc. In the Hanoi dialect, the number **bốn** may change to **tư** as well: **hai mươi tư, ba mươi tư, bốn mươi tư, năm mươi tư, sáu mươi tư, bảy mươi tư, tám mươi tư, chín mươi tư.** Speakers of the Saigon dialect use the form **bốn** only.

2.5. The number **năm** in the numbers 25, 35, 45, 55, 65, 75, 85, 95 changes to either **nhăm** or **lăm** in the Hanoi dialect: **hai mươi nhăm/lăm, ba mươi nhăm/lăm, bốn mươi nhăm/lăm, năm mươi nhăm/lăm, sáu mươi nhăm/lăm, bảy mươi nhăm/lăm, tám mươi nhăm/lăm, chín mươi nhăm/lăm.** Speakers of the Saigon dialect use only the form **lăm**.

The other numbers (**hai, ba, sáu, bảy, tám, chín**) preserve their original forms: **hai mươi hai** (22), **ba mươi ba** (33), **bốn mươi sáu** (46), **năm mươi bảy** (57), **sáu mươi tám** (68), **bảy mươi chín** (79).

3. Personal pronouns
    The Vietnamese language does not have words that function strictly as pronouns in the second person; rather, a large number of kinship terms serve this function. These terms will be covered more fully below. First, let's look at the first and third person pronouns:

	Singular	Plural
First Person	tôi, mình	chúng tôi, chúng ta, chúng mình
Second Person	———	———
Third Person	nó	họ, chúng nó

In most formal and polite situations where you may find yourself speaking, use of the form **tôi** is appropriate.

The plural form **chúng tôi** excludes the person/people addressed, and the form **chúng ta** includes that person/those persons. In formal cases, **ta** may be used in the sense of **chúng ta**.

The singular form **mình** is used on a familiar basis.

The familiar plural form **chúng mình** both excludes and includes the person(s) addressed, depending on circumstances.

Nó and **chúng nó** are used in referring to children and animals. Be careful: they are familiar, and sometimes may be offensive if used in referring to adults. **Nó** may be also used to refer to an inanimate object.

In Vietnamese many kinship terms are used as personal pronouns to refer to people both within and outside the family. Here are several of them.

bố father		**anh** elder brother	
ba father (in Southern Vietnam)		**chị** elder sister	
cha father (formal)		**em** younger brother or sister	
mẹ mother		**con** child	
má mother (in Southern Vietnam)		**cháu** 1) nephew or niece 2) grandchild	

ông grandfather

bà grandmother

bác uncle, aunt (father's and mother's elder brother or sister)

chú uncle (father's younger brother)

cậu uncle (mother's younger brother)

cô aunt (father's and mother's younger sister)

cụ great-grandparent

The full kinship systems of the Hanoi and the Saigon dialects and their differences are described in the book *Continuing Vietnamese*, Lesson Four.

Anh is used in addressing a young male person; **chị** is used in addressing a young female person. In Southern Vietnam the word **cô** may be also used in the sense of **chị**.

Ông is used in addressing a middle-aged male person. **Bà** is used in addressing a middle-aged female.

Bác is used in addressing a person as old as the speaker's parents.

Cậu is a familiar form used by young people, especially by male persons, in addressing each other.

Em or **cháu** is used when addressing a child.

Cụ is used in addressing an old man or woman.

In high schools, colleges and universities in Vietnam, students use **thầy/thày** when addressing a male teacher, and use **cô** when addressing a female teacher. A student refers to himself/herself as **em**; students refer to themselves as **chúng em**. At high schools a teacher uses **em** when addressing a student. At colleges and universities a teacher uses **anh** when addressing a male student and **chị** when addressing a female student. A teacher refers to himself/herself as **tôi**.

The plural forms for second persons are made by adding the word **các** before the kinship terms:

ông "you" (singular) → **các ông** (plural); **bà** "you" (singular) → **các bà** (plural).

The other pronouns are formed in the same way. For example:

anh → các anh; cô → các cô; chị → các chị; bác → các bác; cụ → các cụ; cậu → các cậu; em → các em; cháu → các cháu; etc.

The word **ấy** is added after a kinship term to form the third person for both singular and plural:

ông "you" → **ông ấy** "he (singular)" **các ông ấy** "he (plural)"; **bà** "you" → **bà ấy** "she (singular)," **các bà ấy** "she (plural)."

The other pronouns are formed in the same way. For example:

anh → anh ấy, các anh ấy; cô → cô ấy, các cô ấy; chị → chị ấy, các chị ấy; bác → bác ấy, các bác ấy; etc.

In addition to the personal pronouns and the kinship terms used as personal pronouns, the word **bạn**, literally meaning "friend," is commonly used as a second personal pronoun in formal situations. Its plural form is **các bạn**. This word is not used for third person(s).

NOTES ON USAGE

1. The final particle **ạ**, used in spoken Vietnamese, may be placed at the end of the sentence as an indication of respect for the addressed person, who would in most cases be older than the speaker:

   Chào cô ạ! Hello!

   Cám ơn bà ạ! Thank you!

   Anh có bút không? Do you have a pen?

   Không ạ! No, sorry.

2. The initial particle **thưa** may precede a personal pronoun in a direct address, denoting politeness and respect for the person the speaker is talking to:

   Thưa ông, đây có phải là phố Lý Thường Kiệt không? Excuse me, sir, is this Lý Thường Kiệt Street?

   Anh có quen cô ấy không? Do you know her?

   Thưa bà, không ạ. No, madam.

   Thưa ông, ông có phải là bác sĩ Thắng không? Excuse me, sir, you are doctor Thắng, aren't you?

   Vâng, tôi là bác sĩ Thắng ạ. Yes, I am.

3. The verb **bận** is used before another verb meaning "to be busy doing something":

   Chúng tôi bận chuẩn bị thi. We are busy preparing for the final exams.

DRILLS

A. Give the answers to the following questions, using the numbers given in the parentheses.

> EXAMPLE   **Anh có mấy quyển từ điển?** (3) → **Tôi có ba quyển từ điển.**

1. **Lớp này có bao nhiêu sinh viên?** (14)
2. **Họ mua mấy cái ô?** (5)
3. **Phòng này có bao nhiêu chiếc ghế?** (25)
4. **Cây dừa kia có bao nhiêu quả?** (34)
5. **Dũng ghi bao nhiêu từ mới?** (41)
6. **Hiệu này bán bao nhiêu chiếc xe cũ?** (15)
7. **Phố ấy có mấy ngôi nhà cao?** (4)
8. **Trường này có bao nhiêu lớp?** (21)
9. **Sinh viên làm "to do, to make" mấy bài tập?** (7)
10. **Bệnh viện ấy có bao nhiêu bác sĩ?** (60)
11. **Bao nhiêu kỹ sư làm việc ở đây?** (74)
12. **Bưu điện này có bao nhiêu người làm việc?** (24)
13. **Ngôi nhà ấy có mấy phòng?** (8)
14. **Bao nhiêu sinh viên học tiếng Việt?** (35)
15. **Bao nhiêu sinh viên học tiếng Nhật?** (98)
16. **Phòng này có bao nhiêu cái bàn?** (11)
17. **Bạn quen bao nhiêu sinh viên ở trường này?** (95)
18. **Thành phố ấy có bao nhiêu trường đại học?** (14)
19. **Họ mua bao nhiêu cuốn sách?** (22)
20. **Sổ "a small notebook" ghi từ mới có bao nhiêu từ?** (85)
21. **Lớp này có mấy quyển từ điển Việt-Anh?** (5)

B. Read the following sentences and put questions with **mấy** or **bao nhiêu** to them.

1. Bố mẹ có 2 chiếc xe.
2. Họ mua 15 tờ báo và tạp chí.
3. 21 bác sĩ làm việc ở bệnh viện ấy.
4. Cây bưởi này có 48 quả.
5. Lớp tiếng Tây Ban Nha có 99 sinh viên.
6. Hiệu ấy bán 35 cuốn từ điển Anh-Việt và 17 cuốn từ điển Việt-Anh.
7. Trường này có 19 cô giáo và 15 thày giáo.
8. 31 sinh viên học tiếng Pháp và 45 sinh viên học tiếng Đức.
9. Phố Trần Hưng Đạo có 8 toà nhà cao.
10. Thành phố này có 4 bưu điện.
11. Trường ấy có 3 lớp tiếng Việt.
12. Mẹ mua 20 quả cam.
13. Thắng vẽ 10 con chim và 2 con cá.
14. Hùng nhớ 71 từ khó.
15. Dũng ăn 3 quả xoài.
16. Lớp tiếng Việt năm thứ hai có 15 sinh viên, 8 nam "male" và 7 nữ "female."
17. Mary hiểu 12 câu hỏi.
18. Cô ấy trả lời đúng 10 câu hỏi.
19. Ngôi nhà kia có 24 phòng.
20. Bài ấy có 22 từ mới.

C. Fill in the blanks, using the proper personal pronouns.

1. Tôi hỏi một người bạn: " _____ có thích nhạc Mozart không?"

2. Thày giáo nói với sinh viên: "Hôm nay _____ học bài mới."

3. Sinh viên hỏi cô giáo: "Thưa _____ , bài này có nhiều từ mới không ạ?"

4. Bà Ngọc làm việc ở trường Đại học Huế. _____ dạy tiếng Pháp.

5. Dũng chào bác Thắng: "Chào _____ ạ!"

6. _____ là người Mỹ. Còn các ông các bà là người nước nào?

7. Anh Hiển là bác sĩ. _____ làm việc ở bệnh viện Saint-Paul.

8. Cô giáo hỏi học sinh "student in an elementary or high school": " _____ có nhớ từ ấy không?" Học sinh trả lời: "Thưa _____ , có ạ!"

9. Những người này là sinh viên. _____ học tiếng Việt.

10. - Ông Hải làm việc ở đâu? - _____ làm kỹ sư ở nhà máy "factory."

11. Tôi không thích cái áo này. _____ ngắn "short" quá.

12. Chúng tôi chào cụ Hiển: "Chào _____ ạ! _____ có khoẻ không?"

13. Cháu Phương học lớp hai "is in second grade." _____ rất thích vẽ.

14. Mình gặp chị Lan. _____ mời mình đi ăn cơm Việt Nam.

15. Mẹ hỏi con: " _____ có thích ăn cam không?" Con trả lời: " _____ thích lắm ạ."

D. Answer the following questions.

> EXAMPLE   **Chào anh. Anh có khoẻ không? (cô, tôi)**
> _____ → **Cám ơn cô, tôi khoẻ.**

1. **Anh có hiểu câu hỏi này không? (thày, em)**

    _____

2. **Bà Khanh làm bác sĩ ở đâu? (bà ấy)**

    _____

3. **Cháu học lớp mấy?** "What grade are you in?" **(bác, cháu)**

    _____

4. **Ông có quen ông Tuấn không? (tôi, ông ấy)**

    _____

5. **Thưa cô, hôm nay chúng em học bài mới, phải không ạ? (các anh các chị)**

    _____

6. **Anh John học ở đâu? (anh ấy)**

    _____

7. **Bà tên là gì? (ông, tôi)**

    _____

8. **Cô Hằng và cô Thảo học tiếng Anh ở đâu? (bà, các cô ấy)**

    _____

9. **Các anh làm việc ở đâu? (chị, chúng tôi)**

    _____

10. **Chị có thích chiếc xe này không? (nó)**

    _____

E. Add the particles **thưa** and **ạ** to the following sentences.

> EXAMPLE   A: Đây có phải là bưu điện không? → A: Thưa ông/bà/…, đây có phải là bưu điện không [ạ]?
> B: Vâng.   B: Vâng ạ.

1. **Thày có phải là thày giáo tiếng Việt không?**
2. A: **Bà có quen ông ấy không?**
    B: **Tôi không quen ông ấy.**
3. A: **Ông có biết tiếng Đức không?**
    B: **Không.**
4. A: **Bà bác sĩ ấy làm việc ở bệnh viện Saint Paul, phải không?**
    B: **Vâng, bà ấy làm việc ở bệnh viện Saint Paul.**
5. A: **Ông là kỹ sư Thắng, phải không?**
    B: **Không phải, tên tôi là Hiến.**
6. A: **Họ có phải là sinh viên lớp tiếng Nhật không?**
    B: **Vâng.**

7. A: **Anh có báo mới không?**

   B: **Không.**

8. A: **Ông có biết tiếng Trung Quốc không?**

   B: **Vâng, tôi biết.**

9. A: **Thư viện trường này có báo và tạp chí tiếng Việt không?**

   B: **Có.**

10. A: **Bác là người Pháp à?**

    B: **Vâng.**

BẠN CẦN BIẾT

An English speaker may have some difficulty learning the address systems of a number of languages, such as **tu** and **vous** in French, **du**, **ihr**, **Sie** (singular and plural polite second personal pronoun) and **sie** (singular and plural third personal pronoun) in German, or **ты** and **вы** in Russian. Vietnamese offers even more challenges.

In general, how two people address each other is based on 1) their age; 2) their relationship; and 3) in many cases, their social ranks. When a younger person is talking to an older person, (s)he should use a term which implies respect to the older person. Once a relationship is established, people may gradually start using more familiar terms when addressing each other. Keep in mind that you can go from a more formal term to a more familiar term, but not in the opposite direction. For instance, when you meet someone for the first time, you can use **anh** or **chị** to address the person and refer to yourself as **tôi**. Later on, once you have already started using **cậu** for your male friend and **mình** to refer to yourself, you cannot go back to the more formal **anh** and **tôi**.

Vịnh Hạ Long
Hạ Long Bay

For the members of a Vietnamese family, the kinship terms such as **bố, mẹ, con, anh, chị, em, bác, chú, cô, cậu, cháu, ông, bà** mean both "you" and "I." For instance, a mother uses **con** ("child") to address her daughter or son and uses **mẹ** ("mother") to refer to herself. Her daughter or son uses **mẹ** to address her and uses **con** to refer to herself or himself.

Tôi meaning "I" is not capitalized in Vietnamese.

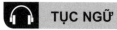

TỤC NGỮ

Một giọt máu đào hơn ao nước lã.
Blood is thicker than water.

Year, month, week, day, days of the week, dates

Grammar

1. Number system from 100
2. Time expressions
3. Interrogative words **bao giờ, khi nào, ngày nào, thứ mấy, hôm nào**
4. The word **có** in the sense of "yes"

Usage

Initial particle **ừ**

 DIALOGUE 1

A : Hôm nay thứ sáu, phải không?

B : Ừ, hôm nay thứ sáu.

A : Thứ tư tuần sau ngày bao nhiêu? Chị có lịch không?

B : Có, thứ tư là mồng tám. Bao giờ anh đi Việt Nam?

A : Mồng một tháng sau.

 DIALOGUE 2

A : Ngày mai sinh nhật mình.

B : Thế à? Chúc mừng cậu!

A : Tối mai mình tổ chức ăn sinh nhật ở nhà. Mời cậu lại.

B : Cám ơn cậu. Tối mai mình đến.

VOCABULARY

Dialogue 1
hôm nay today
thứ sáu Friday
ừ yeah, sure thing!
thứ tư Wednesday
tuần sau next week
lịch calendar
mồng particle used with the date
bao giờ? when?
tháng sau next month

Dialogue 2
ngày mai tomorrow
sinh nhật birthday
thế à? oh! really?
chúc mừng to congratulate; congratulations
tối mai tomorrow night
tổ chức to organize
ăn sinh nhật to celebrate one's birthday
lại to come over
đến to come, arrive

 Grammar Notes

1. Number system from 100.

100 **một trăm**	100 000 **một trăm nghìn**
1 000 **một nghìn**	1 000 000 **một triệu**
10 000 **mười nghìn**	1 000 000 000 **một tỷ**

Note that in Vietnamese commas are not used as thousands separators (i.e., to divide the digits into groups of three):

	English	Vietnamese
One thousand	1,000	1 000
Ten thousand	10,000	10 000
One hundred thousand	100,000	100 000
One million	1,000,000	1 000 000

Occasionally, a dot is used to separate thousands. For instance, one hundred thousand may be seen as 100.000 and one million as 1.000.000.

Four-, five- and more digit numbers are made by adding number at a lower level:

1 100 **một nghìn một trăm**

1 500 **một nghìn năm trăm**

1 930 **một nghìn chín trăm ba mươi**

2 367 **hai nghìn ba trăm sáu mươi bảy**

31 645 **ba mươi mốt nghìn sáu trăm bốn mươi nhăm/lăm**

The particle **linh** signals that the ten level is skipped:

> 101 **một trăm linh một**
>
> 204 **hai trăm linh bốn**

When the ten- or more level is skipped, the word **không** may be added with **trăm**, but **không** is not mandatory:

> 2 004 **hai nghìn không trăm linh bốn**, or: **hai nghìn linh bốn**
>
> 20 004 **hai mươi nghìn không trăm linh bốn**, or: **hai mươi nghìn linh bốn**
>
> 3 050 **ba nghìn không trăm năm mươi**, or: **ba nghìn năm mươi**
>
> 12 003 **mười hai nghìn không trăm linh ba**, or: **mười hai nghìn linh ba**
>
> 204 005 **hai trăm linh bốn nghìn không trăm linh năm**, or: **hai trăm linh bốn nghìn linh năm**

The words **lẻ** and **ngàn**, borrowed from the Saigon dialect, can be used instead of **linh** and **nghìn** respectively:

> 2 004 **hai ngàn [không trăm] lẻ bốn**

2.   Time expressions

2.1. Year

năm year	**năm ngoái** last year
năm nay this year	**sang năm** next year

2.2. Month

tháng month	**tháng năm** May
tháng này this month	**tháng sáu** June
tháng trước last month	**tháng bảy** July
tháng sau next month	**tháng tám** August
tháng một/tháng giêng January	**tháng chín** September
tháng hai February	**tháng mười** October
tháng ba March	**tháng mười một** November
tháng tư April	**tháng mười hai/tháng chạp** December

Note that Vietnamese does not capitalize the names of the months. Both **tháng một** and **tháng giêng** are used for January, and both **tháng mười hai** and **tháng chạp** are used for December. However, when talking about a date of the Lunar calendar, Vietnamese people use only **tháng giêng** for January and **tháng chạp** for December.

Only the interrogative word **mấy** is used in a question about a month; the interrogative word **bao nhiêu** is not used in this case:

Bây giờ "now" **là tháng mấy?** What month is it?

Bây giờ là tháng mười một. It's November.

2.3. Week

tuần week	**tuần trước** last week
tuần này this week	**tuần sau** next week

2.4. Day

ngày day	**hôm kia** the day before yesterday
hôm nay today	**ngày mai** tomorrow
hôm qua yesterday	**ngày kia** the day after tomorrow

2.5. Days of the week

chủ nhật Sunday	**thứ năm** Thursday
thứ hai Monday	**thứ sáu** Friday
thứ ba Tuesday	**thứ bảy** Saturday
thứ tư Wednesday	

Note that Vietnamese does not capitalize the days of the weeks.
Only the interrogative word **mấy** is used with the word **thứ** (**bao nhiêu** is incorrect):

Hôm nay thứ mấy? What day is today?

Hôm nay chủ nhật. Today is Sunday.

Also note that the verb **là** is used with the month (see 2.2. above), but not with the day of the week.

2.6. Dates

Pay attention to the word order in Vietnamese:

ngày 27 tháng 10 năm 2012

or: 27-10-2012

or: 27/10/2012

(English: October 27, 2012; or: 10/27/12)

The particle **mồng/mùng** is added to the number indicating the date from the first through the tenth day of each month:

ngày mồng/mùng một tháng giêng (January 1)

ngày mồng/mùng mười tháng giêng (January 10)

Compare: **ngày mười một tháng giêng** (January 11)

Both **bao nhiêu** and **mấy** may be used with the word **ngày**. The particle **mồng/mùng** is added between **ngày** and **mấy**. The word **ngày** in this case is optional:

Hôm nay [ngày] bao nhiêu? What date is today?

Hôm nay [ngày] mười một. Today is the eleventh.

Hôm nay [ngày] mồng/mùng mấy? What date is today?

Hôm nay [ngày] mồng/mùng mười. Today is the tenth.

2.7. Time of day

The day is divided into several approximate periods of time as follows:

sáng "morning" from 4 a.m. to 11 a.m.

trưa "noon" from 11 a.m. to 2 p.m.

chiều "afternoon" from 2 p.m. to 6 p.m.

tối "evening" from 6 p.m. to 11 p.m.

đêm "night" from 11 p.m. to 4 a.m.

Each word appears after the word **buổi**, which means "division of the day," except for **đêm**:

buổi sáng, buổi trưa, buổi chiều, buổi tối

Hồ Trúc Bạch, Hà Nội
Lake Trúc Bạch, Hà Nội

The words **ngày** and **đêm** may be used after the word **ban**: **ban ngày** "daylight time," **ban đêm** "night time."

2.8. The demonstrative pronoun **nay** or **này** is added to the time expressions to denote the current period of time. Pay attention to the tone:

> **Nay: hôm nay** "today," **sáng nay** "this morning," **trưa nay** "this noon," **chiều nay** "this afternoon," **tối nay** "this evening/tonight," **đêm nay** "tonight," **năm nay** "this year"

> **Này: tuần này** "this week," **tháng này** "this month"

The words **qua** and **mai** are added to the times of day to indicate yesterday's and tomorrow's times of day:

> **Qua: sáng qua** "yesterday morning," **trưa qua** "yesterday noon," **chiều qua** "yesterday afternoon," **tối qua** "yesterday evening/last night," **đêm qua** "last night"

> **Mai: sáng mai** "tomorrow morning," **trưa mai** "tomorrow noon," **chiều mai** "tomorrow afternoon," **tối mai** "tomorrow evening/tomorrow night," **đêm mai** "tomorrow night"

3.   There are many words for the English interrogative term "when?" in Vietnamese. The words **bao giờ?** "when?" and **khi nào?** "when?," may be used in almost any situation. The words **ngày nào?** "what day?," **thứ mấy?** "what day of the week?," **hôm nào?** "when?" "what day?," **ngày bao nhiêu?** or: **ngày mồng/mùng mấy?** "what date of the month?," **tháng mấy?** "what month?" etc. are more specific to a particular period of time.

The interrogative words referring to time are placed at the beginning of the question when the action takes place in the future.

> **Bao giờ anh về?** When will you come back?

> **Tuần sau tôi về.** I will come back next week.

They are placed at the end of the question when the action took place in the past:

> **Anh về bao giờ?** When did you come back?

> **Tôi về tuần trước.** I came back last week.

4.   **Có** in the sense of "Yes" may be used in a reply to a question formed with the frame construction **có … không?**

> **Anh có từ điển Việt-Anh không?** Do you have a Vietnamese-English dictionary?

> **Có.** Yes, I do.

> **Ngày mai chị có đi làm không?** Do you go to work tomorrow?

> **Có.** Yes, I do.

NOTES ON USAGE

The initial particle **ừ** is used in a reply in the sense of "Yes" or "Yeah," signalling a speech addressed to someone with whom the speaker is on familiar terms:

>**Ngày mai chị thi, phải không?** Do you take the exam tomorrow?
>
>**Ừ!** Yeah.

DRILLS

A. Read the following numbers in Vietnamese.

15; 21; 25; 81; 100; 301; 754; 915; 1 115; 1 155; 2 574; 5 861; 7 411; 8 532; 10 000; 11 100; 15 751; 48 965; 75 351; 99 606; 100 000; 274 306; 402 701; 589 041; 887 003; 906 050; 1 000 000; 3 765 803; 28 609 471; 108 437 005; 469 058 201; 751 409 080; 872 056 325; 4 000 000 000.

B. Read the following dates in Vietnamese.

> EXAMPLE 12-8-1957 → **ngày mười hai tháng tám năm một nghìn chín trăm năm mươi bảy**

24-6-1987; 04-5-1943; 17-2-1993; 15-12-1979; 07-4-1955; 23-1-1867; 10-3-1976; 31-12-1944; 19-8-1945; 04-3-1963; 30-6-1986; 04-7-1776; 12-9-1931; 01-01-2001; 29-11-1786; 03-10-1598.

C. Answer the following questions.

> EXAMPLE **Tháng này/bây giờ là tháng mấy?** (August, **sau**)
> → **Tháng này/bây giờ là tháng tám. Tháng sau là tháng chín.**

1. **Tháng này là tháng mấy?** (July, **trước**)
2. **Bây giờ là tháng mấy?** (February, **trước**)
3. **Tháng này là tháng mấy?** (March, **sau**)
4. **Bây giờ là tháng mấy?** (January, **trước**)
5. **Bây giờ là tháng mấy?** (October, **sau**)
6. **Tháng sau là tháng mấy?** (May, **trước**)
7. **Tháng này là tháng mấy?** (April, **trước**)
8. **Bây giờ là tháng mấy?** (November, **sau**)
9. **Tháng sau là tháng mấy?** (June, **trước**)
10. **Tháng trước là tháng mấy?** (November, **sau**)
11. **Tháng trước là tháng mấy?** (March, **sau**)
12. **Tháng sau là tháng mấy?** (September, **trước**)
13. **Tháng trước là tháng mấy?** (June, **này**)
14. **Bây giờ là tháng mấy?** (April, **sau**)
15. **Tháng sau là tháng mấy?** (July, **trước**)
16. **Tháng này là tháng mấy?** (December, **trước**)
17. **Bây giờ là tháng mấy?** (March, **trước**)
18. **Tháng trước là tháng mấy?** (February, **sau**)

D. Answer the following questions.

> EXAMPLE   **Hôm nay thứ mấy? (sáu, ngày mai)** → **Hôm nay thứ sáu. Ngày mai thứ bảy.**

1. **Hôm nay thứ mấy? (tư, hôm qua)**
2. **Ngày mai thứ mấy? (bảy, ngày kia)**
3. **Hôm kia thứ mấy? (năm, hôm qua)**
4. **Hôm qua thứ mấy? (ba, ngày mai)**
5. **Ngày kia thứ mấy? (chủ nhật, hôm qua)**
6. **Hôm kia thứ mấy? (sáu, hôm qua)**
7. **Ngày mai thứ mấy? (hai, hôm kia)**
8. **Ngày kia thứ mấy? (tư, hôm qua)**
9. **Ngày mai thứ mấy? (chủ nhật, hôm qua)**
10. **Hôm nay thứ mấy? (ba, hôm kia)**
11. **Ngày kia thứ mấy? (sáu, hôm kia)**
12. **Ngày mai thứ mấy? (bảy, hôm nay)**
13. **Hôm qua thứ mấy? (tư, ngày kia)**
14. **Ngày kia thứ mấy? (hai, hôm nay)**
15. **Ngày mai thứ mấy? (năm, hôm kia)**
16. **Hôm kia thứ mấy? (chủ nhật, ngày mai)**

E. Answer the following questions. Note that the A questions refer to the future tense, and the B questions refer to the past tense.

> EXAMPLE   A. **Bao giờ anh đi? (thứ sáu)** → **Thứ sáu tôi đi.**
> B. **Anh đi bao giờ? (thứ sáu)** → **Tôi đi thứ sáu.**

A
1. **Bao giờ các bạn thi? (tháng sau)**
2. **Khi nào chị đi bưu điện? (sáng mai)**
3. **Thứ mấy họ về? (chủ nhật tuần sau)**
4. **Ngày mùng mấy kỹ sư Hải đến đây? (mùng tám tháng sau)**
5. **Khi nào họ mua nhà? (sang năm)**
6. **Bao giờ các anh học bài mới? (ngày mai)**
7. **Tháng mấy bác sĩ Hùng đi Pháp? (tháng giêng sang năm)**
8. **Bao giờ sinh nhật cô ấy? (ngày kia)**
9. **Hôm nào anh mời chúng tôi đi ăn cơm Việt Nam? (tối thứ bảy tuần sau)**
10. **Khi nào cô đi gặp ông ấy? (chiều mai)**

B
1. **Ông mua chiếc xe ấy khi nào? (năm ngoái)**
2. **Bà gặp anh ấy bao giờ? (hôm kia)**
3. **Mẹ đi chợ khi nào? (sáng nay)**
4. **Anh xem phim ấy hôm nào? (hôm kia)**
5. **Bác sĩ Smith đến Hà Nội bao giờ? (đêm qua)**
6. **Các anh các chị học bài này khi nào? (tuần trước)**
7. **Bà Ngọc về thứ mấy? (thứ hai)**
8. **Họ lại đây hôm nào? (hôm qua)**
9. **Ông ấy hỏi tôi bao giờ? (trưa nay)**
10. **Họ mua ngôi nhà ấy khi nào? (năm kia)**

F. Complete the following sentences using different question words.

> EXAMPLE   A: **Tối qua tôi gặp anh ấy.**   →   A: **Tối qua tôi gặp anh ấy.**
>   B: **Thế à?** _____   B: **Thế à? Ở đâu?**

1. A: **Tuần sau ông ấy đến đây.**
   B: **Thế à?** _____

2. A: **Tôi không thích bộ phim ấy.**
   B: **Thế à?** _____

3. A: **Tuần sau mình thi.**
   B: **Thế à?** _____

4. A: **Dạo này nó bận lắm.**
   B: **Thế à?** _____

5. A: **Bài mới dễ lắm.**
   B: **Thế à?** _____

6. A: **Tôi quen những người ấy.**
   B: **Thế à?** _____

7. A: **Ngày mai họ đi Việt Nam.**
   B: **Thế à?** _____

8. A: **Anh Hùng mua ô tô tuần trước.**
   B: **Thế à?** _____

BẠN CẦN BIẾT

The official calendar of Vietnam is the solar calendar (**dương lịch**), the same calendar used in the U.S.A., Europe and elsewhere. However, the lunar calendar (**âm lịch**) is very popular in Vietnam as well.

A number of Vietnamese holidays, such as the Lunar New Year (**Tết nguyên đán**), Mid-Autumn festival (**Tết trung thu**) and Buddha's birthday (**Phật Đản**), are based on the lunar calendar. And the lunar calendar is still used by many Vietnamese for choosing a lucky date for a wedding, for laying the foundation to build a house, or for starting a business.

The question "**Hôm nay [ngày] mùng mấy/bao nhiêu?**" refers to the solar calendar only. When asking about the lunar calendar, Vietnamese people add "**âm lịch**" or "**ta**" to the end of the question: "**Hôm nay [ngày] mùng mấy/bao nhiêu âm lịch?**" or "**Hôm nay [ngày] mùng mấy/bao nhiêu ta?**"

Văn Miếu, Hà Nội
Temple of Literature, Hà Nội

LESSON 6

Time

GRAMMAR

1. Clock time
2. Temporal prepositions
3. Interrogative word **bao lâu**
4. Frame construction **có … không** used with an adjective
5. The word **hay** meaning "often"

USAGE

1. Different meanings of the word **giờ**
2. Verbs **chờ, đợi**
3. Set expressions used with **đồng hồ**

 DIALOGUE 1

A : **Anh ơi! Bây giờ mấy giờ rồi? Đồng hồ tôi đứng.**
B : **Theo đồng hồ tôi, bây giờ 7 giờ 35. Nhưng đồng hồ tôi chạy nhanh.**
A : **Nhanh mấy phút?**
B : **Nhanh 5 phút. Tức là bây giờ đúng 7 rưỡi.**

 DIALOGUE 2

A : **Chiếc đồng hồ này chạy có đúng không?**
B : **Chiếc này chậm mấy phút. Chiếc kia chạy đúng. Sáng nay tôi lấy đồng hồ theo ti vi lúc 7 giờ.**

 DIALOGUE 3

A : **Chị chờ ông ấy bao lâu rồi?**
B : **Tôi chờ 15 phút rồi. Hôm qua tôi cũng chờ ông ấy gần nửa tiếng, từ 8 giờ kém 10 đến 8 giờ 15.**
A : **Dạo này ông ấy hay đến muộn quá!**

VOCABULARY

Dialogue 1

giờ hour, time

  mấy giờ? what time?

đồng hồ clock, watch

đứng to stand, stop (of watches, clocks)

theo according to

chạy to run

nhanh fast

tức là that is, that means

rưỡi (and a) half

Dialogue 2

lấy to take

  lấy đồng hồ to set [one's] watch

ti vi TV

lúc at

Dialogue 3

bao lâu? [for] how long?

gần approximately, about

nửa half

tiếng hour

hay often, frequently

muộn late

7 giờ đúng

6 giờ 45, or:
7 giờ kém 15

7 giờ 15

7 giờ 30, or:
7 [giờ] rưỡi

 GRAMMAR NOTES

1.   Clock time

   giờ hour

   phút minute

   giây second

The word **giờ** in the phrase **7 giờ rưỡi** is optional: **7 rưỡi**. In the other cases, it may not be omitted: **7 giờ; 7 giờ đúng; 6 giờ 45; 7 giờ kém 15; 7 giờ 15; 7 giờ 30**.

   The phrase **7 giờ đúng** may have the different word order: **đúng 7 giờ**. However, when a word denoting time of day is added, only the word order **đúng 7 giờ sáng** is possible.

   The words denoting the times of day can be added to the clock time: **6 rưỡi sáng; 12 giờ trưa; 5 giờ kém 15 chiều; 7 giờ tối; 3 giờ đêm**.

   Only the interrogative **mấy** is used with the word **giờ** in the sense of "what time?." **Bao nhiêu** is not used in this case. In the question **Bây giờ mấy giờ rồi?** "What time is it now?" **rồi** is used idiomatically. It does not refer to an action that began in the past and is going on in the present (see grammar note #3 below).

Mấy giờ placed at the beginning of a question implies an action which will occur in the future. When it is placed at the end of a question, the action took place in the past (compare to grammar note #3 in Lesson Five). In that case, it is usually used together with the word **lúc**:

Mấy giờ tối mai anh đến? What time will you come tomorrow night?

Bẩy rưỡi. At half past seven.

Anh đến lúc mấy giờ? What time did you come?

Tôi đến lúc bẩy rưỡi. I came at half past seven.

2. Temporal prepositions

Từ from: **Tôi học tiếng Việt từ tháng 9.**
    I have been studying Vietnamese since September.

Đến to: **Chúng tôi học tiếng Việt từ 9 giờ đến 10 giờ sáng.**
    We study Vietnamese from 9 to 10 o'clock in the morning.

Vào on, at: **Năm mới bắt đầu** "to begin, start" **vào ngày mùng một tháng giêng.**
    The New Year starts on January 1.

When used in the sense of clock time, **vào** is combined with the word **lúc**:

Anh ấy lại đây vào lúc 7 rưỡi. He came over at half past seven.

In conversational Vietnamese, **vào** is optional: **Anh ấy lại đây lúc 7 rưỡi** is correct as well.

3. The interrogative word **bao lâu** "how long" is used at the end of a question about a quantity of time during which an action took place and was completed in the past:

Anh học tiếng Việt bao lâu? How long did you study Vietnamese?

Tôi học tiếng Việt hai năm. I studied Vietnamese for two years.

The word **rồi** is added to express an action which started in the past and is continuing in the present:

Anh học tiếng Việt bao lâu rồi? How long have you been studying Vietnamese?

Tôi học tiếng Việt hai năm rồi. I have been studying Vietnamese for two years.

4. Frame construction **có … không** used with an adjective
    When an adjective follows a verb and modifies it, the interrogative frame construction **có … không** can encircle the adjective to emphasize the modifier of the action:

Chiếc đồng hồ này chạy có đúng không? (with an emphasis) Does this clock run *correctly*?

Chiếc đồng hồ này có chạy đúng không? (with no emphasis) Does this clock run correctly?

In the negation, **không** can be placed before the adjective with the emphasis:

Chiếc đồng hồ này chạy không đúng. (with an emphasis) This clock does not run *correctly*.

Chiếc đồng hồ này không chạy đúng. (with no emphasis) This clock does not run correctly.

5. The word **hay** meaning "often" always precedes the predicate:

Chị ấy hay đến muộn lắm. She is often coming late.

Buổi tối ông ấy hay bận. He is often busy in the evenings.

🎧 NOTES ON USAGE

1. The word **giờ** is used in the sense of both "hour" and "o'clock":

Tôi chờ anh ấy một giờ. I waited for him for one hour.

Anh ấy đến lúc một giờ. He came at one o'clock.

In spoken Vietnamese **giờ** may be replaced by the word **tiếng** in the sense of "hour":

Tôi chờ anh ấy một tiếng. I waited for him for one hour.

2. The verb **chờ** "to wait" and its synonym **đợi** do not demand any preposition, unlike the English verb "to wait *for*":

Chúng tôi chờ/đợi cô ấy một tiếng rồi. We have been *waiting for* her for one hour.

3. Here are several set expressions used with **đồng hồ**:

đồng hồ chạy đúng the watch runs exactly

đồng hồ chạy chậm the watch runs slow

đồng hồ chạy nhanh the watch runs fast

đồng hồ đứng/chết the watch has stopped (it's dead)

DRILLS

A. Answer the following questions. Use the words **sáng**, **trưa**, **chiều**, **tối**, **đêm** after the clock time.

> EXAMPLE   A. **Mấy giờ anh đến?** (8 a.m.) → **8 giờ sáng tôi đến.**
>
> B. **Anh đến lúc mấy giờ?** (8 a.m.) → **Tôi đến lúc 8 giờ sáng.**

A
1. **Mấy giờ bà về?** (7:30 p.m.)
2. **Mấy giờ cậu đi học?** (8:30 a.m.)
3. **Mấy giờ họ đến?** (12 a.m.)
4. **Mấy giờ ngày mai các anh bắt đầu thi?** (9:15 a.m.)
5. **Mấy giờ chị đi thư viện?** (4:50 p.m.)
6. **Mấy giờ Hùng lại đây?** (12 p.m.)
7. **Mấy giờ ngày kia chúng ta gặp anh ấy?** (1 p.m.)
8. **Mấy giờ ngày mai bác sĩ Hiền đến đây?** (3 p.m.)
9. **Mấy giờ chiều nay họ lại?** (2:45 p.m.)
10. **Mấy giờ anh đến?** (8:55 p.m.)

B
1. **Ông ấy đi bệnh viện lúc mấy giờ?** (11 a.m.)
2. **Chị về nhà lúc mấy giờ?** (7:20 p.m.)
3. **Anh gặp kỹ sư Thắng lúc mấy giờ?** (8:40 a.m.)
4. **Sinh viên đến lúc mấy giờ?** (9:45 a.m.)
5. **Thành đến thư viện lúc mấy giờ?** (8:30 p.m.)
6. **Cô Mai đi chợ lúc mấy giờ?** (7 a.m.)
7. **Các bạn đi ăn lúc mấy giờ?** (6:35 p.m.)
8. **Ông Hiền đi Sài Gòn lúc mấy giờ?** (5:30 a.m.)

B. Extend the following sentences.

> EXAMPLE   A. **Tôi đọc sách từ 7 giờ.** (10 giờ) → **Tôi đọc sách từ 7 giờ đến 10 giờ.**
>
> B. **Tôi đọc sách đến 10 giờ.** (7 giờ) → **Tôi đọc sách từ 7 giờ đến 10 giờ.**

A
1. **Bà ngủ từ 11 giờ đêm.** (5 giờ sáng)
2. **Họ ăn cơm từ 12 rưỡi.** (1 giờ)
3. **Sinh viên thi từ 2 giờ 30.** (5 giờ 30)
4. **Bố đọc báo từ 6 giờ.** (6 rưỡi)
5. **Năm ngoái ông ấy làm việc ở Việt Nam từ tháng 9** (tháng 12)
6. **Họ ở thành phố này từ năm 1961.** (năm 1992)
7. **Nhung làm bài tập từ 7 giờ.** (2 giờ đêm)
8. **Ông ấy là sinh viên trường này từ năm 1971.** (năm 1977)
9. **Cô ấy làm y tá ở bệnh viện này từ tháng 5** (bây giờ)
10. **Tôi ăn sáng** "to have breakfast" **từ 6 rưỡi.** (7 giờ kém 5)

B
1. **Bác sĩ Hà làm việc đến 5 giờ.** (9 giờ)
2. **Lớp chúng ta học tiếng Việt đến 12 rưỡi.** (11 giờ)
3. **Tuần trước mưa đến thứ sáu.** (thứ tư)
4. **Chúng tôi học bài này đến thứ ba tuần sau.** (thứ năm tuần này)
5. **Sinh viên chuẩn bị thi đến mùng bảy tháng 5** (29 tháng 4)
6. **Tôi đọc cuốn sách này đến thứ ba.** (chủ nhật)
7. **Cháu Dũng vẽ đến 12 giờ.** (10 giờ)
8. **Họ xem phim đến 11 rưỡi.** (8 giờ)
9. **Giáo sư** "professor" **Nguyễn Đức Vinh dạy ở trường này đến năm 1993.** (năm 1973)

C. Answer the following questions.

> EXAMPLE   A. **Anh học tiếng Việt bao lâu? (2 năm)** → Tôi học tiếng Việt 2 năm.
>
> B. **Anh học tiếng Việt bao lâu rồi? (2 năm)** → Tôi học tiếng Việt 2 năm rồi.

A

1. **Tối qua cậu xem ti vi bao lâu? (1 tiếng)**
2. **Ông ấy làm việc ở đây bao lâu? (2 năm)**
3. **Hôm qua anh đọc báo ở thư viện bao lâu? (nửa tiếng)**
4. **Cậu làm bài tập ấy bao lâu? (1 tiếng)**
5. **Kỹ sư Hải làm việc ở đấy bao lâu? (4 năm)**
6. **Giáo sư Lê Quang Minh dạy tiếng Pháp ở Đại học Sài Gòn bao lâu? (7 năm)**
7. **Cậu học từ mới bao lâu? (nửa tiếng)**
8. **Tuần trước các anh nghỉ bao lâu? (2 ngày)**
9. **Chủ nhật cậu nghe nhạc bao lâu? (3 tiếng)**
10. **Ông bà ở phố này bao lâu? (12 năm)**

B

1. **Ông bà sống "to live" ở thành phố này bao lâu rồi? (21 năm)**
2. **Các anh học bài này bao lâu rồi? (2 tuần)**
3. **Hùng ốm "to be sick" bao lâu rồi? (10 ngày)**
4. **Chị học ở trường này bao lâu rồi? (1 năm rưỡi)**
5. **Cậu đọc tờ tạp chí này bao lâu rồi? (2 ngày)**
6. **Anh John làm việc ở Hà Nội bao lâu rồi? (4 tháng)**
7. **Các cô ấy học tiếng Trung Quốc bao lâu rồi? (4 năm)**
8. **Cô Lan làm thư ký ở đây bao lâu rồi? (7 tháng)**
9. **Cậu quen cô ấy bao lâu rồi? (4 năm)**
10. **Các anh chờ giáo sư Lê bao lâu rồi? (15 phút)**

D. Put questions to the following sentences, using the construction **có … không** to emphasize the adjective that modifies the verb.

> EXAMPLE   **Hà vẽ đẹp.** → Hà vẽ có đẹp không?

1. **Hùng học giỏi.**
2. **Cô Ngọc hát hay.**
3. **Anh ấy lái xe nhanh.**
4. **Cô ấy hiểu rõ.**
5. **Họ nói to.**
6. **Bà đi chậm "slow."**
7. **Ông ấy ăn nhiều.**
8. **Cô ấy nói tiếng Pháp giỏi.**
9. **John trả lời câu hỏi ấy đúng.**
10. **Ông ngủ nhiều.**

E. Give answers to the questions received in drill D, using the construction **không … lắm**.

> EXAMPLE   **Hà vẽ có đẹp không?** → Hà vẽ không đẹp lắm.

BẠN CẦN BIẾT

The division of the daytime and nighttime differs between English and Vietnamese. There is no use of an AM/PM system in Vietnamese. Instead, people add the words **sáng**, **trưa**, **chiều**, **tối** or **đêm** to the clock time. Thus, 4:45 p.m. is **bốn giờ bốn mươi lăm/nhăm chiều** or **năm giờ kém mười lăm chiều**.

Military time, which is the 24-hour clock, is the official time used for government events, radio, television, plane, train and bus schedules, and for business, entertainment and official announcements. For instance, 4:45 p.m. would be announced as **mười sáu giờ bốn mươi lăm/nhăm**.

The regular workday in government offices and big companies lasts from eight to five. However, in the summer some offices and companies may start their workday at 7:30 a.m. or even at 7:00 a.m. More and more employees take a short break for lunch or even continue working during the normal lunch time so they can arrive to work later or leave earlier to avoid the rush hours (**giờ cao điểm**) in the big cities. The traffic on the streets is extremely heavy between 6 a.m. and 8 a.m., and between 4:30 p.m. and 7:00 p.m.

The major news broadcast of the day on National Television (**Đài truyền hình trung ương** = Central Television Station) begins at 7:00 p.m. Many families watch the news broadcast while having dinner.

Thung lũng Tình yêu, Đà Lạt
Valley of Love, Đà Lạt

LESSON 7

Introductions; the family

GRAMMAR: TENSE MARKERS

1. Đã
2. Vừa/mới/vừa mới
3. Đang
4. Sẽ
5. Sắp
6. Chưa
7. Vẫn còn/vẫn/còn
8. The cases when the tense markers are not used

USAGE

1. Final particles **đấy, thế**
2. The use of **quen, làm quen** and **giới thiệu**
3. Speaking of age
4. The word **tốt nghiệp**
5. The use of **trai** and **gái**
6. Expressions "get married," "be (un)married" in Vietnamese
7. The verb **sinh**
8. Word order in set expressions **ông bà, bố mẹ, vợ chồng**

 **DIALOGUE 1**

A : Xin giới thiệu với giáo sư: đây là anh Jeff, đang học tiếng Việt ở Đại học Quốc gia. Còn đây là giáo sư Phạm Ngọc Tuấn, dạy toán ở Đại học Bách khoa.

B : Rất hân hạnh được làm quen với giáo sư.

C : Chào anh Jeff. Anh nói tiếng Việt khá quá! Anh học tiếng Việt bao lâu rồi?

B : Thưa thầy, em bắt đầu học tiếng Việt cách đây ba năm.

A : Anh Jeff chuyên về lịch sử Việt Nam, mới sang Hà Nội tháng 11 năm ngoái.

C : Anh học trường nào bên Mỹ?

B : Thưa thầy, em học trường Harvard.

DIALOGUE 2

A : Ảnh ai đấy?

B : Ảnh gia đình tôi. Đây là bố mẹ tôi, còn đây là chị tôi.

A : Bố mẹ anh vẫn còn trẻ quá. Hai bác ở Hà Nội à?

B : Vâng, bố mẹ tôi đang làm việc ở Hà Nội.

A : Chị anh đã đi làm hay còn đang đi học?

B : Chị tôi đang làm việc cho một công ty Mỹ có văn phòng ở Hà Nội. Chị tôi sắp bảo vệ luận án tiến sĩ về tin học.

A : Chị anh đã có chồng chưa?

B : Chưa, chị tôi chưa có gia đình.

VOCABULARY

Dialogue 1

xin to let, allow, permit (someone do something.)

giới thiệu (ai với ai) to introduce (someone to someone)

    xin giới thiệu let me introduce

đang to be happening, be occurring

toán mathematics

đại học bách khoa polytechnic university, university of technology

hân hạnh (formal) to have the honor

làm quen to meet (to be introduced to)

    hân hạnh được làm quen với anh (formal) nice to meet you

cách đây ago

    cách đây ba năm three years ago

chuyên (về) to specialize (in)

lịch sử history

sang to go, come over

bên side

    bên Mỹ in the U.S.A.

Dialogue 2

ảnh photo, picture

đấy thus, so

gia đình family

vẫn còn still

công ty company

văn phòng office

sắp soon

bảo vệ to defend

luận án thesis, dissertation

tiến sĩ doctor (doctoral degree)

tin học computer science

đã to have happened, occurred

có chồng to be married (speaking of a woman)

chưa not yet

có gia đình to be married

    chưa có gia đình to be unmarried

Bảo tàng Lịch sử, Hà Nội
Museum of History, Hà Nội

 GRAMMAR NOTES: TENSE MARKERS

1. The marker **đã** is used before a verb to indicate an action which took place in the past:

   Anh ấy đã đi Việt Nam. He went to Vietnam.

   When a completed action is emphasized, the marker **đã** is used together with **rồi**, which is placed at the end of the sentence and means "already":

   Chúng tôi đã học bài ấy rồi. We have learned that lesson already.

2. The marker **vừa/mới/vừa mới** placed before a verb denotes an action which has been completed only very recently:

   Họ vừa/mới/vừa mới đến. They've (only) just arrived.

3. The marker **đang** is used before a verb to denote an action as actually going on at the time the sentence is formed:

   Ông ấy đang ngủ. He is sleeping.

   Anh ấy đang học năm thứ ba. He is a third-year student.

4. The marker **sẽ** is used before a verb to indicate an action which will take place in the future:

    Cô ấy sẽ đi Việt Nam. She will travel to Vietnam.

5. The marker **sắp** is used before a verb to represent an action which will take place only a short time from now:

    Bà ấy sắp đến. She is coming soon.

    The word **chưa** is placed at the end of the sentence to form a question with **sắp**:

    Anh sắp thi chưa? Are you going to take the exams soon?

    Note that **sắp** is not used with **không**. To express the meaning "I am not going to take the finals soon," you would use **chưa: Tôi chưa thi.** It may add a time expression: **Tuần sau tôi chưa thi.** "I am not going to take the finals next week."

6. The negative **chưa** "not yet" is used before a verb to denote an uncompleted action in the past, present or future:

    Hôm qua anh ấy chưa đến. Yesterday he still hadn't come.

    Tôi chưa hiểu. I don't understand yet.

    Ngày mai cô ấy chưa đi. Tomorrow she still won't have gone.

    The frame construction **đã ... chưa** is used to form a question. **Đã** is optional, and **chưa** is always placed at the end of the question:

    Anh [đã] ăn cơm chư.a? Have you eaten yet?

    Rồi is used in the affirmative reply to this question. **Đã** is also optional in the reply:

    Vâng, tôi [đã] ăn cơm rồi. Yes, I have already eaten.

    Chưa is used in the negative reply to the question. Note that **chưa** replaces **không** in the sense of "No":

    Anh [đã] ăn cơm chưa?

    Chưa, tôi chưa ăn cơm. No, I have not yet eaten.

7. The word **vẫn còn/vẫn/còn** meaning "still" is used to emphasize that an action that started in the past is still continuing at the moment of speaking, without referring to a particular time in the past:

    Ông ấy vẫn còn làm việc ở đây. He is still working here.

Đang may be used after **vẫn còn/vẫn/còn** to convey more emphasis:

Ông ấy vẫn còn đang làm việc ở đây.

Rồi introduced in Lesson Six refers to a particular time in the past, at which an action started:

Ông ấy làm việc ở đây ba năm rồi.   He has been working here for three years.

8. Generally speaking, the three tense markers **đã, đang** and **sẽ** are not used if the time at which an action occurs has been made clear in the context, or if the sentence contains a time expression:

Ông ấy học ở trường này từ năm 1964 đến năm 1969.   He studied at this college from 1964 to 1969.

Bây giờ cô ấy làm việc ở bệnh viện Saint Paul.   She now works at the Saint Paul Hospital.

Sang năm họ đi Việt Nam hai tháng.   Next year they will go to Vietnam for two months.

   NOTES ON USAGE

1. The final particle **đấy** is used at the end of a question to make the question more polite. The final particle **thế** also may be used, with the same meaning:

Anh đang làm gì đấy/thế?   What are you doing there?

Chị đi đâu "where" **đấy/thế?**   Where are you going now?

In the Saigon dialect, **đó** is used in the sense of **đấy**, and **vậy** is used in the sense of **thế**:

Anh đang làm gì đó/vậy?

2. **Quen, làm quen** and **giới thiệu** convey different meanings and are not interchangeable.
   Quen means "to know someone, to be acquainted with someone":

Tôi quen chị ấy ba năm rồi.   I have known her for three years.

Làm quen means "to meet and speak to someone for the first time, to become acquainted with someone." **Làm quen** always takes the preposition **với**:

Tôi làm quen với chị ấy cách đây ba năm.   I met her three years ago.

Giới thiệu means "to introduce someone to someone else" and always suggests that three or more people participate in the activity. It also takes the preposition **với**, that is equivalent to the English "to":

Tôi giới thiệu bạn tôi với anh tôi.   I introduced my friend to my (elder) brother.

Trung tâm luyện thi tại Đại học Bách khoa (thành phố Hồ Chí Minh)
Exam Preparation Center at the University of Technology (Hồ Chí Minh City)

DRILLS

A. Change the following sentences. Note that the tense marker is not used when the sentence contains a time expression.

> EXAMPLE   **Anh ấy đang học năm thứ ba. (năm nay) → Năm nay anh ấy học năm thứ ba.**

1.
1. **Cô Lan đã làm việc ở đây. (từ năm 1987 đến năm 1989)**
2. **Chúng tôi đã học bài ấy rồi. (thứ tư tuần trước)**
3. **Tôi đã gặp họ ở thư viện. (hôm qua)**
4. **Anh John đã làm việc ở Việt Nam. (năm ngoái)**
5. **Tôi đã đọc tờ tạp chí ấy rồi. (hôm kia)**
6. **Chị Thu đã nghỉ, không đi làm việc. (tuần trước)**
7. **Bà Ngọc đã mua xe ô tô. (tháng trước)**
8. **Sinh viên đã thi môn ấy rồi. (thứ năm tuần trước)**
9. **Tôi đã đợi cô ấy, nhưng cô ấy không đến. (tối qua, từ 7 giờ đến 7 rưỡi)**
10. **Anh Thành đã ốm hai ngày. (tuần trước)**

2.   1. **Thày Thắng đang dạy toán ở trường này. (năm nay)**

2. **Kỹ sư Hải đang nghỉ. (tuần này)**

3. **Hằng đang học năm thứ tư. (năm học "academic year" này)**

4. **Sinh viên đang chuẩn bị thi. (tháng này)**

5. **Họ đang nghe nhạc. (bây giờ)**

6. **Chúng tôi đang học bài này. (một tuần rồi)**

7. **Kỹ sư Dũng đang làm việc ở nhà máy ấy. (từ năm 1980)**

8. **Cô ấy đang học tiếng Nhật. (năm học này)**

9. **Cháu đang ngủ. (từ 1 giờ đến bây giờ)**

10. **Tôi đang chờ họ. (15 phút rồi)**

3.   1. **Anh ấy sẽ lái xe đi Washington D.C. (thứ hai tuần sau)**

2. **Cô Kathleen sẽ đi Việt Nam dạy tiếng Anh 1 năm. (sang năm)**

3. **Lớp chúng tôi sẽ đi ăn cơm Việt Nam ở Boston. (tối mai)**

4. **Họ sẽ đến đây làm việc. (tháng sau)**

5. **Em tôi sẽ vào "to enter, to be admitted" trường Đại học Bách khoa. (sang năm)**

6. **Tôi sẽ đi gặp anh ấy. (sáng mai)**

7. **Sinh viên sẽ thi ba môn. (tuần sau)**

8. **Cô ấy sẽ từ Việt Nam về Mỹ. (tháng sau)**

9. **Bạn tôi sẽ tổ chức ăn sinh nhật. (tối ngày kia)**

10. **Ông bà sẽ mua nhà ở thành phố nhỏ này. (sang năm)**

B.   Replace the marker **đã** in the following sentences by the markers **vừa/mới/vừa mới**.

1. **Bố mẹ đã về.**

2. **Họ đã thi môn ấy rồi.**

3. **Cô ấy đã bắt đầu làm thư ký ở công ty này.**

4. **Tôi đã ăn cơm.**

5. **Ông ấy đã đi làm.**

6. **Chúng tôi đã gặp cô ấy rồi.**

7. **Lớp ta đã học bài ấy rồi.**

8. **Anh ấy đã giới thiệu tôi với giáo sư Smith.**

9. **Mẹ đã đi chợ.**

10. **Sáng nay tôi đã lấy lại đồng hồ theo ti vi.**

11. **Anh Dũng đã mua xe mới.**

12. **Tôi đã đọc cuốn sách này.**

13. **Bạn tôi đã đi Việt Nam thực tập "to do an internship."**

14. **Sinh viên đã học từ ấy rồi.**

15. **Đồng hồ tôi đã đứng.**

C.   Give both positive and negative answers to the following questions.

> EXAMPLE → **Họ [đã] đến chưa? → Vâng, họ [đã] đến rồi.**
> **Chưa, họ chưa đến.**

1. **Chị đọc quyển sách này chưa?**

2. **Anh đã gặp bác sĩ Thành chưa?**

3. **Cô đã giới thiệu ông ấy với kỹ sư Hiển chưa?**

4. **Anh ấy đi Hà Nội chưa?**

5. **Các bạn đã ăn cơm Việt Nam chưa?**

6. **Sinh viên năm thứ nhất thi hai môn ấy chưa?**

7. **Họ đã mua xe mới chưa?**

8. **Anh đã quen cô ấy chưa?**

9. Các anh các chị có từ điển Việt-Anh chưa?

10. Lớp ta làm bài tập này chưa?

11. Các anh đã biết từ này chưa?

12. Cô ấy đã bắt đầu làm việc ở đấy chưa?

13. Bố mẹ về chưa?

14. Cậu đã làm quen với giáo sư Trần Đức Thiện chưa?

15. Anh mời họ chưa?

D. Complete the following short dialogues, using the interrogative words denoting time **bao giờ?**, **khi nào?**, **ngày nào?**, **hôm nào?**, **thứ mấy?**, **mấy giờ?** etc.

> EXAMPLE   A: **Họ sắp đến. (7 rưỡi)**   A: **Họ sắp đến.**
> B: _____?   → B: **Vào lúc mấy giờ?**
> A: _____   A: **7 rưỡi.**

1. A: **Tom sắp đi Sài Gòn. (thứ bảy tuần sau)**
   B: _____?
   A: _____

2. A: **Mẹ sắp đi chợ về. (9 giờ)**
   B: _____?
   A: _____

3. A: **Cô ấy sắp vào trường này. (tháng sau)**
   B: _____?
   A: _____

4. A: **Tracy sắp đi Hà Nội thực tập ở một công ty Mỹ. (tuần sau)**
   B: _____?
   A: _____

5. A: **Chúng tôi sắp thi. (mùng 3 tháng sau)**
   B: _____?
   A: _____

6. A: **Họ sắp mua nhà. (tháng sáu)**
   B: _____?
   A: _____

7. A: **Ông ấy sắp đi làm. (8 giờ kém 15)**
   B: _____?
   A: _____

8. A: **Chúng tôi sắp đi thăm Huế. (thứ hai)**
   B: _____?
   A: _____

9. A: **Cháu sắp đi ngủ. (9 giờ 15)**
   B: _____?
   A: _____

10. A: **Một giáo sư từ bên Pháp sắp sang đây dạy toán. (tháng giêng)**
    B: _____?
    A: _____

11. A: **Tôi sắp đi gặp giáo sư Đức. (12 giờ đúng)**
    B: _____?
    A: _____

12. A: **Họ sắp có con. (tháng bảy)**
    B: _____?
    A: _____

13. A: **Phim sắp bắt đầu. (9 giờ 45)**
    B: _____?
    A: _____

14. A: **Bác sĩ Hùng sắp về hưu "to retire." (sang năm)**
    B: _____?
    A: _____

15. A: **Chúng ta sắp đi xem phim. (đúng 8 giờ)**
    B: _____?
    A: _____

E. Write the questions for the following replies, using the final particles **thế** or **đấy**.

> EXAMPLE   A: _____?   A: **Anh làm gì thế/đấy?**
>   B: **Tôi làm bài tập.** → B: **Tôi làm bài tập.**

1. A: _____?
   B: **Tôi đang đọc báo.**

2. A: _____?
   B: **Họ ăn cơm.**

3. A: _____?
   B: **Ông ấy đang nghỉ trưa.**

4. A: _____?
   B: **Sinh viên lớp ấy đang học tiếng Đức.**

5. A: _____?
   B: **Hùng đang học từ mới.**

6. A: _____?
   B: **Mình đi học.**

7. A: _____?
   B: **Tôi ghi tên sinh viên lớp ta.**

8. A: _____?
   B: **Chúng tôi đang học bài mới.**

9. A: _____?
   B: **Tôi xem ti vi.**

10. A: _____?
    B: **Họ đang nghe nhạc Beethoven.**

11. A: _____?
    B: **Cô giáo hỏi Lan.**

12. A: _____?
    B: **Chúng tôi làm quen với những người bạn mới.**

13. A: _____?
    B: **Bà Lan mở cửa cho tôi.**

14. A: _____?
    B: **Cháu vẽ máy bay và ô tô.**

EXERCISES

1. Write five short dialogues, using the following models.

1.1. A: **Xin giới thiệu với _____: đây là _____, còn đây là _____**

   B: **Chào _____**

   C: **Chào _____ Tôi đã nghe nói nhiều về _____**

1.2. A: **Chào _____ Tôi tên là _____ Còn _____?**

   B: _____

   A: **Rất hân hạnh được làm quen với _____**

2. Prepare with two classmates the following dialogue, then perform it for the class. Independent learners may practice two (or even all three) roles, then read the roleplay aloud, alternating among the roles for extra practice.

   Three university students meet in the hall on their way to class. A knows both B and C, but B and C don't know each other.

A	B	C
1. greets B	1. greets A	
2. introduces C	2. greets C	2. replies to B
	3. asks C about his or her classes	3. tells what classes he or she is taking
4. remarks how well C is doing in school		
	5. invites A and C to dinner at a Vietnamese restaurant	
6. accepts invitation		6. accepts invitation

🎧 NARRATIVE

Xin giới thiệu với các bạn: anh Jeff, bạn tôi. Năm nay Jeff 19 tuổi. Tôi cùng học với Jeff ở trung học, cùng tốt nghiệp trung học năm ngoái. Sau đó, Jeff thi vào một trường đại học ở California. Hiện giờ, Jeff đang học năm thứ nhất ở bên ấy.

Gia đình Jeff ở Massachusetts, có 5 người: bố mẹ Jeff, chị và em trai. Bố Jeff chuyên về máy vi tính, làm cho một công ty lớn. Mẹ Jeff làm bác sĩ ở Bệnh viện Đa khoa Massachusetts. Hai ông bà mới mua một căn nhà không lớn lắm nhưng rất đẹp ở thành phố Belmont. Chị Jeff tên là Judy, năm nay 23. Chị ấy đã lấy chồng, mới sinh cháu gái năm ngoái. Vợ chồng chị ấy ở gần nhà bố mẹ Jeff, hay sang thăm hai ông bà. John, em trai Jeff, đang học lớp 11. John rất giỏi toán, định sau này cũng chuyên về máy vi tính như bố Jeff. Sang năm John tốt nghiệp trung học, chưa biết sẽ thi vào trường nào. Bố mẹ Jeff muốn John học trường Đại học Kỹ thuật Massachusetts.

Nghỉ đông và nghỉ hè, Jeff từ California về thăm nhà. Jeff thích đi du lịch với gia đình. Thỉnh thoảng Jeff mời tôi đi cùng.

🎧 VOCABULARY

tuổi age, year of age
cùng together
    cùng với together with
[**trường**] **trung học** high school
tốt nghiệp to graduate
thi vào to take entrance exams to a college
hiện giờ now
trai male
    em trai younger brother
máy vi tính computer
Bệnh viện Đa khoa Massachusetts
  Massachusetts General Hospital

căn classifier for small houses
lấy chồng to get married (speaking of a woman)
vợ wife
    vợ chồng chị ấy she and her husband
sinh to give birth to; be born
gái female
    con gái daughter
thăm to visit
sau này in the future
như like, as
kỹ thuật technology
    trường Đại học Kỹ thuật Massachusetts MIT

đông winter

    nghỉ đông (to have) a winter break

hè summer

    nghỉ hè (to have) a summer vacation

từ from (a place)

du lịch tourism; tourist

    đi du lịch to travel

thỉnh thoảng sometimes, occasionally

 NOTES ON USAGE

1. In spoken Vietnamese the phrase **năm nay** is commonly added when speaking of age. The word **tuổi** may be omitted:

    Năm nay anh bao nhiêu [tuổi]? How old are you?

    Năm nay tôi 20 [tuổi]. I'm twenty years old.

    When speaking of children's ages ten and under, the word **lên** is used:

    Năm nay cháu lên mấy? How old are you?

    Cháu lên bảy. I'm seven years old.

2. The verb **tốt nghiệp** does not demand any preposition: **tốt nghiệp đại học** "to graduate <u>from</u> a university/college."

3. The words **trai** "male" and **gái** "female" serve to distinguish the sex of several kinship terms: **em trai** "younger brother," **em gái** "younger sister," **con trai** "son," **con gái** "daughter."

4. The English phrase "to get married" is **lấy chồng** (for a woman) and **lấy vợ** (for a man). Their synonym is **lập gia đình**:

    Anh tôi mới lấy vợ/lập gia đình. My older brother has just gotten married.

    The English phrase "to be married" is **[đã] có vợ/chồng** or **[đã] có gia đình**:

    Anh tôi [đã] có vợ/gia đình. My older brother is married.

    The English phrase "to be unmarried," "to be single" is **chưa có chồng/vợ** or **chưa có gia đình**:

    Ông ấy chưa có vợ/gia đình. He's unmarried.

5. The verb **sinh** has two meanings: 1) to give birth, 2) to be born:

    Cô ấy sinh con gái. She gave birth to a daughter.

    Ông ấy sinh năm 1930. He was born in 1930.

6. Note the word order in the following set expressions: **ông bà** "grandparents," **bố mẹ** "parents," **vợ chồng** "wife and husband," **ông bà Smith** "Mr. and Mrs. Smith," **vợ chồng anh Cường** "Cường and his wife," **vợ chồng chị Mai** "Mai and her husband." **Hai** meaning "two" may be added to **ông bà** and **vợ chồng**: **hai ông bà Smith** "Mr. and Mrs. Smith," **hai vợ chồng** "wife and husband."

DRILLS

A. Write questions and replies, using the words given in the parentheses.

> EXAMPLE (ông Thắng), (42)
> → **Năm nay ông Thắng bao nhiêu?**
> **Năm nay ông Thắng 42.**

1. (bà Ngọc), (51)
2. (cháu Dũng), (8)
3. (ông Johnson), (65)
4. (bà Châu), (47)
5. (chị Mai), (33)
6. (anh Hải), (29)
7. (chú Thịnh), (58)
8. (anh Hùng), (27)
9. (cô Lan), (17)
10. (cụ Hiền), (86)
11. (em Bảo), (10)
12. (bác Thanh), (54)
13. (chị Nhung), (18)
14. (cô Tuyết), (46)

B. Give answers to the following questions, using the words given in the parentheses.

> EXAMPLE **Anh chuyên về gì?** (toán) → **Tôi chuyên về toán.**

1. **Chị chuyên về gì?** (tiếng Việt)
2. **Anh chuyên về gì?** (lịch sử Mỹ)
3. **Họ chuyên về gì?** (tiếng Trung Quốc)
4. **Bà ấy chuyên về gì?** (sinh học "biology")
5. **Ông kỹ sư ấy chuyên về gì?** (xe ô tô)
6. **Ông Thành chuyên về gì?** (lịch sử Nhật)
7. **Chị chuyên về gì?** (văn học "literature" Anh)
8. **Anh ấy chuyên về gì?** (xe máy Nhật)
9. **Ông chuyên về gì?** (máy vi tính)
10. **Cô Lan chuyên về gì?** (văn học Ý)

C. Based on the content of the narrative, give answers to the following questions.

1. **Anh Jeff năm nay bao nhiêu?**
2. **Jeff tốt nghiệp trung học bao giờ?**
3. **Hiện giờ Jeff học trường nào?**
4. **Gia đình Jeff ở thành phố nào? Bang "state" nào?**
5. **Gia đình Jeff có mấy người? Đó là những ai?**
6. **Bố Jeff chuyên về gì? Làm ở đâu?**
7. **Mẹ Jeff làm gì? Ở đâu?**
8. **Chị Jeff năm nay bao nhiêu tuổi? Chị ấy đã lập gia đình chưa? Hiện giờ ở đâu?**
9. **Em trai Jeff tên là gì? Đang học lớp mấy?**
10. **Em trai Jeff giỏi môn nào? Bố mẹ Jeff muốn em trai Jeff thi vào trường nào?**
11. **Khi nào Jeff từ California về thăm nhà?**
12. **Khi nào bạn thường "usually" về thăm nhà?**

EXERCISES

1. Write a story about a friend of yours and his/her family.

2. With a partner, prepare a dialogue about you and your family and be prepared to make a presentation to your classmates. Independent learners may practice two roles, then read the roleplay aloud, alternating between the roles for extra practice.

BẠN CẦN BIẾT

In the big cities, Vietnamese families are no longer large. The Vietnamese government has implemented a two-child policy for more than two decades, and currently the average among urban Vietnamese is slightly under 2 children per family, while among rural Vietnamese it's slightly over 2 children per family. Families are still very closely knit. In some families three generations, and in some cases four generations, live together, and in those families retired grandparents look after their grandchildren so the parents can go to work. Nowadays family members are often scattered throughout all the regions of the country, but typically try to get together for the Lunar New Year.

When the members of a family spend time together, whether during a holiday or traveling together for vacation, they love to take pictures. If you visit your Vietnamese friend's family, you'll find they'll be happy to show you their family album and tell stories about each member of the family with pride. Very often, they may ask questions about your family as well, so be prepared to answer!

TỤC NGỮ

Tầm sư học đạo.
One must seek out a good teacher to learn the true life's way.

Chùa Dơi, Sóc Trăng
Temple of the Bats, Sóc Trăng Province

LESSON 8

In the classroom

GRAMMAR

1. Preposition **của**
2. Ways of expressing requests, suggestions, invitations
3. Word **xong** indicating a completed action
4. Verbs indicating the direction of a movement
5. Comparison of adjectives
6. **Vừa … vừa …** in the sense of "both, and," "at the same time"
7. **Rồi** meaning "then," "and then"

USAGE

1. Preposition **tại**
2. **Hoặc** meaning "or"

 DIALOGUE 1

Cô giáo	:	Chào các anh các chị!
Sinh viên	:	Chào cô!
Cô giáo	:	Giờ học hôm nay ai vắng mặt?
Sinh viên A	:	Thưa cô, anh George không đi học. Anh ấy ốm đã hai ngày rồi.
Cô giáo	:	Lần trước tôi giao về nhà những bài tập nào?
Sinh viên B	:	Thưa cô, hai bài tập cuối cùng của bài 10 và bài tập đầu tiên của bài 11.
Cô giáo	:	Bây giờ các anh các chị hãy mở sách, trang 40, làm hai bài tập cuối cùng của bài 10. Ai làm bài tập này rồi, giơ tay lên! Tốt lắm, mời anh Jeff lên bảng làm bài tập này.

 DIALOGUE 2

Thầy giáo	:	Bây giờ tôi trả bài kiểm tra. Chị Mary ôn bài cũ tốt, làm đúng, không có lỗi. Bài của anh John có ba lỗi ngữ pháp. Còn bài này của ai, không có tên?
Sinh viên	:	Thưa thầy, bài của em ạ.
Thầy giáo	:	Anh làm bài chưa tốt, có nhiều lỗi. Lần sau đừng quên ghi tên nhé.

DIALOGUE 3

Cô giáo	:	Các anh các chị đã làm xong bài tập này chưa?
Sinh viên A	:	Thưa cô, chúng em làm xong rồi ạ.
Sinh viên B	:	Em chưa làm xong.
Cô giáo	:	Ai làm xong, sang phòng học tiếng nghe CD bài tám. Còn anh cứ làm đi nhé!

 DIALOGUE 4

A	:	Cậu biết lịch thi chưa?
B	:	Biết rồi. Môn tiếng Việt thi vào ngày 18 tháng giêng.
A	:	Còn thời khoá biểu học kỳ hai?
B	:	Thời khoá biểu học kỳ hai chưa có.

 VOCABULARY

Dialogue 1

giờ học class period
vắng mặt to be absent
đi học to come to class
lần trước last time
giao to assign
cuối cùng last
của of (preposition)
đầu tiên first
hãy do something (imperative)
trang page
tay arm, hand
    giơ tay lên to raise one's hand
tốt lắm! very good! excellent!
lên to go up
bảng chalkboard, blackboard

Dialogue 2
trả to return

kiểm tra to check; test, examine
    bài kiểm tra test, quiz
ôn to review, read, study (for a test, exam)
lỗi error, mistake
ngữ pháp grammar
lần sau next time
đừng do not (imperative)
quên to forget
nhé O.K.?

Dialogue 3
xong to be finished, be done
phòng học tiếng language lab
cứ continuing without interruption

Dialogue 4
thời khoá biểu schedule
học kỳ semester

GRAMMAR NOTES

1. The preposition **của** in Vietnamese indicates possession: **đồng hồ của tôi** "my watch," **sách của thư viện** "a library book, a book belonging to the library."

    A noun or a pronoun following the preposition **của** may function as a modifier of a noun or as a predicate of the sentence.

1.1. The preposition **của** followed by a noun or a pronoun modifies a noun:

    Anh ấy đang đọc cuốn sách của thư viện. He is reading a library book/a book belonging to the library.

    In some cases, the preposition **của** may be omitted. When the noun followed by the preposition **của** does not have any modifier, **của** is optional:

    Xe [của] anh ấy tốt lắm. His motorcycle (or car) is very good.

    When the noun followed by the preposition **của** is modified by another word, the preposition **của** is necessary:

    Cái xe mới của anh ấy tốt lắm. His new motorcycle (or car) is very good.

    In this sentence, the noun **xe** is modified by the classifier **cái** and the adjective **mới**.
    When a compound followed by the preposition **của** contains a verb, **của** cannot be omitted:

    Câu hỏi của thày giáo khó quá. The teacher's question is really hard.

    Hỏi is a verb used in the compound **câu hỏi** in the sense of "question." Without **của**, the sentence **Câu | hỏi thày giáo khó quá** (with a short pause between **câu** and **hỏi**) would mean "The question posed to the teacher is really hard."
    When a kinship term is used with a personal pronoun, the preposition **của** very seldom occurs: **anh tôi** "my older brother" (not ~~anh của tôi~~), **bố nó** "his father" (not ~~bố của nó~~), **chồng cô ấy** "her husband" (not ~~chồng của cô ấy~~).

    When a kinship term is used with a proper name, **của** is necessary to avoid a misunderstanding:

    Compare: **ông Thắng** "Mr. Thắng" and **ông của Thắng** "Thắng's grandfather"

1.2. The preposition **của** followed by a noun or pronoun functions as a predicate of the sentences containing the verb **là**, which is always optional in assertive (a), negative (b) and interrogative (c) sentences:

    (a) **Chiếc xe mới này [là] của anh ấy.** This new motorcycle (or car) is his/belongs to him.

    (b) **Chiếc xe mới này không phải [là] của anh ấy.** This new motorcycle (or car) is not his/does not belong to him.

    (c) **Chiếc xe mới này có phải [là] của anh ấy không?** Is this new motorcycle (or car) his?/Does this new motorcycle (or car) belong to him?

1.3. To pose a question using the preposition **của**, an interrogative is used in place of the noun or pronoun, or is added to it as a modifier:

Chiếc xe mới này của ai? To whom does this new motorcycle (or car) belong?/Who owns this new motorcycle (or car)?

Quyển sách ấy của thư viện nào? Which library does that book belong to?

2. There are many ways in Vietnamese to ask someone to do something. The choice of the right expression to use depends on (1) whether the situation is formal or informal, (2) whom one is talking to, and (3) what one wants to express beyond the request itself.

2.1. The word **hãy** is placed before a verb to convey a strong and rather formal command or request:

Các anh hãy đọc bài này. Read this text.

Hãy mở cửa cho bà ấy. Open the door for her.

2.2. The word **cứ** is placed before a verb to suggest doing something without hesitation or without interruption:

Anh cứ hỏi. Go ahead. Ask.

Bà cứ nói, tôi đang nghe. Keep speaking; I'm listening.

2.3. The word **đi** is placed after a verb, or after the sentence if the verb is modified by other words, and has the meaning of an informal suggestion to start doing something:

Ăn đi! Go ahead and eat.

Đọc câu này đi! Go ahead; read this sentence!

2.4. The word **nhé** is used at the end of a sentence in the sense of a mild, informal suggestion or an invitation to do something when the speaker expects agreement:

Anh làm việc này cho tôi nhé! Please do that for me, O.K.?

Chúng ta đi xem phim nhé! We'll go watch a movie, O.K.?/Let's go watch a movie, shall we?

2.5. In some cases one of these words may be used in combination with another word:

Anh cứ hỏi đi! (Go ahead and) ask.

Cô hãy đọc đi! (Go ahead and) read.

Cô cứ chờ chúng tôi ở đây nhé! Please wait for us here, O.K.?

2.6. The word **mời** is used at the beginning of the sentence as a polite suggestion or invitation to do something:

Mời anh ngồi! Take a seat, please!

Note that **mời** with the meaning "please" is not used after the subject. If the subject is used, **mời** retains its literal meaning "to invite."

Mời anh uống cà phê. Please have a cup of coffee.

Tôi mời anh mai đi ăn sáng uống cà phê. I invite you to have breakfast and a cup of coffee tomorrow.

2.7. The word **đừng** placed immediately before the verb is used in negative imperative sentences in the meaning of "don't do something":

Đừng nói to! Don't speak loudly!

Đừng nghe anh ấy! Don't listen to him!

2.8. In Vietnamese, when the speaker expresses a command or request, the person addressed may be mentioned:

Ăn đi!/<u>Anh</u> ăn đi!

Đừng nói to!/<u>Chị</u> đừng nói to!

Đến đúng giờ nhé!/<u>Các anh</u> đến đúng giờ nhé!

3.   The word **xong** is used after a verb to indicate that an action reached an end:

Tôi học xong. I finished studying.

When the verb requires an object, the word **xong** may be placed either before the object or after it:

Tôi học xong bài ấy./Tôi học bài ấy xong. I finished studying that lesson.

The word **xong** may be used in combination with the tense markers **đã, sắp, vừa, mới, vừa mới**, or with the words **rồi, đã … rồi**, emphasizing the goal which the action achieves:

Tôi đã học xong bài ấy. I have finished studying that lesson.

Tôi sắp học xong bài ấy. I will have finished studying that lesson soon.

Tôi vừa/mới/vừa mới học xong bài ấy. I have just finished studying that lesson.

Tôi [đã] học xong bài ấy rồi. I have finished studying that lesson already.

The word **chưa**, similar to the English word "yet," is used 1) at the end of the sentence to form the question with the word **xong** (**đã** is optional in the question):

Các anh [đã] học xong bài ấy chưa? Have you finished that lesson yet?

and 2) before the verb in the negative sentence:

Chúng tôi chưa học xong bài ấy. We haven't finished that lesson yet.

4.   The Vietnamese language has some verbs which indicate the direction of a movement, and which are usually expressed in English by combinations of a verb and an adverb, or a verb, an adverb and a preposition (no tense is implied):

Ra "to go out, to come out": **Họ ra phố.** They come out to the street.

Vào "to come in, to enter": **Anh ấy vào phòng.** He comes into the room.

Đảo Phú Quốc
Phú Quốc Island

Lên "to go up, to come up": **Sinh viên lên phòng học tiếng trên tầng** "floor" **ba.** The students go up to the language lab on the third floor.

Xuống "to go down, to get down": **Họ xuống tầng một.** They go down to the first floor.

Đến/tới "to come, to arrive": **Ông ấy đến Hà Nội hôm qua.** He arrived in Hanoi yesterday.

Về "to come back, to return": **Bao giờ anh về?** When will you come back?

Sang "to cross, to pass, to come over": **Cô ấy hay sang nhà chúng tôi.** She often comes over to our house.

Qua "to cross, to pass": **Mời anh qua phòng này!** Please stop by this room!

These verbs may follow the verb **đi** and convey the same meaning as when used alone: **đi ra, đi vào, đi lên, đi xuống, đi đến, đi tới, đi về, đi sang, đi qua.** They can be used as adverbs when following other verbs: **chạy ra, chạy vào, chạy lên, chạy xuống, chạy đến, chạy tới, chạy về, chạy sang, chạy qua.**

DRILLS

A. Fill in the blanks with the word **của** where it is necessary.

1. Cuốn sách mới _____ ông ấy hay lắm.
2. Xe _____ anh đâu?
3. Anh _____ cô vừa mới ở Việt Nam về, phải không?
4. Thứ bảy tuần này sinh nhật _____ tôi, tôi mời anh lại nhà tôi chơi.
5. Bà _____ Ngọc già "old" rồi nhưng chưa về hưu.
6. Sinh viên _____ trường này đang nghỉ đông.
7. Bạn _____ tôi thích phim ấy lắm.
8. Bài kiểm tra _____ Hùng nhiều lỗi quá!
9. Mình sẽ giới thiệu cậu với các bạn mới _____ mình.
10. Gia đình _____ chị sống ở Hà Nội hay Sài Gòn?
11. Câu hỏi _____ giáo sư Johnson không khó lắm.
12. Cái đồng hồ Timex _____ tôi chạy đúng lắm.
13. Chồng _____ cô ấy dạy ở trường nào?
14. Toà nhà cao _____ trường Đại học Quốc gia ở phố Nguyễn Trãi.
15. Tôi không hiểu câu "sentence" thứ ba _____ bài tập 8.

B. Change the following sentences to negative sentences.

> EXAMPLE   **Ngôi nhà này [là] của bà Lan.** → **Ngôi nhà này không phải [là] của bà Lan.**

1. Chiếc xe máy này của anh Thắng.
2. Quyển tạp chí kia là của ông ấy.
3. Cái máy vi tính này của bạn tôi.
4. Cuốn sách ấy của thư viện trường.
5. Toà nhà cao kia là của báo The New York Times.
6. Bệnh viện này của bác sĩ Thành.
7. Nhà máy mới ấy là của công ty Bia Sài Gòn.
8. Quyển từ điển Việt-Anh này của tôi.
9. Trường đại học này là của bang.
10. Cái đồng hồ này của cô Thanh.
11. Chiếc ô tô ấy của gia đình tôi.
12. Thư viện này là của thành phố.
13. Chiếc máy bay ấy của Vietnam Airlines.
14. Cái áo này của bà Ngọc.
15. Bài này là của Thanh.

C. Give both positive and negative answers to the following questions.

> EXAMPLE   **Ngôi nhà này có phải [là] của bà Lan không?**
>
> → **Vâng, ngôi nhà này [là] của bà Lan.**
>
> → **Không, ngôi nhà này không phải [là] của bà Lan.**

1. **Thư viện này có phải của trường Đại học Quốc gia không?**
2. **Hiệu sách ấy của ông Hiển, phải không?**
3. **Chiếc máy vi tính này là của anh à?**
4. **Cái mũ ấy có phải của giáo sư Smith không?**
5. **Ngôi nhà mới kia của bố mẹ anh ấy, phải không?**
6. **Cuốn từ điển Anh-Nhật này có phải của Minh không?**
7. **Chiếc máy bay đó của gia đình cô ấy à?**
8. **Bài này là của cậu, phải không?**
9. **CD ấy có phải của phòng học tiếng không?**
10. **Quyển sách này của thư viện trường Bách khoa, phải không?**

D. Give answers to the following questions.

1. **Toà nhà mới kia của công ty nào?**
2. **Quyển từ điển cũ ấy là của ai?**
3. **Thư viện này của trường nào?**
4. **Căn nhà nhỏ ấy của ai?**
5. **Chiếc xe đắt ấy là của ai?**
6. **CD này của ai?**
7. **Trường đại học ấy của bang nào?**
8. **Chiếc máy bay kia của ai?**
9. **Chiếc ti vi này của ai?**
10. **Bài kiểm tra này là của ai?**
11. **Nhà máy ấy của ai?**
12. **Đài "radio, radio station" ấy của nước nào?**
13. **Luận án ấy của ai?**
14. **Chiếc máy vi tính này là của ai?**
15. **Phòng học tiếng ấy của trường đại học nào?**

Chùa Trấn Quốc trên Hồ Tây, Hà Nội
Trấn Quốc Pagoda on the West Lake, Hà Nội

E. Change the following sentences to requests, using the words given in the parentheses. Pay attention to the word order.

> EXAMPLE   **Mở cửa cho bà ấy. (hãy) → Hãy mở cửa cho bà ấy.**

1. **Anh ăn món** "dish" **ấy. (đi)**
2. **Các anh các chị nói, tôi nghe đây. (cứ)**
3. **Chiều mai anh đến nhà tôi chơi. (mời)**
4. **Cậu uống bia. (nhé)**
5. **Anh ăn cơm, tôi chờ anh. (cứ, đi)**
6. **Bác ngồi** "to sit, take a seat." **(mời)**
7. **Các anh các chị làm ba bài tập này. (hãy)**
8. **Anh đi đến đấy. (đừng)**
9. **Ông hỏi, tôi nghe ông. (cứ)**
10. **Cô làm như thế. (đừng)**
11. **Sáng mai anh đến gặp giáo sư Hoà. (nhé)**
12. **Quên mua báo hôm nay cho tôi. (đừng)**
13. **Tối nay tôi về muộn, các anh ăn cơm, đừng chờ tôi. (cứ, nhé)**
14. **Anh vào, họ đang chờ anh. (đi)**
15. **Chị đi ăn nhà hàng với tôi. (mời)**
16. **Quên gọi điện thoại** "to telephone" **cho Hùng. (đừng, nhé)**
17. **Các anh nghỉ. (cứ, đi)**
18. **Nhớ trả thư viện cuốn sách. (nhé)**
19. **Nói to, cháu đang ngủ. (đừng)**
20. **Chị làm việc. (cứ, đi)**
21. **Lái xe nhanh quá! (đừng)**
22. **Cậu nhớ qua văn phòng gặp kỹ sư Dũng. (nhé)**
23. **Uống bia nhiều quá! (đừng)**
24. **Tối nay chúng ta đi xem bộ phim ấy. (nhé)**
25. **Cậu giới thiệu mình với cô ấy. (đi)**
26. **Nghe nhạc to quá, họ đang làm việc. (đừng)**

F. Change the following sentences, using the word **xong** alone and with the other words: **đã, sắp, vừa, mới, vừa mới, rồi, đã … rồi.** Pay attention to the word order.

> EXAMPLE   **Chúng tôi học bài ấy.**
> → **Chúng tôi học xong bài ấy./Chúng tôi học bài ấy xong.**
> → **Chúng tôi đã học xong bài ấy.**
> → **Chúng tôi sắp học xong bài ấy.**
> → **Chúng tôi vừa/mới/vừa mới học xong bài ấy.**
> → **Chúng tôi [đã] học xong bài ấy rồi.**

1. **Họ làm việc này.**
2. **Chúng tôi ăn cơm.**
3. **Cô Lan đọc cuốn tạp chí ấy.**
4. **Ông Hiển vẽ tranh** "painting."
5. **Sinh viên nghe CD bài ấy.**
6. **Mẹ làm cơm.**
7. **Bà Trang viết** "to write" **quyển sách đó.**
8. **Chúng tôi chuẩn bị bài mới.**
9. **Sinh viên thi môn ấy.**
10. **Hùng ghi từ mới của bài này.**
11. **Họ ăn sáng.**
12. **Ông ấy bán nhà.**
13. **Kỹ sư Thắng chữa** "to fix, repair" **chiếc xe ấy.**

G. Give both positive and negative answers to the following questions.

> EXAMPLE   **Các anh học xong bài ấy chưa?** → **Vâng, chúng tôi học xong bài ấy rồi.**
> → **Chưa, chúng tôi chưa học xong bài ấy.**

1. **Anh đọc xong cuốn sách này chưa?**
2. **Chị chuẩn bị thi xong chưa?**
3. **Chị Lan làm cơm xong chưa?**
4. **Anh ghi xong từ mới chưa?**
5. **Cậu làm xong bài tập ấy chưa?**
6. **Chị viết thư** "letter" **xong chưa?**
7. **Chị xem xong DVD ấy chưa?**
8. **Kỹ sư Dũng chữa xong chiếc máy vi tính đó chưa?**
9. **Họ ăn cơm xong chưa?**
10. **Anh ấy học xong chưa?**

H. Give answers to the following questions, using the words in the parentheses. Pay attention to the usage of the verbs denoting the directions of movement.

> EXAMPLE   **Ông ấy đi đâu? (ra phố)** → **Ông ấy [đi] ra phố.**

1. **Cô Thuỷ đến đây bao giờ? (hôm qua)**
2. **Tối nay anh định đi đâu thế? (sang thăm anh Hải)**
3. **Họ vào phòng nào? (kia)**
4. **Các ông ấy đi đâu? (lên tầng 2 họp** "to meet, have a meeting")
5. **Máy bay đến lúc mấy giờ? (6 giờ 40)**
6. **Khi nào cô ấy về đây? (tuần sau)**
7. **Anh Thắng đâu rồi? (qua phòng kỹ sư Hiền)**
8. **Cậu định mang** "to carry" **cái này đi đâu thế? (lên gác** [to go] upstairs")
9. **Mẹ đi đâu? (ra chợ)**
10. **Các anh các chị đi đâu đấy? (xuống tầng 4 xem ti vi)**
11. **Ông đi đâu? (ra phố mua báo)**
12. **Bao giờ cô ấy định sang Việt Nam? (sang năm)**
13. **Chị đi đâu? (xuống tầng 1 đọc tạp chí)**
14. **Bà ấy đi đâu? (ra bưu điện gửi** "to send" **thư)**
15. **Anh Hùng tới chưa? (chưa)**
16. **Bao giờ cô ấy về nước** "to go back to one's home country"**? (tháng sau)**
17. **Cô đi đâu bây giờ? (xuống nhà** "[to go] downstairs" **ăn cơm)**
18. **Tối thứ bảy anh định đi đâu? (lại nhà anh Dũng ăn sinh nhật)**

EXERCISES

1. A and B are friends. A suggests to B that they go somewhere to have a cup of coffee, using **nhé**.

A: _____
B: **Ừ! Ở đâu?**

2. A and B are neighbors in the dormitory. A knocks at the door of B's room and asks for permission to enter. B uses the words **cứ** and **đi**.

B: Ai đấy?

A: _____

B: _____

3. A friend of yours would like to drink some beer before driving to visit his/her family. You advise him/her not to drink too much beer, using **đừng**.

4. Write with several partners a short dialogue between the teacher and the students in an English language class, then perform it for the class. Independent learners may practice two (or more) roles, then read the roleplay aloud, alternating among the roles for extra practice.

 NARRATIVE

Trường Đại học Harvard ở thành phố Cambridge, bang Massachusetts, là một trường rất nổi tiếng. Đây là trường đại học cổ nhất nước Mỹ, có từ năm 1636. Trường mang tên John Harvard. Ông là mục sư, một trong những người đầu tiên góp phần thành lập trường. Lúc ấy, trường chỉ có 12 sinh viên và một giảng viên. Hiện giờ, mười khoa của trường có gần 20 nghìn sinh viên đại học, cao học và nghiên cứu sinh. Ngoài ra, khoảng 14 nghìn sinh viên đang học tại hệ mở rộng của trường. Trường có hơn hai nghìn giảng viên, trong đó có khoảng 1 300 giáo sư. Trường vừa là nơi đào tạo, vừa là trung tâm nghiên cứu khoa học. Có 40 giáo sư của trường đã được giải thưởng Nobel.

Lớp tiếng Việt của chúng tôi không đông lắm, vừa có sinh viên đại học vừa có sinh viên cao học. Một tuần chúng tôi có 5 giờ tiếng Việt. Hằng ngày, chúng tôi học từ 9 giờ đến 10 giờ sáng. Trước giờ học, tôi thường đến sớm mấy phút, nói chuyện với các bạn rồi vào lớp. Giờ học bắt đầu. Chúng tôi tập nói tiếng Việt với nhau. Cô giáo vừa nghe chúng tôi nói vừa chữa lỗi. Thỉnh thoảng, cô giáo đặt câu hỏi, chúng tôi trả lời, hoặc một sinh viên đặt câu hỏi, sinh viên khác trả lời. Lớp vui lắm. Sau đó, cô giáo kiểm tra bài cũ rồi giảng bài mới. Chúng tôi chú ý nghe cô giáo giảng ngữ pháp. Ngữ pháp bài này không khó như bài trước. Học xong phần ngữ pháp, chúng tôi tập đặt câu. Chúng tôi làm các bài tập ngữ pháp trong bài rồi lại tập nói tiếng Việt. Cuối giờ, cô giáo giao bài tập về nhà.

 VOCABULARY

nổi tiếng famous, renowned

cổ old, ancient

mang tên to be named for

mục sư minister

một trong những one of

góp phần to contribute, make a contribution

thành lập to found, establish

lúc ấy at that time

giảng viên teacher at a college or university

khoa faculty, school (at a university)

cao học master's degree student

nghiên cứu sinh Ph.D. student

ngoài ra in addition, besides

khoảng approximately, about

tại in, at

hệ mở rộng extension school

hơn more than, over
đào tạo to train
trung tâm center
nghiên cứu to research
khoa học science
được to receive
giải thưởng prize, award
đông crowded, having many people
vừa … vừa … both … and …
hằng ngày every day
trước before; previous
sớm early
nói chuyện to talk, converse
rồi then, and then

tập to practice
với nhau with each other
chữa to correct
đặt to put
hoặc or
khác another, different
vui to have or be fun; enjoy, be enjoyable
giảng to explain
chú ý to pay attention to; attentively, closely
phần part
lại again
cuối giờ at the end of the class
bài tập về nhà homework

 GRAMMAR NOTES

1.   Comparison of the adjective

1.1. The word **như** or **bằng** is added after an adjective to form the positive:

> **Chiếc xe này to như/bằng chiếc xe kia.** This vehicle is as big as that one.

The word **cũng** may be used with **như** to emphasize similarity. The word order is:

> ## CŨNG + ADJECTIVE + NHƯ

> **Chiếc xe này cũng to như chiếc xe kia.** This vehicle is just as big as that one.

In general, **bằng** is used for the adjectives which refer to measurable things. The sentence "**Chiếc xe này to bằng chiếc xe kia**" implies the size of the two vehicles. When the quality denoted by the adjective is not measurable, **bằng** is not used. In the sentence "**Chiếc xe này tốt như chiếc xe kia**" (this vehicle is as good as that one) only **như** is possible.

1.2. The word **hơn** is added after an adjective to form the comparative:

> **Chiếc xe này tốt hơn chiếc xe kia.** This vehicle is better than that one.

1.3. The words **nhất** and **hơn cả** are used to form the superlative:

> **Chiếc xe ấy tốt nhất/hơn cả.** That car is the best.

2.   **Vừa … vừa …** in the sense of "both … and …," "at the same time" is used to emphasize a combination of two or several:
(a) verbs functioning as the predicates:

Anh ấy vừa đọc báo vừa nghe nhạc. He is reading newspapers while (at the same time) listening to music.

(b) adjectives functioning as predicates:

Chiếc xe ấy vừa tốt vừa rẻ. That car is both good and cheap.

(c) link verb **là**:

Ông ấy vừa là giáo sư vừa là tiến sĩ. He is both a professor and a doctor.

(d) adjectives modifying a verb:

Hùng trả lời vừa nhanh vừa đúng. Hùng replied both quickly and correctly.

In (b) and (d) both adjectives must denote something favorable, or both must denote something unfavorable. A "favorable" cannot be combined with an "unfavorable."

3. The word **rồi**, meaning "then, and then," is used to join two sequential clauses:

Tôi làm xong bài tập rồi đi ngủ. I did my homework and then went to sleep.

Note that the Vietnamese word **và** "and" does not have the meaning "and then."

 NOTES ON USAGE

1. **Tại** is a synonym for the preposition **ở** in the sense of "in, at," but is used only in formal Vietnamese:

Tôi mua quyển sách ấy ở hiệu sách của trường đại học. I bought that book in the University bookstore.

Công ty ấy có nhà máy tại nhiều thành phố của Việt Nam. (formal) That company has factories in many cities of Vietnam.

2. **Hoặc** is similar to **hay**, meaning "or," but it is used only in affirmative sentences; **hay** may be used both in affirmative sentences and as an interrogative word in questions:

Ông ấy thích đọc báo Anh hay/hoặc báo Pháp. He likes reading either English or French newspapers.

Ông ấy thích đọc báo Anh hay báo Pháp? Does he likes reading English newspapers, or French newspapers?

DRILLS

A. Change the following sentences, using the words given in the parentheses.

> EXAMPLE   **Chiếc xe này tốt. (chiếc xe kia)** → **Chiếc xe này tốt như/bằng chiếc xe kia.**
> → **Chiếc xe này cũng tốt như chiếc xe kia.**

1. Kỹ sư Dũng giỏi. (kỹ sư Hùng)
2. Tiếng Đức khó. (tiếng Pháp)
3. Cuốn sách này hay. (cuốn kia)
4. Dừa ở đây ngon. (dừa ở Việt Nam)
5. Quyển từ điển này mới. (quyển kia)
6. Chiếc xe đỏ đắt. (chiếc xe đen)
7. Anh Thắng cao. (anh Hiền)
8. Cái áo này đẹp. (cái kia)
9. Từ trường đến thư viện gần. (bưu điện)
10. Tôi thi môn văn học Mỹ tốt. (môn lịch sử Việt Nam)
11. Cơm Việt Nam ngon. (cơm Trung Quốc)
12. Dạo này anh ấy bận. (tháng trước)
13. Bệnh viện Bạch Mai lớn. (bệnh viện Việt-Đức)
14. Hôm nay cô ấy đến muộn. (hôm qua)
15. Buổi tối mưa to. (buổi sáng)
16. Bạn tôi trả lời đúng. (tôi)
17. Thi vào trường đại học này khó. (trường kia)
18. Cái đồng hồ này chạy đúng. (cái ấy)
19. Quần áo ở hiệu này rẻ. (hiệu kia)

B. Do the previous drill again, with the comparative instead of the positive.

C. Give answers to the following questions.

1. Xe ô tô nào tốt nhất?
2. Ở Mỹ, báo nào hay nhất?
3. Ở Boston, phố nào đẹp nhất?
4. Hiệu ăn nào rẻ hơn cả?
5. Tiếng nào khó nhất?
6. Ở lớp này, ai trẻ nhất?
7. Phim nước nào hay nhất?
8. Bệnh viện nào gần đây nhất?
9. Câu trả lời của ai đúng hơn cả?
10. Nước nào lớn nhất?
11. Hoa quả ở đâu ngon nhất?
12. Thư viện nào nhiều sách hơn cả?
13. Lái xe ở đâu khó nhất?
14. Quyển từ điển tiếng Anh nào tốt nhất?
15. Ở Mỹ, trường đại học nào đắt nhất?
16. Ở đâu mưa nhiều hơn cả?
17. Ai nhớ nhiều từ nhất?
18. Nhạc của ai hay nhất?
19. Đồng hồ của ai chạy đúng nhất?

D. Combine the following sentences into one.

> EXAMPLE   **Anh ấy đọc báo. Anh ấy nghe nhạc.** → **Anh ấy vừa đọc báo vừa nghe nhạc.**

1. Ông ấy chuyên về máy vi tính. Ông ấy chuyên về toán.
2. Họ nói chuyện. Họ đi vào nhà.
3. Bạn tôi lái xe. Bạn tôi nghe nhạc rất to.
4. Cô ấy đi làm. Cô ấy học đại học.
5. Hiệu ăn ấy ngon. Hiệu ăn ấy rẻ.
6. Nó xem ti vi. Nó uống bia.
7. Ngôi nhà kia là thư viện. Ngôi nhà kia là hiệu sách.
8. Bà ấy nói nhiều. Bà ấy nói to.
9. Đấy là luận án của ông ấy. Đấy là sách của ông ấy.
10. Chiếc xe đó đắt. Chiếc xe đó không tốt.

E.   Complete the following sentences.

1. Tôi vừa ăn sáng vừa _____

2. Đó vừa là từ điển Việt-Anh, vừa _____

3. Bạn tôi vừa học sinh học vừa _____

4. Hiệu ăn ấy vừa gần vừa _____

5. Chúng tôi vừa nghe cô giáo giảng vừa _____

6. Tờ tạp chí này vừa đắt vừa _____

7. Cô ấy vừa là thư ký vừa _____

8. Sinh viên vừa chuẩn bị thi vừa _____

9. Môn ấy vừa khó vừa _____

10. Hôm nay vừa là sinh nhật tôi vừa _____

F.   Complete the following sentences.

1. Tôi làm bài tập về nhà xong rồi _____

2. Anh ấy nói chuyện với cô thư ký rồi _____

3. Tôi chào họ rồi _____

4. Mẹ đi chợ rồi _____

5. Chúng tôi đến phòng học tiếng nghe CD rồi _____

6. Tôi mua hoa rồi _____

7. Bạn tôi sang nhà tôi rồi _____

8. Chúng ta thi xong môn ấy rồi _____

9. Anh tôi tốt nghiệp đại học rồi _____

10. Tôi ăn sáng rồi _____

G.   Give answers to the following questions.

1. Trường Đại học Harvard có từ bao giờ?

2. John Harvard là ai?

3. Hiện giờ có bao nhiêu sinh viên đang học tại trường Harvard?

4. Bao nhiêu giáo sư của trường đã được giải thưởng Nobel?

5. Lớp tiếng Việt của bạn có đông sinh viên không?

6. Ai dạy tiếng Việt lớp bạn?

7. Một tuần bạn có mấy giờ tiếng Việt?

8. Bạn học tiếng Việt từ mấy giờ đến mấy giờ?

9. Trong giờ tiếng Việt bạn làm gì?

10. Bạn làm bài tập về nhà ở đâu? Khi nào?

EXERCISES

1.   Write a story about another university in the U.S.A.

2.   With a classmate, prepare a dialogue about a foreign language class. Independent learners may practice two roles, then read the roleplay aloud, alternating among the roles for extra practice.

3.   Use the dictionary to read the following announcement taken from a Vietnamese newspaper.

THÔNG BÁO TUYỂN SINH CAO HỌC KINH TẾ NĂM 2011

TRƯỜNG ĐẠI HỌC KINH TẾ TP.HỒ CHÍ MINH thông báo tuyển sinh
cao học kinh tế năm 2011 như sau:
- Đối tượng tuyển sinh:
  + Thí sinh có bằng tốt nghiệp đại học ngành kinh tế
  + Thí sinh có bằng tốt nghiệp chuyên ngành khác đã có chứng chỉ bổ túc
    chuyển đổi.
- Thời gian đăng ký ôn tập: kể từ ngày ra thông báo.
- Mẫu hồ sơ đăng ký dự thi được đăng tải trên Website: http://www.sdh.ueh.edu.vn
  (Thí sinh tự tải về và khai theo mẫu trên).
- Thời gian nộp hồ sơ: Từ ngày **13-06-2011** đến hết ngày **17-06-2011**
- Thời gian thi: Dự kiến tháng 08-2011.
Mọi chi tiết xin liên hệ trực tiếp tại:
  Phòng QLĐT sau đại học, Trường Đại học Kinh tế TP.Hồ Chí Minh,
  phòng A0.05 - số 59C Nguyễn Đình Chiểu, Quận 3, TP.Hồ Chí Minh.
  Điện thoại: **08.38235277 – 08.38295437.**

 BẠN CẦN BIẾT

The Vietnamese elementary and high school system is to some extent similar to that in the United States. Children go to kindergarten (**nhà trẻ**) and when they reach the age of three they go to the higher level of kindergarten called **mẫu giáo**. At the age of six, they go to elementary school (**tiểu học**), consisting of five grades (from **lớp một** to **lớp năm**). After finishing elementary school, they go to middle school (**trung học cơ sở**), composed of four grades (from **lớp sáu** to **lớp chín**). The next level of education is high school (**trung học phổ thông**), covering the levels from **lớp mười** to **lớp mười hai**.

Sân đình ở nông thôn miền Bắc Việt Nam
Community hall courtyard in rural Northern Vietnam

The Vietnamese higher education system differs much more distinctly from that in the United States. After graduating from high school, a student takes very difficult entrance exams to be admitted to college or university, which are in fact a combination of American four-year college and professional school. The college entrance exams are sponsored and administered nationwide by the Ministry of Education and Training (**Bộ Giáo dục và Đào tạo**). State-owned colleges and universities are much more prestigious than private schools. A diploma earned from a state-owned school gives the graduate more chance to land a good job than a diploma conferred by a private school.

 TỤC NGỮ

Tiên học lễ, hậu học văn
One must first learn how to behave and only then learn philosophy.

LESSON 9

Weekend, entertainment, sports

GRAMMAR

1. Conjunction **mà**
2. Interrogative word **đâu**
3. Emphatic negation
4. Prepositions and conjunctions of time
5. Conjunction of condition **nếu**
6. Construction "whether or not" in Vietnamese
7. Modal verbs **muốn, có thể, cần, phải, nên**
8. Location terms **trên, dưới, trong, ngoài, giữa, trước, sau**
9. Verbs **cách, mất**
10. Interrogative word **bao xa**
11. Clause of reason
12. Construction **còn … nữa**
13. Clause of purpose
14. Restrictive construction **chỉ … thôi**

USAGE

1. Final particle **đấy**
2. Adverbs of degree **hơi, khá**
3. Adverb of degree **thế**
4. Use of **thời gian** and **thì giờ**
5. Adjectives **xa, gần**
6. Verbs **tập, chơi** and **đánh** for sports

🎧 DIALOGUE 1

A : **Nghỉ hai ngày chị đã có chương trình gì chưa?**
B : **Sáng thứ bẩy tôi định qua cơ quan khoảng một tiếng.**
A : **Chị làm việc chăm quá. Thứ bẩy mà chị cũng đi làm à?**
B : **Có một việc tôi phải làm xong ở cơ quan. Thứ bẩy anh định làm gì?**
A : **Thứ bẩy này trời ấm lên, tôi định ra bờ sông tập chạy.**

B : Còn tôi thì định sau khi làm xong việc ở cơ quan sẽ đi đến khu thể thao chơi quần vợt. Anh có muốn chơi quần vợt với tôi không?

A : Hay lắm! Tôi rất thích đánh quần vợt. Sau khi tập chạy xong, tôi sẽ vào khu thể thao đánh quần vợt với chị.

B : Sau khi chơi quần vợt, nếu anh muốn ăn cơm Việt Nam, chúng mình có thể đến một nhà hàng Việt Nam ăn trưa.

A : Chương trình nghe hấp dẫn đấy!

 ## DIALOGUE 2

A : Tối mai chủ nhật tôi đi xem chèo với mấy người bạn. Họ còn một vé. Anh có muốn đi với chúng tôi không?

B : Tất nhiên. Ở đâu?

A : Ở Nhà hát chèo gần phố Kim Mã.

B : Tuyệt quá! Tôi muốn tranh thủ thời gian ở Việt Nam tìm hiểu về sân khấu cổ truyền của Việt Nam.

A : Thế thì tối mai mình hẹn gặp nhau ở trước cổng Thư viện Quốc gia phố Tràng Thi lúc bảy giờ nhé?

B : Nhà tôi hơi xa Thư viện Quốc gia. Đi đến đấy không tiện lắm.

A : Thôi được. Thế thì chúng tôi sẽ ghé qua nhà anh đón anh rồi chúng mình cùng đi ăn tối với nhau trước khi đi xem chèo.

B : Đồng ý.

 ## DIALOGUE 3

A : Sao mấy hôm nay nóng thế?

B : Tháng này Hà Nội bắt đầu nóng rồi. Thứ bảy chủ nhật người Hà Nội thường đi chơi xa.

A : Đi đâu?

B : Đi ra ngoại thành. Cũng có thể đi ra biển hay đi lên núi. Có lẽ anh nên đi chơi xa. Ở trong thành phố nóng lắm.

A : Chủ nhật này tôi đã hẹn các bạn đi tập thể thao rồi.

B : Tập gì?

A : Tập bóng bàn.

 ## VOCABULARY

Dialogue 1

nghỉ hai ngày having two days off
chương trình program, plan
qua to come by
cơ quan one's workplace
chăm diligent, assiduous
đi làm to go to work

trời weather
ấm warm
    trời ấm lên the weather is getting warmer
bờ bank, shore, coast
sông river
    bờ sông riverside
còn tôi thì as for me

khu area

thể thao sports

  khu thể thao sport area, athletic center

chơi play

quần vợt tennis

Hay lắm! Great!

đánh to hit, beat

  đánh quần vợt to play tennis

sau khi after (conjunction)

có thể can, may

nhà hàng restaurant

ăn trưa to have lunch

hấp dẫn attractive

  Chương trình nghe hấp dẫn đấy! That
  sounds good!

Dialogue 2

chèo Vietnamese traditional theater in the Red
  River delta

người classifier for some nouns denoting people

vé ticket

tất nhiên of course

nhà hát theater

tuyệt excellent

  Tuyệt quá! Excellent!

tranh thủ to make use, take advantage

thời gian time

  tranh thủ thời gian to make use of free time

tìm hiểu (về) to learn about

thế thì well then, in that case

hẹn to make an appointment, agree on the time
  to meet with someone

gặp nhau to meet with each other, get together

cổng gate

hơi a little

xa far away

tiện convenient

Thôi được That's fine

ghé qua to stop by

đón to pick up someone

ăn tối to have dinner, supper

trước khi before (conjunction)

đồng ý (với) to agree (with)

Dialogue 3

sao? (colloquial) why?

mấy hôm nay the last few days

nóng hot

thế so

đi chơi to go out, walk around

  đi chơi xa to leave the town to relax

ngoại thành suburbs, outskirts

biển sea, ocean

núi mountain

có lẽ probably, perhaps

nên should

bóng bàn table tennis

 GRAMMAR NOTES

1. The conjunction **mà** "but" is used to link two statements or facts, the second of which is opposite
   to the first one:

   Chiếc xe này đắt mà không tốt. This car is expensive, but isn't good.

   Tuần sau thi mà bây giờ anh ấy chưa bắt đầu chuẩn bị. The exam will be held next week, but he has
   not yet started preparing for it.

   The conjunction **mà** may be replaced by the conjunction **nhưng**, but **mà** has more emphatic sense
   than the conjunction **nhưng**:

   Món ấy đắt mà/nhưng không ngon. That dish is expensive, but doesn't taste good.

2. The interrogative word **đâu?** "where" is used for verbs of motion:

   Anh đi đâu đấy? Where are you going?

   The interrogative word **ở đâu?** is used for verbs denoting location (Lesson Two):

   Anh làm việc ở đâu? Where are you working?

3. When the negation is emphasized, the following construction is used:

   > NEGATION + VERB + INTERROGATIVE WORD + [CẢ]

   Anh ấy không hiểu gì [cả]. He understands nothing./He doesn't understand anything.

   Hôm qua tôi không đi đâu [cả]. Yesterday I went nowhere./Yesterday I didn't go anywhere.

   Tôi chưa ăn cơm Việt Nam bao giờ [cả]. I have never eaten Vietnamese food.

   In this construction the particle **cả** placed at the end of the negative statement is optional. **Hết** with this meaning is used in the Saigon dialect. The interrogative word **bao giờ** or **khi nào** may have a different position in the sentence:

   Tôi chưa bao giờ/khi nào ăn cơm Việt Nam [cả].

   The questions are formed by using the frame construction along with the interrogative word:

   Anh có đi đâu không? Are you going anywhere?

   Không, tôi không đi đâu cả. No, I am not going anywhere.

   Such a question actually contains two questions: 1) **Anh có đi không?** and 2) **Anh đi đâu?**

4. The *prepositions* of time **trước** "before," **trong** "in, within, during," **sau** "after," and the *conjunctions* of time **trước khi** "before," **trong khi** "while, as," **sau khi** "after," and **khi** "when, while, as":

   Trước vs. **trước khi:**

   Trước giờ học, chúng tôi nói chuyện với nhau rất lâu. Before class, we talked to each other for a long time.

   Trước khi đi ngủ, tôi thường nghe nhạc. Before I go to sleep, I usually listen to music.

   Trong vs. **trong khi:**

   Trong giờ học, chúng tôi tập nói tiếng Việt rất nhiều. In/during class we practice speaking Vietnamese a lot.

   Trong khi tôi học, anh ấy nghe nhạc. When/while I study, he listens to music.

   Sau vs. **sau khi:**

   Sau giờ học, tôi thường đi thư viện học bài. After class, I usually go to the library to study.

Sau khi làm bài xong, tôi đi chơi. After I finished my homework, I went to relax.

Khi:

Khi tôi học lớp 12 trung học, anh tôi vào đại học. When I was a twelveth-grade student in high school, my brother was admitted to college.

In Vietnamese the *prepositions* **trước, trong, sau** are always followed by a noun, while the *conjunctions* **trước khi, trong khi, sau khi** and **khi** precede a verb or a clause, whereas in English "before" and "after" may function as prepositions (**trước, sau**) or as conjunctions (**trước khi, sau khi**).

At the beginning of the main clause, which follows the subordinate clause, the conjunction **thì** may be used: **Khi tôi học lớp 12 trung học thì anh tôi vào đại học.** The meaning of the sentence remains the same.

5.   The conjunction **nếu** introduces a clause expressing a condition:

Nếu tối nay tôi làm bài xong sớm, tôi sẽ xem ti vi trước khi đi ngủ. If I finish my homework early tonight, I will watch TV before going to sleep.

The conjunction **thì** "then" may optionally be placed at the beginning of the main clause, following the subordinate clause: **Nếu tối nay làm bài xong sớm thì tôi sẽ xem ti vi trước khi đi ngủ.**

The conjunction **nếu** expresses only *conditionality*. In order to convey the English conjunction "if" in the sense of "whether … [or not]," Vietnamese uses a different construction:

(a) **Tôi không biết ngày mai anh ấy có đến không.** I don't know if he will come tomorrow.

(b) **Chị ấy hỏi tôi tuần trước chúng tôi đã thi môn tiếng Việt chưa.** She asked me whether we took the Vietnamese language exam last week or not.

Có … không is used for the present or future tense, as in sentence (a), and **đã … chưa** is used for the past tense, as in sentence (b).

6.   The modal verbs **muốn, có thể, cần, phải, nên** are placed before another verb.

6.1. The verb **muốn** means "to want":

Tôi muốn xem bộ phim ấy. I want to watch that movie.

Unlike the English verb "to want," which can stand alone as a notional verb (I want a cup of coffee.), the Vietnamese verb **muốn** in most cases is used before another verb.

6.2. The verb **có thể** "can," "may," "to be able" is used to express:
(1) possibility:

Tháng giêng ở Hà Nội có thể rất lạnh "cold." January in Hanoi can be very cold.

(2) ability of the subject to do something:

Bạn tôi có thể nói tiếng Pháp. My friend can speak French.

(3) permission:

> **Ngày mai anh có thể đến muộn mấy phút.** Tomorrow you can/may come a few minutes late.

The negative form of **có thể** is **không thể** (**có** is omitted):

> **Ngày mai tôi không thể đến thăm anh ấy.** Tomorrow I can't come to visit him.

6.3. The verb **phải** "should," must," to have to" is used to express:
(1) the subject's obligation or duty:

> **Các bạn phải tập nói tiếng Việt nhiều.** You should practice speaking Vietnamese frequently.

(2) obligation imposed by the speaker:

> **Anh phải làm lại bài này.** You must do this drill again.

(3) external obligation:

> **Chúng tôi định đi chơi nhưng mưa to quá, chúng tôi phải ở nhà.** We had planned to go out, but since it was raining heavily, we had to stay at home.

6.4. The verb **cần** "need" is used to denote the necessity of an action which must be done:

> **Tôi cần nói chuyện với anh.** I need to talk to you.

The verb **cần** may be used in combination with the verb **phải** to emphasize the necessity:

> **Tôi cần phải nói chuyện với anh.** I really need to talk to you.

Like the English verb "to need," the Vietnamese verb **cần** may be used as an ordinary (notional) verb, that is, it may be used alone, without another verb:

> **Tôi cần một quyển từ điển.** I need a dictionary.

6.5. The verb **nên** "should," "ought to" is used to express advice:

> **Quyển sách này hay lắm. Anh nên đọc.** This book is very good. You should/ought to read it.

7. Four verbs of motion, **ra**, **đi**, **lại**, **lên**, may follow adjectives as modifiers to indicate changes in quality or state of the subject: **béo ra** "to get fat," **gày đi** "to get thin," **ngắn lại** "to become shorter," **lớn lên** "to grow up," etc. The meanings of both the verb and the adjective determine which modifier follows the adjective; the modifier used may depend on the habitual usage of particular speakers.

NOTES ON USAGE

1. The particle **đấy** (**đó** in the Southern dialect) is used at the end of an assertive statement to empha-size that the fact is real:

    Anh ấy đến rồi đấy. He did in fact arrive.

2. The adverbs of degree **hơi** "a little, a bit" and **khá** "rather, pretty" are used before adjectives to denote degree, with **khá** denoting a higher degree than **hơi**. **Khá** may be used before either "favorable" or "unfavorable" adjectives, from the speaker's point of view: **khá đẹp** "rather beautiful," **khá lạnh** "pretty cold," **khá tốt** "rather good/well," **khá nóng** "pretty hot," etc. **Hơi** in most cases is used only before "unfavorable" adjectives: **hơi xấu** "a little ugly," **hơi lạnh** "a little cold," **hơi nóng** "a bit hot," **hơi chậm** "a little slow," **hơi kém** "a little weak," etc.

3. The adverb of degree **thế** (**vậy** in the Southern dialect) "so, to such a degree" is used at the end of the sentence after an adjective to indicate both a high degree and some surprise on behalf of the speaker:

    Ở đây nóng thế! It's so hot here!

    Sao hôm nay anh đến muộn thế? Why did you come today so late?

4. Both **thời gian** and **thì giờ** are used in the sense of "time," but the noun **thời gian** may be used in different meanings of "time," while the noun **thì giờ** emphasizes the period of time necessary for performing an action:

    Thời gian không đợi chúng ta. Time does not await us.

    Tôi không có thời gian/thì giờ đọc báo hàng ngày. I don't have time to read newspapers every day.

5. The adjectives **xa** "far" and **gần** "close, near" are used before nouns without any prepositions:

    Nhà tôi xa trường nhưng gần bến xe buýt. My house is *far away from* the university, but *close to* the bus stop.

6. The verbs **tập**, **chơi** and **đánh** are used for sports activities. They are, however, not always inter-changeable. Both **tập** and **chơi** are used with many sports games, and with the word **thể thao**. **Tập** usually implies regular training and maybe with the assistance of a coach, whereas **chơi** refers to a leisure activity. **Đánh** is placed before the sports in which a ball, a puck or a shuttlecock is used.

tập/chơi	thể thao	đánh	bóng bàn
	bóng bàn		bóng rổ
	bóng rổ "basketball"		bóng chuyền
	bóng chuyền "volleyball"		quần vợt
	quần vợt		cầu lông
	cầu lông "badminton"		

Only **tập** is used for **chạy** "to run," **bơi** "to swim," **thể dục** "to exercise," **yoga**, **võ** "martial arts."

DRILLS

A. Combine the following sentences into one, using the word **mà**. Be careful with the order of the clauses. When the subject in both parts of a sentence is the same, it is used only once in the first part.

1. Trời hôm nay lạnh. Anh ấy tập chạy gần bờ sông.
2. Chiếc xe này đắt. Chiếc xe này không tốt.
3. Mấy quả chuối này to. Anh ấy có thể ăn năm quả.
4. Tôi vẫn không hiểu. Cô giáo giảng nhiều lần.
5. Cô ấy mới bắt đầu học tiếng Việt cách đây 4 tháng. Cô ấy nói tiếng Việt rất khá.
6. Trời còn lạnh. Bây giờ đã là tháng 3 rồi.
7. Anh ấy lái xe trong thành phố. Anh ấy đi nhanh quá.
8. Bạn tôi đi xe đạp đi học. Trời mưa to.
9. Ngôi nhà ấy cũ. Họ bán đắt quá nên không bán được.
10. Quyển từ điển đó không có từ ấy. Quyển từ điển đó rất mới.
11. Chỗ ấy xa lắm. Họ định đi bộ đến đấy.
12. Ông ấy già rồi. Ông ấy chưa muốn về hưu.
13. Hùng vừa mới uống nhiều bia lắm. Anh ấy định lái xe đi Mũi Né.
14. Nhiều người nói món này ngon lắm. Tôi chưa ăn.
15. Tôi không biết phố ấy ở đâu. Tôi sống ở thành phố này lâu rồi.

B. Complete the following sentences.

1. Bài ấy khó lắm mà _____
2. Bạn tôi học ít mà _____
3. Bây giờ muộn rồi mà _____
4. Bà ấy sang Mỹ lâu lắm rồi mà _____
5. Tôi mời anh ấy nhiều lần mà _____
6. Hiệu sách này lớn nhất ở đây mà _____
7. Học kỳ này tôi học năm môn mà _____
8. Bạn tôi sắp tốt nghiệp rồi mà _____
9. Họ ở xa lắm mà _____
10. Năm nay cô ấy gần 40 rồi mà _____

C. Fill in the blanks in the following sentences with the interrogative words **gì, nào, ai, bao giờ**.

1. **Tôi chưa _____ đi Sài Gòn.**
2. **Họ không thích phim _____ cả.**
3. **Tôi không muốn uống _____ cả.**
4. **Bạn tôi không tập môn thể thao _____ cả.**
5. **Họ không mời _____ đến họp cả.**
6. **Anh ấy chưa đi du lịch sang châu Âu "Europe"_____ cả.**
7. **Họ không giới thiệu chúng tôi với _____ ở trường đó cả.**
8. **Tôi chưa đi tập thể thao ở đấy lần _____ .**
9. **Giờ học hôm nay không _____ vắng mặt.**
10. **Gần đây không có bưu điện _____ cả.**
11. **Anh ấy chưa học ngoại ngữ _____ cả.**
12. **Cậu có định gọi điện cho _____ không?**
13. **Tôi chưa gặp bác sĩ Đức lần _____ .**
14. **Bạn tôi chưa _____ uống bia Việt Nam cả.**
15. **Cô ấy chưa chuẩn bị _____ để ăn sinh nhật cả.**
16. **Chúng tôi chưa nghe giáo sư ấy giảng _____ .**
17. **Hôm nay cô giáo không giao bài tập _____ về nhà cả.**
18. **Ở đây chưa _____ mưa nhiều như năm nay.**

D. Change the following sentences into negative sentences.

EXAMPLE   **Tôi thích quyển sách này.** → **Tôi không thích quyển sách nào cả.**

1. **Chúng tôi thấy ngôi nhà kia.**
2. **Cô ấy mua nhiều sách ở hiệu sách đó.**
3. **Sinh viên trường trung học này học hai ngoại ngữ.**
4. **Tôi đã đi Huế mấy lần rồi.**
5. **Thứ bảy và chủ nhật này họ định đi chơi xa.**
6. **Tôi có cuốn từ điển ấy rồi.**
7. **Anh ấy mời nhiều người đến ăn sinh nhật.**
8. **Cô ấy cám ơn chúng tôi.**
9. **Tôi xem phim ấy hai lần rồi.**
10. **Anh ấy chuyên về toán.**
11. **Họ đi thăm nhiều thành phố ở đây.**
12. **Tôi quen nhiều người ở trường này.**
13. **Hôm qua chúng tôi gặp họ ở thư viện.**
14. **Tuần sau sinh viên thi ba môn.**
15. **Anh ấy nhớ nhiều từ lắm.**
16. **Cô ấy giới thiệu tôi với các bạn học cùng với cô ấy.**
17. **Sáng nay tôi ăn rồi.**
18. **Tôi đã lái xe từ Boston đi Los Angeles một lần rồi.**
19. **Nhà tôi gần nhiều bến xe buýt "bus stop."**
20. **Chúng tôi đã làm việc với bà ấy rồi.**

E.   Give negative answers to the following questions.

1. Anh có biết gì về ông ấy không?

2. Chị đã đi Nha Trang bao giờ chưa?

3. Anh có định mua gì ở hiệu sách này không?

4. Chị có biết ai ở công ty đó không?

5. Chị đã bao giờ dùng "to use" đũa "chop-sticks" ăn cơm chưa?

6. Anh đã lái xe ở Hà Nội bao giờ chưa?

7. Chúng ta có phải chờ ai không?

8. Chị có gọi điện thoại cho ai không?

9. Anh đã đi Đà Lạt bao giờ chưa?

10. Cậu có muốn ăn gì bây giờ không?

11. Chị đã bao giờ ăn cơm Ý chưa?

12. Hôm qua anh có gặp ai ở đấy không?

13. Chủ nhật tuần này anh có định đi đâu không?

14. Chị có thích quyển nào không?

15. Anh có quen ai ở trung tâm nghiên cứu đó không?

16. Tuần này cậu có thi môn nào không?

17. Các anh đã xem bộ phim ấy lần nào chưa?

18. Chị có thích món nào ở hiệu ăn ấy không?

F.   Fill in the blanks with **trước, trước khi, trong, trong khi, sau, sau khi, khi.**

1. _____ buổi họp tối qua, chúng tôi nói chuyện khá lâu với ông ấy.

2. Anh tôi lấy vợ _____ tôi đang thực tập ở Hà Nội.

3. Tôi giới thiệu bạn tôi với em tôi _____ buổi khiêu vũ "to dance; dancing" bắt đầu.

4. _____ tuần sau mình thi ba môn.

5. Bạn tôi thích nghe đài _____ lái xe.

6. _____ ở đây lạnh thì ở Úc "Australia" nóng lắm.

7. Giáo sư Dũng từ Việt Nam sang đây _____ năm học mới bắt đầu.

8. _____ về hưu, bà ấy có nhiều thì giờ viết sách.

9. Tôi học được rất nhiều _____ làm việc cho văn phòng của ông ấy.

10. _____ giờ học, tôi thường ôn từ mới.

11. Tôi làm quen với cô ấy _____ đang học năm thứ ba.

12. _____ làm bài tập về nhà, tôi qua phòng học tiếng nghe CD.

13. Mình sẽ lại phòng cậu _____ ăn tối xong.

14. Tôi thường học từ mới _____ làm bài tập.

15. Họ về đến nhà _____ mùng một tháng giêng.

16. _____ thành lập, trung tâm ấy cần nhiều người chuyên về máy vi tính.

17. _____ giờ học cuối cùng của học kỳ một, chúng tôi nói chuyện về Tết "New Year" **Việt Nam.**

18. _____ làm cơm xong, Lan gọi điện mời chúng tôi đến ăn.

G. Complete the following sentences.

1. Trước khi đi ngủ, tôi thường _____
2. Sau giờ học, chúng tôi _____
3. Trong khi tôi học đại học thì _____
4. Tôi đến chào ông ấy trước khi _____
5. Trong tháng này _____
6. Khi tôi ra phố thì _____
7. Trong khi tôi đứng đợi anh ấy ở bến xe buýt thì _____
8. Trước khi đi Việt Nam thực tập, _____
9. Sau buổi họp, _____
10. _____ trước khi làm quen với anh ấy.
11. Anh ấy mở nhạc rất to trong khi _____
12. Trước giờ học này _____
13. Khi chúng tôi vào lớp thì _____
14. Trước khi đi xem phim, _____
15. Trong khi uống bia, _____
16. Chúng tôi tổ chức dạ vũ sau khi _____
17. Sau khi nghỉ đông, _____
18. _____ trước buổi tập bóng.
19. Trong năm học trước, _____
20. Sau khi tốt nghiệp trường y "medicine, medical," _____

H. Combine the following sentences into one, using the conjunction **nếu**. Be careful with the order of the clauses.

1. Tôi làm việc xong sớm. Tôi sẽ gọi điện cho anh rồi chúng ta cùng đi ăn hiệu.
2. Bạn tập thể thao. Bạn sẽ rất khoẻ.
3. Ngày mai có bài kiểm tra. Hôm nay phải ôn bài.
4. Anh phải chữa bài của anh. Bài của anh có nhiều lỗi.
5. Bây giờ anh chưa đi. Anh sẽ đi học muộn.
6. Cậu vừa mới uống bia. Cậu không nên lái xe.
7. Anh mua cho tôi cuốn sách ấy. Anh ra hiệu sách.
8. Em tôi được vào trường Đại học Bách khoa. Em tôi sẽ chuyên về máy vi tính.
9. Anh đừng đợi cô ấy. Hôm nay cô ấy lại đến muộn.
10. Chị chưa quen bạn tôi. Tôi giới thiệu chị với anh ấy.

I. Complete the following sentences.

1. **Nếu thứ bảy chủ nhật tuần này không bận thì** _____

2. _____ **nếu tôi được gặp giáo sư nổi tiếng ấy.**

3. _____ **thì tháng này anh phải viết xong luận án.**

4. **Nếu sang năm, sau khi tốt nghiệp, tôi không có đủ** "enough" **tiền** "money" **học cao học thì**

    _____

5. _____ **thì chúng ta sẽ không thể đi chơi xa.**

6. _____ **nếu ở đấy đông người quá.**

7. **Nếu hàng ngày anh tập bơi thì** _____

8. _____ **thì chị nên nói chuyện với giáo sư Thắng.**

9. **Nếu cậu đạp xe** "to ride a bicycle" **đi học thì** _____

10. _____ **nếu anh lái xe nhanh quá.**

11. **Nếu tôi có nhiều tiền thì** _____

12. _____ **thì cậu phải chuẩn bị từ bây giờ.**

J. Complete the following sentences, using the English clauses given in the parentheses. Pay attention to the tenses.

1. **Chúng tôi không biết** (if they can go with us tomorrow).

2. **Tôi muốn hỏi Hùng** (if our class started studying that lesson).

3. **Tôi không biết** (whether Hải remembers her phone number "**số điện thoại**" or not).

4. **Chúng tôi định hỏi** (if he bought the new Vietnamese-English dictionary).

5. **Anh ấy muốn hỏi cô thư ký** (if he may use that computer).

6. **Tôi chưa biết** (whether my friend goes home to visit his family for summer vacation).

7. **Thắng hỏi tôi** (if I sent the letter to the company's office in Hanoi).

8. **Tôi không biết** (whether she defended her dissertation or not).

K. Replace the modal verbs in the following sentences by the verbs given in the parentheses. Pay attention to the changes in meaning of the sentences.

1. **Tôi muốn đọc báo hôm nay có bài** "article" **về Việt Nam.** (cần)

2. **Cậu nên gặp cô ấy xin lỗi.** (phải)

3. **Tôi phải ôn bài cũ, chuẩn bị thi môn này.** (cần)

4. **Chị có thể đi bệnh viện hôm nay.** (phải)

5. **Tôi không định đi đâu, tôi phải ở nhà chờ điện thoại của cô ấy.** (muốn)

6. **Chúng ta không nên hỏi anh ấy về việc này.** (cần phải)

7. **Anh không thể đi đến đấy bây giờ.** (không nên)

8. **Cô có muốn dùng chiếc máy vi tính này không?** (cần)

L. Fill in the blanks with the modal verbs **muốn, có thể, phải, cần, cần phải, nên**. Indicate the sentences where two or more modal verbs are possible and how the meanings of the sentences change.

1. Anh ấy _____ hiểu tiếng Pháp và tiếng Tây Ban Nha.

2. Cậu vừa mới uống bia, cậu không _____ lái xe.

3. Tôi được thư anh ấy lâu rồi, bây giờ tôi _____ trả lời.

4. Tháng này ở Huế _____ mưa nhiều lắm.

5. Anh đang viết luận án về lịch sử Việt Nam, anh _____ đọc mấy quyển này.

6. Chúng ta làm xong việc rồi, hôm nay chúng ta _____ nghỉ ở nhà.

7. Bài này nhiều từ mới và khó quá, tôi không _____ nhớ.

8. Các cậu _____ mời Ngọc đi đánh bóng chuyền, cô ấy đánh giỏi lắm.

9. Nghỉ đông sắp tới, chúng ta _____ lại thăm ông ấy. Lâu lắm rồi chúng ta không gặp ông ấy.

10. Buổi họp tối mai các anh _____ đến đúng giờ "on time," đừng ai đến muộn nhé!

11. Tôi _____ gọi điện thoại bây giờ. Ở đâu _____ gọi điện thoại đi Sài Gòn?

12. Nếu cậu _____ thi tốt thì cậu _____ chuẩn bị từ hôm nay.

13. Sáng nay tôi định đạp xe đi học nhưng trời lạnh quá, tôi _____ đi bộ "to walk, go on foot."

14. Bà ấy nói nhanh quá, tôi không _____ hiểu bà ấy định nói gì.

15. Hôm nay anh có _____ đi đâu không?

M. Complete the following sentences with **hơi** or **khá**, using the English phrases given in the parentheses.

1. **Tôi thấy bài này** (a little difficult).

2. **Bạn tôi** (pretty good) **toán.**

3. **Chiếc xe ấy** (pretty expensive), **tôi không có đủ tiền mua.**

4. **Quyển từ điển này** (a bit old), **không thể dùng đọc báo Việt Nam.**

5. **Ngôi nhà ấy** (a little big), **chúng ta không cần ngôi nhà lớn như thế.**

6. **Bài kiểm tra của tôi** (rather a lot) **lỗi.**

7. **Cậu đi** (a bit slowly), **chúng ta sẽ đến họp muộn.**

8. **Anh ấy học** (a bit little), **thi không tốt.**

9. **Giáo sư ấy** (pretty popular "nổi tiếng") **ở trường đại học này.**

10. **Ông ấy nói** (a little fast), **tôi chưa hiểu ông ấy định nói gì.**

11. **Anh ấy thường lái xe** (a bit fast).

12. **Hôm nay** (a little cold), **anh không nên đi xe đạp đi học.**

13. **Bà ấy nói** (a little loudly).

14. **Luận án của anh ấy** (rather interesting).

15. **Bài báo ấy** (pretty long "dài"), **tôi đọc lâu lắm.**

16. **Chúng tôi đến bến xe buýt** (a little late), **xe buýt đã đi rồi.**

17. **Nửa tiếng trước khi buổi họp bắt đầu, trong phòng đã** (rather crowded).

18. **Đêm qua tôi ngủ ít, bây giờ** (a little tired **mệt**).

19. **Tôi không thích cái áo này, nó** (a bit short).

EXERCISES

1. A invites B, a friend of his, to his birthday party. Complete the following conversation.

    A: **Mời** _____

    B: **Bao giờ?**

    A: _____

    B: **Mình muốn đến cùng với một người bạn, có tiện không?**

    A: **Tiện lắm! Cậu cứ** _____

2. A and B have just finished a game of tennis. They both feel tired and thirsty. A makes an offer. Complete the following conversation.

    A: _____ **đi uống bia nhé!**

    B: **Nếu** _____ **Mình muốn ngồi đây nghỉ mấy phút.**

    A: _____

3. A watched a movie about Vietnam. He recommends that B see the movie, because B specializes in Vietnamese studies. Complete the following conversation.

    A: _____

    B: **Chị xem phim ấy ở đâu?**

    A: _____

Một rạp chiếu phim ở Hà Nội
A movie theater in Hà Nội

4. Prepare with your partner the following dialogue, then perform the dialogue for the class. Independent learners may practice both roles, then read the roleplay aloud, alternating between the roles for extra practice.

A and B are both students in the same class, but from different cities. They don't know each other very well, but A hopes that by inviting B over for dinner, they can become better acquainted.

A	B
1. greets B	1. greets A
2. invites B	2. accepts invitation
3. gives time and location	3. disagrees with the time, suggests alternate time
4. agrees	4. expresses pleasure, thanks A
5. acknowledges thanks, gives directions to location	

 NARRATIVE

Trước đây, khi người Việt Nam còn làm việc sáu ngày một tuần, chỉ nghỉ ngày chủ nhật thôi, vui chơi giải trí vào ngày nghỉ chưa phải là vấn đề lớn. Từ giữa những năm chín mươi người Việt Nam bắt đầu làm việc năm ngày một tuần, nghỉ hai ngày thứ bảy và chủ nhật. Mức sống cao hơn, vui chơi giải trí vào hai ngày nghỉ trở thành vấn đề lớn đối với nhiều người, trước hết là ở các thành phố lớn. Đi đâu? Làm gì trong hai ngày nghỉ ấy?

Vì nhiều gia đình Việt Nam ở các thành phố lớn không còn đi chợ hằng ngày nên những gia đình ấy phải tranh thủ thời gian trong hai ngày nghỉ để đi chợ cho cả tuần. Sau đó, họ nghĩ đến chuyện vui chơi giải trí hay tham gia các hoạt động thể thao. Những người lớn tuổi tập thể dục hằng ngày, vào ngày nghỉ tập nhiều hơn, lâu hơn. Phần lớn những người này tập thể dục trên bờ hồ, bờ sông hay trong công viên ở giữa thành phố. Có nhiều thanh niên cũng tập thể dục, tập chạy hay chơi cầu lông ở những nơi ấy. Một số khác tập thể thao ở câu lạc bộ, ở sân vận động hay ở bể bơi. Một hoạt động khác thu hút nhiều người tham gia là khiêu vũ. Vào buổi tối thứ bảy hay chủ nhật, một số người lớn tuổi đến các lớp hay câu lạc bộ khiêu vũ, còn thanh niên thì có nhiều nơi khác nhau để khiêu vũ.

Những gia đình có trẻ con cho con đi chơi ở công viên, ở vườn bách thú, vườn bách thảo hay đi xem phim. Qua đó, bố mẹ có dịp tiếp xúc nhiều hơn với con. Cũng có gia đình đưa con đến các lớp thể thao, lớp nhạc hay lớp vẽ, vì thứ bảy chủ nhật các cháu có nhiều thời gian tham gia các hoạt động ngoại khoá hơn. Trong tuần, các cháu phải học rất nhiều: học ở trường, học ở nhà, học ban ngày, học vào buổi tối nữa.

Trong những năm gần đây, dịch vụ du lịch phát triển. Đường cao tốc nối các thành phố lớn với các điểm du lịch. Một số gia đình có ô tô riêng có thể lái xe đi ra biển hay đi lên núi. Một số ít gia đình có nhà nghỉ ở nông thôn, chiều thứ sáu lái xe đến đấy, chiều tối chủ nhật lái về. Nhà nghỉ ở nông thôn thường cách thành phố vài chục cây số. Lái xe trên đường cao tốc mất khoảng một tiếng, nhưng khi đường tắc lái xe có thể mất đến hai, ba tiếng.

VOCABULARY

trước đây before, formerly
chỉ ... thôi only
vui chơi giải trí entertainment
ngày nghỉ day off
vấn đề problem, issue
giữa middle
những năm chín mươi the 1990s
    từ giữa những năm chín mươi since the
    mid-1990s
mức sống living standard
trở thành to become
đối với for, to
trước hết first of all
vì because
nên so
để in order to
sau đó then, after that
nghĩ đến to think about
chuyện prefix turning a verb into a noun
tham gia to take part, participate
hoạt động activity
những người lớn tuổi old people
thể dục exercises
    tập thể dục to exercise
phần lớn most
trên on
hồ lake
công viên park
thanh niên young people
câu lạc bộ club
sân vận động stadium

bể bơi swimming pool
thu hút to attract
khác nhau different, various
trẻ con (collective noun) children
vườn garden
    vườn bách thú zoo
    vườn bách thảo botanical garden
qua đó by that means, thereby
dịp chance, opportunity
tiếp xúc to communicate
các cháu children
ngoại khoá extracurricular
gần đây recent
dịch vụ service
phát triển to develop
đường cao tốc highway
nối to connect, link
điểm point
    điểm du lịch point of interest, tourist
    attraction
một số some, several
riêng separate, private, own
nhà nghỉ cottage
nông thôn countryside
cách to be distant from
vài several
chục dozen
cây số kilometer
mất to take time to do something
tắc congested
    đường tắc roads are congested

 GRAMMAR NOTES

1. Locational terms **trên** "on top of," **dưới** "under, below, underneath," **trong** "inside of," **ngoài** "outside of," **giữa** "in the middle of," **trước** "in front of," **sau** "behind" describe the locations where an action takes place or where a subject is located. In most cases they function as prepositions:

    Trên bàn có nhiều sách báo. There are a lot of books and newspapers on the table.

    Phòng họ ở dưới phòng chúng tôi. Their apartment is below ours.

Đường phố ở ngoại thành Hà Nội
A street on the outskirts of Hà Nội

Trong phòng có nhiều người. There are many people in the room.

Ngoài phố hôm nay lạnh lắm. It is cold outside today.

Giữa vườn có một cây cam. There is an orange tree in the middle of the garden.

Tôi gặp anh ấy trước thư viện. I saw him in front of the library.

Xe chúng tôi chạy sau xe họ. Our car travels behind their car.

Several locational terms may function as nouns:

Ngoài ấy có lạnh lắm không? Is it cold out there?

Vâng, ngoài này lạnh lắm. Yes, it is very cold out here.

The location of the speaker determines which locational term is used in a particular situation. For instance, the English phrase "in the garden" can be **trong vườn**, if the speaker is outside of the house, on the street, and can be **ngoài vườn**, if the speaker is inside of the house.

There is some specific usage of the locational terms with geographic names in Vietnam. When the speaker is in the North and is talking about a place in the South, he/she says: **trong Sài Gòn** "in Saigon," **trong Cần Thơ** "in Can Tho," and accordingly, **vào Sài Gòn** "to go to Saigon," **vào Cần Thơ** "to go to Can Tho." When the speaker is in the South and is talking about a place in the North, he/she says: **ngoài Hà Nội** "in Hanoi," **ngoài Hải Phòng** "in Hai Phong," and accordingly, **ra Hà Nội** "to go to Hanoi," **ra Hải Phòng** "to go to Hai Phong."

2. The verb **cách** is used to denote a distance between two places:

    Hà Nội cách Hải Phòng 105 ki-lô-mét. Hanoi is 105 kilometers from Hai Phong.

    Bưu điện cách đây không xa. The post office is not far from here.

The interrogative word **bao xa?** is placed at the end of the question to express the meaning "how far?":

    Huế cách Hà Nội bao xa? How far is Hue from Hanoi?

3. The verb **mất**, literally meaning "to lose," is used to convey the English construction "It takes some time to do something":

    Đi bộ từ đây đến bến xe buýt mất 10 phút. It takes ten minutes to walk from here to the bus stop.

    Tôi đọc quyển sách này mất hai ngày. It took me two days to read this book.

The interrogative word **mất bao lâu?** is placed at the end of the question to express the meaning "how long does it take?":

    Lái xe từ đây đến thành phố New York mất bao lâu? How long does it take to drive from here to New York City?

4. A clause of reason is introduced by the conjunction **vì**:

    Hôm nay tôi mệt vì tôi làm việc nhiều. I am tired today because I worked a lot.

When a clause of reason precedes the clause of result, the correlative conjunction **nên/cho nên** may be used to introduce the clause of result:

    Vì hôm nay tôi làm việc nhiều nên/cho nên bây giờ tôi rất mệt. Because I have worked a lot today, I am really tired now.

When **vì** is not used in the clause, which indicates the reason and comes first, the conjunction **nên/cho nên**, meaning "so," introduces the clause of result:

    Hôm nay tôi làm việc nhiều nên/cho nên bây giờ tôi rất mệt. I have worked a lot today, so I am really tired now.

A question "why?" is introduced by the interrogative words **vì sao?** and **tại sao?** or **sao?**:

    Vì sao/tại sao/sao anh đến muộn thế? Why are you so late?

    Tôi đến muộn vì tôi phải chờ xe buýt rất lâu. I am late because I had to wait for the bus a long time.

5. The word **nữa**, placed at the end of the sentence, expresses the meaning "in addition to what has been done already":

    Tôi muốn mua một quyển sách nữa. I want to buy one more book.

The word **còn**, placed before the verb, may be used to emphasize the sense of addition:

    Tôi còn muốn mua một quyển sách nữa. I want to buy one *more* book.

The word **ngoài ra** "in addition, additionally" can be used before the sentence which contains **còn ... nữa**:

Ngoài ra, tôi còn mua một quyển sách nữa. In addition, I also bought a book.

When placed at the end of a negative sentence, **nữa** is used in the sense that the action does not continue any more (longer):

Tôi không muốn xem ti vi nữa. I don't want to watch TV any more (longer).

6. A clause of purpose can be introduced by the conjunction **để** "in order to":

Sinh viên đến sớm để có thì giờ chuẩn bị kiểm tra. The students come early in order to have more time to prepare for the test.

However, in most cases when the subject for several actions is the same, the conjunction **để** is not used:

Tôi ra bưu điện gửi thư. I went to the post office to send a letter.

The interrogative **[để] làm gì?** is placed at the end of the question to convey the sense "for what purpose?":

Anh đi Hà Nội [để] làm gì? Why (for what purpose) do you go to Hanoi?

Note that the English "why" does not distinguish between the reason and the purpose, which can be clear only from the context. For instance, "Why were you late?" (For what reason?) vs. "Why did you buy these books?" (For what purpose?) Vietnamese uses "**tại sao?**", "**vì sao?**" and "**sao?**" for the *reason* only, and uses "**[để] làm gì?**" for the *purpose*. The above mentioned English questions correspond to two different question words in Vietnamese: "**Tại sao/Vì sao/Sao chị đến muộn thế?**" and "**Chị mua những cuốn sách này [để] làm gì?**"

7. The construction **chỉ ... thôi** "only" is used with the restrictive meaning. **Chỉ** is placed after the subject and before the predicate, while **thôi** is always placed at the end of the sentence:

Học kỳ này tôi chỉ học bốn môn thôi. This semester I am only taking four subjects.

DRILLS

A. Give answers to the following questions, using the phrases given in the parentheses.

1. **Báo mới ở đâu?** (on the table)
2. **Bạn anh đang làm việc ở đâu?** (in Hanoi)
3. **Các cháu chơi ở đâu?** (on the street)
4. **Thư viện ở đâu?** (in front of that tall building)
5. **Hôm qua anh gặp Dũng ở đâu?** (inside of the bookstore)
6. **Cô Lan ngồi đâu?** (behind you)
7. **Họ họp ở đâu?** (in the classroom)

8. **Thành phố Hà Nội nằm ở đâu?** (on the Red river **sông Hồng**)

9. **Bài kiểm tra của tôi đâu?** (under the dictionary)

10. **Họ nghe nhạc ở đâu?** (on the second floor)

11. **Bệnh viện ấy ở đâu?** (in the middle of the city)

12. **Nhà ăn của ký túc xá ở tầng mấy?** (downstairs, on the first floor)

13. **Văn phòng của công ty đó ở đâu?** (in Saigon)

14. **Tuần sau họ định đi đâu?** (Nha Trang)

15. **Các anh đi đâu đấy?** (to the station **ga**)

16. **Anh thích lái xe ở đâu?** (on the highway)

17. **Cậu xem phim ấy ở đâu?** (on TV)

18. **Xe của anh đâu?** (behind the market)

19. **Họ đang khiêu vũ ở đâu?** (inside the club)

B.   Give answers to the following questions, using the phrases given in the parentheses.

1. **Thành phố Thanh Hoá cách Hà Nội bao xa?** (khoảng 180 ki-lô-mét)

2. **Nha Trang cách Sài Gòn bao nhiêu cây số?** (440)

3. **Bưu điện cách đây bao xa?** (nửa cây số)

4. **Hà Nội cách Hải Phòng bao nhiêu ki-lô-mét?** (hơn 100)

5. **Bưu điện cách ga bao xa?** (khoảng 300 mét)

6. **Ký túc xá "dormitory" của bạn cách lớp học có xa không?** (gần lắm, đi bộ mất 10 phút)

7. **Hồng Công cách Hải Phòng bao xa?** (900 ki-lô-mét)

8. **Họ ở có gần đây không?** (gần lắm, lái xe mất 10 phút)

9. **Los Angeles cách thành phố New York bao xa?** (khoảng 4 500 cây số)

10. **Chợ Tân Định có xa đây không?** (khá xa, đi xe máy mất 15 phút)

11. **Đi ô tô từ Sài Gòn xuống Cần Thơ mất bao lâu?** (khoảng 2 tiếng)

12. **Họ chữa xe của cậu mất bao lâu?** (2 ngày)

13. **Anh làm việc ấy mất bao lâu?** (1 tuần)

14. **Hôm nay cô giáo chữa lỗi trong bài kiểm tra mất bao lâu?** (nửa tiếng)

15. **Lái xe từ đây đến Đà Lạt mất bao lâu?** (hơn 8 tiếng)

16. **Các anh chuẩn bị thi học kỳ một mất bao lâu?** (2 tuần)

17. **Chị nấu "to cook" món này mất bao lâu?** (1 tiếng)

18. **Đi máy bay từ Hà Nội vào Sài Gòn mất bao lâu?** (gần 2 tiếng)

19. **Cô ấy viết luận án mất bao lâu?** (2 năm)

20. **Anh dịch "to translate" bài ấy mất bao lâu?** (nửa ngày)

C.   Combine the following sentences, using the conjunctions **vì, nên, cho nên.**

1. Tối qua tôi không gọi điện cho anh. Tôi bận quá.
2. Hùng chuẩn bị thi. Hùng học nhiều.
3. Ông ấy nói nhỏ quá. Chúng tôi nghe không rõ.
4. Hôm nay trong thành phố nóng quá. Tôi định đi tắm biển.
5. Tôi đi học muộn. Đồng hồ tôi đứng, tôi không biết giờ.
6. Nhà ăn hôm nay không làm việc. Chúng tôi đi ăn hiệu.
7. Thày giáo không giao bài tập về nhà môn tiếng Việt. Ngày mai chúng tôi thi môn lịch sử.
8. Anh ấy lái xe nhanh quá. Tôi không muốn đi với anh ấy.
9. Tôi mua chiếc xe khác. Chiếc ấy đắt quá.
10. Bạn tôi sắp bảo vệ luận án. Anh ấy bận lắm.

D.   Complete the following sentences.

1. Vì tôi không có thì giờ nên _____
2. Vì tuần này chúng tôi nghỉ đông nên _____
3. Anh ấy đi chơi nhiều cho nên _____
4. Mình muốn giới thiệu cậu với cô ấy vì _____
5. Lớp học xa quá nên _____
6. Tôi phải mang theo chìa khoá vì _____
7. Vì tôi quên không đóng cửa nên _____
8. Cô ấy không thích học môn này nên _____
9. Vì tôi sắp tốt nghiệp đại học nên _____
10. Ông ấy hay quên vì _____

E.   Give answers to the following questions.

1. Vì sao tuần này ông ấy không đi làm?
2. Tại sao anh không lái xe đến đấy?
3. Vì sao hôm nay chị không đi chơi?
4. Sao bây giờ cô ấy chưa đến?
5. Vì sao hôm nay anh ăn ít thế?
6. Tại sao bạn chị không định học cao học?
7. Sao sáng nay các anh đến sớm thế?
8. Vì sao bây giờ anh chưa đi ngủ?
9. Tại sao dạo này bà ấy hay lo thế?
10. Vì sao nhiều người thích đi du lịch đến đấy?
11. Sao hôm nay ở đây đông thế?
12. Tại sao anh ấy chưa muốn lập gia đình?
13. Vì sao chị không thích món ấy?
14. Sao chị không chào ông ấy?
15. Vì sao các anh các chị chưa làm bài tập về nhà?

F.   Change the following sentences, using **còn … nữa**.

> EXAMPLE   **Tôi muốn lại thăm anh ấy.** → **Tôi còn muốn lại thăm anh ấy nữa.**

1. Cô ấy định đi Nha Trang.
2. Chúng ta chờ anh Dũng.
3. Tôi muốn uống bia.
4. Cô giáo giao bài tập về nhà.
5. Họ định đi du lịch ra Vũng Tàu.
6. Bạn tôi làm việc ở công ty này.
7. Chị Lan định nấu món ấy.
8. Tôi ra bưu điện gửi thư.
9. Anh ấy qua bệnh viện gặp bác sĩ Hải.
10. Kỹ sư Tuấn chữa chiếc máy vi tính.
11. Học kỳ này chúng tôi học tiếng Ý.
12. Chúng tôi đến phòng học tiếng nghe CD.

G.   Change the sentences in Drill F to the negative sentences, using **không … nữa**.

H.   Give answers to the following questions, using **để**.

1. Anh định gặp bác sĩ Đức làm gì?
2. Họ đi Hà Nội để làm gì?
3. Công ty mua nhà máy ấy làm gì?
4. Chị cần cuốn từ điển này làm gì?
5. Họ tổ chức buổi họp ấy để làm gì?
6. Anh cần máy vi tính làm gì?
7. Hôm nay chị đến sớm thế để làm gì?
8. Anh ghi bài ấy làm gì?
9. Các anh đứng đây làm gì?
10. Anh tập thể thao để làm gì?
11. Chị học tiếng Việt để làm gì?
12. Ông kỹ sư ấy đến văn phòng của anh làm gì?
13. Hôm nay thứ bảy, anh đi thư viện làm gì?
14. Anh ấy lái xe nhanh thế để làm gì?
15. Học kỳ này chị học môn ấy làm gì?
16. Nghỉ hè anh không về nhà, ở lại "to stay, remain" đây làm gì?
17. Cô giáo đặt câu hỏi ấy để làm gì?

I.   Add the restrictive words **chỉ … thôi** to the following sentences.

> EXAMPLE   **Tôi có quyển từ điển ấy.** → **Tôi chỉ có quyển từ điển ấy thôi.**

1. Thành phố này có 1 trường đại học.
2. Cô ấy thích phim Pháp.
3. Hôm nay cô giáo giao hai bài tập về nhà.
4. Bà ấy biết tiếng Đức.
5. Bạn tôi thích cơm Ý.
6. Hôm nay chương trình thể thao trên ti vi có quần vợt.
7. Bài kiểm tra của Hùng có 2 lỗi.
8. Lái xe từ Hà Nội ra sân bay Nội Bài mất 45 phút.
9. Chúng tôi nghỉ hè 3 tuần.
10. Thư viện này có sách tiếng Việt.
11. Tôi có thể uống 1 cốc "cup" bia.
12. Hệ mở rộng học 3 tháng hè.
13. Ở đây tôi quen 2 người.
14. Họ có 1 chiếc xe cũ.
15. Cô ấy có 1 người em trai.
16. Học kỳ này tôi ghi tên học 3 môn.
17. Anh ấy giỏi toán.
18. Họ có số điện thoại của giáo sư Hoà.
19. Tôi nhớ tên anh ấy, không nhớ họ "last name, family name."

J.   Give answers to the following questions.

1. **Người Việt Nam bắt đầu làm việc một tuần năm ngày bao giờ?**
2. **Vì sao vui chơi giải trí trong hai ngày nghỉ trở thành vấn đề lớn?**
3. **Người Việt Nam tranh thủ làm gì trước trong hai ngày nghỉ?**
4. **Những người lớn tuổi tập thể dục ở đâu?**
5. **Thanh niên tập thể thao ở đâu?**
6. **Người Việt Nam khiêu vũ ở đâu?**
7. **Những gia đình có trẻ con đưa các cháu đi chơi ở đâu?**
8. **Các cháu tham gia những hoạt động ngoại khoá nào?**
9. **Tại sao trong tuần các cháu không thể tham gia các hoạt động ngoại khoá?**
10. **Trong những năm gần đây, một số gia đình Việt Nam đi đâu trong hai ngày nghỉ?**
11. **Theo bạn, đường cao tốc thường tắc vào lúc nào?**

EXERCISES

1.   Write a story about your weekend activities.

2.   With a classmate, prepare a dialogue about an activity in your university. Independent learners may practice two roles, then read the roleplay aloud, alternating among the roles for extra practice.

3.   Use the dictionary to read the following announcement taken from a Vietnamese newspaper.

Tám tỉnh miền Trung phối hợp làm Năm Du lịch Quốc gia

Đà Nẵng (TP) - Năm Du lịch quốc gia 2011 do Phú Yên đăng cai, nhưng lần đầu tiên do 8 tỉnh Nam Trung bộ phối hợp tổ chức, Ban tổ chức thông báo ngày 16-3.

Liên hoan hợp xướng quốc tế tại Hội An   Ảnh: Trấn Tuấn

Trong năm có nhiều hoạt động lễ hội sôi động, như giải Lướt ván buồm Cúp thế giới PWA năm 2011, Festival Thuyền buồm quốc tế (Bình Thuận), Liên hoan hợp xướng quốc tế lần I tại Hội An (Quảng Nam), chinh phục đỉnh Đá Bia (Phú Yên), Thi bắn pháo hoa quốc tế (Đà Nẵng), Ngày hội văn hóa biển đảo (Quảng Ngãi), Lễ hội các làng biển Việt Nam (Ninh Thuận), Lễ hội ẩm thực 3 miền (Phú Yên)... Lễ khai mạc Năm Du lịch Quốc gia sẽ diễn ra tại Phú Yên vào ngày 1-4, nhân kỷ niệm 400 năm thành lập tỉnh Phú Yên.

Trí Quân

BẠN CẦN BIẾT

Vietnamese are by law given 12 to 16 business days of paid vacation (it varies depending on the category of work), no matter whether they work for a government office or for a private company. The longer they work at a firm, the more days of paid vacation they earn: the number of vacation days increases by one day for every five years of working. Many people take two weeks of their paid vacation in the summer and the rest at some point during the year, mostly to combine with the holidays or long weekends.

Many people in the large cities spend their vacation traveling. The destination varies. The mountain towns Sa Pa in Northern Vietnam and Đà Lạt in Central Vietnam, as well as numerous beaches along the 3,000-kilometer coastline of Vietnam and on such islands as Cát Bà in the North and Phú Quốc in the South, are popular vacation spots in the summer. More and more Vietnamese travel abroad, especially to the other ASEAN (Association of South East Asian Nations) countries, due to the non–entry visa requirement for tourists. Some people can afford a tour to Australia, Europe or North America, which would have been unheard of as recently as a decade ago.

The travel industry is rapidly developing in Vietnam. State-owned and private tourist agencies compete with each other to offer tours to many destinations in Vietnam and overseas at reasonable prices.

 ## TỤC NGỮ

Bán anh em xa mua láng giềng gần.
One would sell one's distant brothers and sisters to buy a close neighbor.
[A near neighbor is better than a far-dwelling kinsman.]

Bờ biển Vũng Tàu
Beach at Vũng Tàu

LESSON 10

Asking directions

GRAMMAR

1. Particle **ơi**
2. Interrogative particle **hở**
3. **Hết** used after a verb
4. Emphatic **cũng** used with interrogative words
5. Construction **còn … thì …**
6. Construction **thêm … nữa**
7. Preposition **bằng**
8. **Lại** in the sense of "moreover, in addition"
9. Verbs **gọi, coi**
10. Preposition **ngoài … ra**
11. Conjunction **kẻo**
12. Passive voice
13. Classifiers **con, cuộc**
14. Preposition **khỏi**

USAGE

1. **Làm ơn** denoting a request
2. **Không dám, không có gì** as replies
3. Prepositions **đầu, cuối**
4. **Kia kìa**
5. Verb **thử**

WORD-FORMATION

Compounding

 DIALOGUE 1

A : Chị ơi! Chị làm ơn cho hỏi: từ khách sạn Sofitel Plaza đến chợ Đồng Xuân đi đường nào?
B : Dễ lắm. Anh đi thẳng đường này, đến ngã ba anh xuống dốc, đi hết dốc đến bùng binh. Anh đi hơn nửa vòng bùng binh, rẽ vào phố Phan Đình Phùng là đường một chiều, đạp xe khoảng 10 phút đến một bùng binh nữa, anh rẽ tay phải vào phố Hàng Giấy, đạp xe thêm mấy phút là đến chợ Đồng Xuân.

A :   Thế từ đây đến bùng binh có xa không, hở chị?

B :   Rất gần, chỉ độ 500 mét thôi.

A :   Cám ơn chị.

B :   Không dám.

 DIALOGUE 2

A :   Chị ơi! Báo hôm nay mua ở đâu, chị?

B :   Mấy phố ở gần đây, phố nào cũng có quầy bán báo. Quầy báo gần nhất ở đầu đường đằng kia kìa.

A :   Thế còn báo và tạp chí bằng tiếng nước ngoài thì mua ở đâu?

B :   Ở cửa hàng sách báo ngoại văn phố Tràng Tiền.

A :   Từ đây đến phố Tràng Tiền đi bộ mất bao lâu, hở chị?

B :   Độ mười phút.

 DIALOGUE 3

A :   Cô ơi! Bưu điện đi lối này phải không cô?

B :   Không phải, anh nhầm đường rồi. Anh quay lại đầu đường đằng kia rồi rẽ tay trái, đi thêm hai ngã tư nữa. Bưu điện nằm bên tay phải.

A :   Cám ơn cô.

B :   Không có gì.

 DIALOGUE 4

A (người nước ngoài): Chị thường đi làm bằng gì?

B (người Hà Nội): Tôi đi xe đạp. Nhưng thỉnh thoảng, khi nào vội tôi đi xe máy.

A :   Hà Nội có xe buýt không?

B :   Có, cách đây mấy năm trong thành phố còn ít xe buýt lắm, nhưng bây giờ nhiều lại tiện, nên nhiều người đi lại bằng xe buýt. Người ta còn dùng xe buýt đi xa, từ thành phố này đến thành phố khác. Người Bắc gọi loại xe buýt này là xe khách, còn người Nam gọi là xe đò.

A :   Còn xe lửa thì sao?

B :   Xe lửa, hay có người gọi là tàu hoả, là một trong những phương tiện giao thông đường xa quan trọng nhất ở Việt Nam. Ngoài xe lửa ra, người ta còn có thể đi xa bằng máy bay hay tàu thuỷ.

A :   Hà Nội còn xích-lô không?

B :   Còn, nhưng chỉ đưa khách du lịch đi tham quan thành phố thôi. Xích-lô không còn là một phương tiện giao thông nữa.

A :   Hôm nào tôi đi thử xích-lô. Việt Nam có xe điện ngầm không?

B :   Chưa có.

A :   Theo chị, trong thời gian làm việc ở Hà Nội, tôi nên đi lại bằng gì?

B :   Anh nên mua một chiếc xe đạp. Nhớ mua thêm một chiếc khoá tốt, và nơi nào có chỗ gửi xe thì nên gửi xe kẻo bị mất cắp.

VOCABULARY

Dialogue 1

ơi excuse me, hey
làm ơn please
cho hỏi; cho … hỏi to let someone ask
    làm ơn cho hỏi could you tell me, please
khách sạn hotel
đường way, road
  đi đường nào? what way to take?
thẳng straight
ngã ba T-intersection
dốc slope
hết end
    đi hết dốc to come to the end of the slope
bùng binh traffic circle, rotary (French: rond-point)
đường một chiều one-way street
vòng circle
rẽ to turn
phải right
    rẽ [tay] phải to turn right
là then, yet
thế and (used at the beginning of a sentence in colloquial Vietnamese)
hở polite particle, used before a personal pronoun in questions
chỉ … thôi only
độ approximately, about
không dám you are welcome (reply to a thank you)

Dialogue 2

nào … cũng every
quầy stand, kiosk
  quầy [bán] báo newsstand
đầu head, beginning
  đầu đường at the beginning of the street
đằng side (in some word-combinations)
  đằng kia over there
kìa there, over there
còn … thì as for
bằng in, by
nước ngoài foreign

Khách sạn Sofitel Plaza, Hà Nội
Sofitel Plaza Hotel, Hà Nội

ngoại văn foreign languages (in some word-combinations)
  cửa hàng sách báo ngoại văn foreign language bookstore

Dialogue 3

lối way (used for directions)
nhầm to make a mistake
  nhầm đường to take the wrong way
quay lại to go back, to make a U-turn
thêm … nữa more
ngã tư intersection
nằm bên [tay] phải to be located on the right side
không có gì no problem (reply to a thank you)

Dialogue 4

đi làm to go to work
khi nào whenever, when (conjunction)
vội to hurry, be in a rush
xe buýt bus
lại moreover, in addition
đi lại to move from one place to another
gọi … là to (be) call(ed)

xe khách long-distance bus (in Northern Vietnam)

xe đò long-distance bus (in Southern Vietnam)

xe lửa train

thì sao? how about?

tàu hoả train (in Northern Vietnam)

phương tiện means

giao thông transportation, traffic

quan trọng important

tàu thuỷ ship

xích-lô pedicab

đưa to carry

khách guest

  khách du lịch tourists

tham quan to visit (a place)

không còn … nữa no longer, not any more

hôm nào some day (in the future)

thử to try

xe điện ngầm subway

theo anh in your opinion

nhớ to remember, not forget

khoá lock; to lock

chỗ place

gửi to entrust

  chỗ gửi xe bike parking lot

kẻo otherwise, if not, or else

bị mất cắp to have something stolen

Đường phố Hà Nội
Hà Nội streets

GRAMMAR NOTES

1. The particle **ơi** "excuse me, hey" is used after a name or a personal pronoun to call to someone who is some distance away, or to attract someone's attention: **Cô ơi! Ông ơi! Hùng ơi! Nga ơi!**

2. The interrogative particle **hở** is used immediately before a personal pronoun at the end of a question to make the question more polite:

    Bây giờ mấy giờ rồi, hở cô? Excuse me, Miss. Do you have the time?

3. The word **hết** "end" is used after a verb to denote an amount or quantity of something which is used up when an action is completed: **làm hết bài tập** "to do all the assignments," **ăn hết cơm** "to eat all the rice," **trả lời hết các câu hỏi** "to answer all the questions," **đọc hết quyển sách** "to finish reading the entire book," **dịch hết bài báo** "to translate the entire article."

    The word **hết** emphasizes the amount which is finished while the word **xong** (Lesson Eight) implies the process of an action which is completed: **làm hết bài tập** "to do all the homework," **làm xong bài tập** "to finish doing homework." **Xong** may be placed at the end of the sentence: **làm bài tập xong**, while **hết** always follows the verb. The word order **làm bài tập hết** cannot be used.

4. An interrogative word may be used together with the word **cũng** to emphasize the meaning "all, every."

4.1. The subject is emphasized as follows:

> NOUN + **NÀO** + **CŨNG** + PREDICATE + OBJECT
> or **AI**

    Sinh viên nào cũng biết giáo sư ấy. Every student knows that professor.

    Ai cũng thích bộ phim này. Everyone likes this movie.

4.2. The object is emphasized as follows:

> NOUN + **NÀO/GÌ** + SUBJECT + **CŨNG** + PREDICATE
> or **AI**

    Từ nào chị ấy cũng nhớ. She remembers every word.

    Sách gì anh ấy cũng đọc. He reads any books (all kinds of books).

    Ai cô ấy cũng quen. She knows everybody.

4.3. The adverb of time is emphasized as follows:

> NOUN + **NÀO** + SUBJECT + **CŨNG** + PREDICATE
> or **BAO GIỜ**

Ngày nào tôi cũng tập thể thao. I do exercises every day.

Bao giờ anh ấy cũng đến muộn. He is always late.

5. The construction **còn … thì** "as for, with regard to, concerning," introduces something connected with what was previously introduced. Usually the second part of the statement contains something different from or in constrast to what has just been said:

Họ rất thích món ấy. Còn tôi thì không thích lắm. They liked that dish very much. As for me, I didn't like it so much.

6. The construction **thêm … nữa** "more" indicates an additional number, amount or quantity. **Nữa** is optional in this construction:

Tuần sau chúng tôi học thêm một bài [nữa]. We'll study one more lesson next week.

7. The preposition **bằng** "by, with" is used to denote the means or way of doing something:

Tôi đi học bằng xe đạp. I go to class by bicycle.

Người Việt Nam ăn cơm bằng đũa. The Vietnamese eat with chopsticks.

The preposition **bằng** may be used with the name of a language to indicate the language in which something is written, read, etc.:

Anh ấy viết luận án bằng tiếng Đức. He wrote his dissertation in German.

8. The word **lại** "moreover, in addition" is used to denote something in addition to that which has been stated. If the first fact is "favorable" from the speaker's point of view, the second one must be also "favorable"; accordingly, if the first fact is "unfavorable," the second one must be "unfavorable," too:

Thư viện ấy rất lớn lại gần. That library is very big, and moreover, it isn't far.

Quyển từ điển này đắt lại có ít từ. This dictionary is expensive, and moreover, it doesn't contain many words.

Thư viện ấy đã rất lớn lại còn gần nữa. That library is very big, and moreover, it isn't far.

The full construction is as follows:

> SUBJECT + **ĐÃ** + PREDICATE + **LẠI CÒN** + PREDICATE + **NỮA**
> (first)   (second)

9. The verbs **gọi** "to (be) call(ed) something," **coi** "to consider, to regard as," are used with the word **là**:

Cái này tiếng Việt gọi là [cái] máy vi tính. In Vietnamese this thing is called a computer.

Chúng tôi coi ông ấy là một người bạn. We consider him [to be] a friend.

The verb **coi** may be used with the word **như**:

Chúng tôi coi ông ấy như một người bạn. We consider him [to be] a friend.

10. The preposition **ngoài … ra** "in addition to" is used to add another object to the verb:

> **Ngoài tiếng Việt ra, học kỳ này chúng tôi còn học tiếng Trung Quốc.** In addition to Vietnamese, we are also taking Chinese this semester.

The full construction is as follows:

> **NGOÀI** + OBJECT + **RA,** + SUBJECT + **CÒN** + PREDIC. + OBJECT
> (first)   (second)

11. The conjunction **kẻo** "if not, otherwise, or else" is used to link two statements, the second of which is unfavorable in the speaker's opinion and should be avoided:

> **Chúng ta phải đi nhanh hơn kẻo muộn.** We must go faster, otherwise we'll be late.

 NOTES ON USAGE

1. The word **làm ơn** is used after the subject and before the verb in a request to make it polite:

> **Anh làm ơn chờ tôi mấy phút.** Please wait for me a few minutes.

2. **Không dám** and **không có gì** are replies to a thank you sentence. **Không dám** is formal; **không có gì** sounds more colloquial.

3. The nouns **đầu** "beginning" and **cuối** "end," functioning as prepositions, are used with both spatial and temporal meanings:

> **đầu phố** at the beginning of street ↔ **cuối phố** at the end of the street
>
> **đầu đường** at the beginning of the street ↔ **cuối đường** at the end of the street
>
> **đầu tuần** at the beginning of the week ↔ **cuối tuần** at the end of the week
>
> **đầu tháng** at the beginning of the month ↔ **cuối tháng** at the end of the month
>
> **đầu năm** at the beginning of the year ↔ **cuối năm** at the end of the year

4. **Kia kìa** is used in spoken Vietnamese to indicate something which is far away from the speaker, but within his sight. The word is normally accompanied by a pointing gesture.

5. The verb **thử** "try" is often used after another verb: **ăn thử** "to try a dish," **làm thử** "to try to do something," **viết thử** "to try to write," etc.

WORD-FORMATION

Compounding is one of the most important processes of making new words in Vietnamese. Compounding is when a new word is made by adding together two (or more) base words, forming new words that are called *compounds.* For instance, **quần** "trousers, pants" + **áo** "shirt" → **quần áo** "clothes"; **nhà** "house" + **ăn** "to eat" → **nhà ăn** "dining hall."

The relationship of the constituents in a compound may be either coordinate or subordinate. The constituents in coordinate compounds have the same grammatical status and belong to the same word class (part of speech):

> **bàn** "table" (noun) + **ghế** "chair" (noun) → **bàn ghế** "furniture";

> **tốt** "good" (adjective) + **đẹp** "beautiful" (adjective) → **tốt đẹp** "fine, splendid";

> **đi** "to go, walk" (verb) + **lại** "to come over" (verb) → **đi lại** "to move from one place to another."

Subordinate compounds, in contrast, contain constituents one of which grammatically depends upon another. The constituents of subordinate compounds may belong to the same word class or to different word classes. For example:

> **xe** "vehicle" (noun) + **lửa** "fire" (noun) → **xe lửa** "train";

> **xe** + **đạp** "to kick" (verb) → **xe đạp** "bicycle";

> **hoa** "flower" + **hồng** "pink" (adjective) → **hoa hồng** "rose";

> **áo** "shirt" (noun) + **dài** "long" (adjective) → **áo dài** "Vietnamese traditional flowing tunic";

> **trả** "to return, give back" (verb) + **lời** "word" (noun) → **trả lời** "to answer, reply";

> **dễ** "easy" (adjective) + **chịu** "to endure, bear (verb) " → **dễ chịu** "pleasant."

Đến Ngọc Sơn, cầu Thê Húc trên hồ Gươm, Hà Nội
Ngọc Sơn Pagoda and Thê Húc Bridge on the Lake of the Restored Sword, Hà Nội

DRILLS

A. Extend the following questions.

> EXAMPLE   **Bây giờ mấy giờ rồi?** (cô) → **Cô ơi! Bây giờ mấy giờ rồi, hở cô?**

1. **Phố Trần Hưng Đạo ở đâu?** (bà)
2. **Bưu điện cách đây có xa không?** (bác)
3. **Sáng mai mấy giờ có xe đi Huế?** (cô)
4. **Ga xe lửa đi lối nào?** (chị)
5. **Thư viện Khoa học có gần đây không?** (cô)
6. **Có hiệu ăn nào gần đây không?** (bác)
7. **Ra sân bay** "airport" **đi bằng gì?** (anh)
8. **Gần đây có chỗ gửi xe không?** (chị)

9. **Bến xe buýt số** "number" **72 ở đâu?** (anh)
10. **Báo tiếng Anh mua ở đâu?** (ông)
11. **Văn phòng công ty General Electric ở phố nào?** (cô)
12. **Gần đây chỗ nào có điện thoại** "telephone"? (anh)
13. **Số điện thoại bệnh viện Việt-Đức là bao nhiêu?** (cô)

B. Complete the following short dialogues, using **ơi, hở, cám ơn, không dám, không có gì**.

> EXAMPLE   A: _____?
> B: **Bốn giờ kém mười lăm.**
> A: **Cám ơn** _____ .   →
> B: _____
>
> A: **Anh ơi, bây giờ mấy giờ rồi, hở anh?**
> B: **Bốn giờ kém mười lăm.**
> A: **Cám ơn anh.**
> B: **Không dám.**

1. A: _____ ?
   B: **Cô đi thẳng đường này, đến ngã tư rẽ tay phải.**
   A: **Cám ơn** _____
   B: _____

2. A: _____ ?
   B: **Dễ lắm. Anh đi qua hai ngã tư, đến ngã tư thứ ba thì rẽ phải. Bưu điện ở bên tay trái.**
   A: **Cám ơn** _____
   B: **Không có gì.**

3. A: _____ ?
   B: **Gần đây có hiệu phở** "Vietnamese soup with rice noodles" **ngon lắm.**
   A: _____ ?
   B: **Đi bộ mất khoảng 5 phút.**
   A: **Cám ơn** _____
   B: _____

4. A: _____ ?
   B: **Gửi thư ra nước ngoài ở bưu điện nào cũng được.**
   A: _____ ?
   B: **Bưu điện Bờ Hồ.**
   A: _____ ?
   B: **Cách đây độ 300 mét.**

A: _____ ?

B: Ông đi đến đầu phố đẳng kia thì rẽ trái, đi thêm khoảng 100 mét nữa. Bưu điện là toà nhà hai tầng mẫu vàng.

A: **Cám ơn** _____

B: _____

5. A: _____ ?

B: Ở đầu đường đẳng kia kìa.

A: **Nhà hàng còn mở cửa không?**

B: _____

A: **Cám ơn** _____

B: _____

6. A: _____ ?

B: Đầu phố Huế có một hiệu chuyên chữa xe máy.

A: _____ ?

B: Anh đi đến ngã năm đẳng kia thì rẽ tay phải, đi thêm hai ngã tư nữa, hiệu chữa xe máy ở gần ngã tư thứ hai.

A: **Cám ơn** _____

B: _____

C. Change the following negative sentences to the affirmative sentences using **cũng**. Pay attention to the place of the word, which is emphasized with **cũng**.

> EXAMPLE   Ở trường này tôi không quen ai cả. → Ở trường này ai tôi cũng quen.

1. **Tôi không muốn mua gì trong hiệu này cả.**
2. **Họ không bao giờ đến muộn.**
3. **Không hiệu sách nào bán quyển ấy cả.**
4. **Buổi tối không bao giờ anh ấy có nhà.**
5. **Không ai thích ông ấy cả.**
6. **Bạn tôi không muốn tập môn thể thao nào cả.**
7. **Anh ấy không thích làm việc gì cả.**
8. **Cô ấy không tham gia hoạt động nào của Hội sinh viên cả.**
9. **Anh ấy không muốn giúp** "to help" **ai.**
10. **Trong khu này không phố nào có quầy bán báo cả.**
11. **Anh ấy không giỏi môn nào cả.**
12. **Tuần này không có phim nào hay cả.**
13. **Chị ấy không biết nấu món gì.**
14. **Tôi không gặp họ ở đâu cả.**

D.   Give affirmative answers to the following questions, using **cũng**.

1. Bạn thích món nào ở nhà hàng ấy?
2. Thư viện nào có cuốn sách này?
3. Ai đã nghe giáo sư Hiển giảng rồi?
4. Bạn thích ăn loại "kind, type" **hoa quả** nào ở Việt Nam?
5. Tuần này ngày nào bạn rỗi "free"?
6. Trường trung học nào học ngoại ngữ?
7. Ở đây mùa nào có mưa?
8. Ai có thể dịch câu này?
9. Bạn quen ai trong lớp này?
10. Bạn tham gia hoạt động ngoại khoá nào ở trường đại học?
11. Trong lớp ta, bạn định mời ai đến ăn sinh nhật?
12. Ở câu lạc bộ này, ai khiêu vũ giỏi?
13. Những môn học này, môn nào khó?

E.   Complete the following sentences, using **còn… thì**.

> EXAMPLE   Họ rất thích món ấy. (tôi) → Họ rất thích món ấy. Còn tôi thì không thích lắm.

1. Hôm qua trời ấm. (hôm nay)
2. Nhà hàng này chuyên về cơm Tàu "Chinese." (nhà hàng kia)
3. Thắng giỏi toán. (Dũng)
4. Ở ngã tư này anh có thể rẽ phải khi đèn "light" đỏ. (ngã tư kia)
5. Nhà hàng này có chỗ gửi xe không mất tiền "for free." (nhà hàng ấy)
6. Đi máy bay nhanh nhưng đắt lắm. (xe lửa)
7. Bạn tôi chơi bóng rổ. (tôi)
8. Năm thứ nhất tôi học tiếng Nhật. (năm thứ hai)
9. Mùa này Hà Nội nóng lắm. (Đà Lạt)
10. Món này ngon lắm. (món kia)
11. Chiếc đồng hồ này chạy rất đúng. (chiếc ấy)
12. Bạn tôi có hai chị. Một chị đã lập gia đình. (chị kia)
13. Chúng tôi quen giáo sư Hiển. (giáo sư Hiển)

F.   Extend the following sentences by using the construction **thêm … nữa** to indicate an additional amount.

> EXAMPLE   Tôi đã ghi tên học bốn môn rồi. _____
> → Tôi đã ghi tên học bốn môn rồi. Bây giờ tôi định ghi tên học thêm một môn nữa.

1. Họ có 2 chiếc xe rồi. _____
2. Tôi đã ăn 1 bát "bowl" phở rồi. _____
3. Bạn tôi học cao học 3 năm, đã học 2 năm rồi. _____
4. Chúng tôi đã đi thăm 4 thành phố ở trên sông Cửu Long rồi. _____
5. Trong buổi khiêu vũ tối nay cô ấy đã nhảy "dance" hai tiếng rồi. _____
6. Tôi đã ăn thử 1 món rồi. _____
7. Chúng tôi đợi cô ấy nửa tiếng rồi. _____
8. Chị ấy đã nghỉ một tuần rồi. _____
9. Thành phố nhỏ này đã có hai trường đại học rồi. _____
10. Tôi đã đọc 50 trang rồi. _____
11. Họ đã đi bộ 10 cây số rồi. _____
12. Đức đã biết hai ngoại ngữ rồi. _____
13. Tôi làm xong bốn bài tập rồi. _____
14. Chúng tôi đã mua mấy tờ báo để đọc trong khi đi xe lửa rồi. _____

G. Give answers to the following questions, using the preposition **bằng**.

1. **Bạn đi học bằng gì?**
2. **Người Trung Quốc ăn cơm bằng gì?**
3. **Bạn đọc cuốn sách mới của nhà văn** "writer, author" **ấy bằng tiếng gì?**
4. **Bạn thường viết bài kiểm tra bằng bút gì?**
5. **Bạn muốn đi du lịch ở Việt Nam bằng gì?**
6. **Bạn xem bộ phim ấy bằng tiếng gì?**
7. **Hôm qua giáo sư Otto Schmidt giảng** "to deliver a lecture" **bằng tiếng gì?**

H. Combine the following sentences into one, using **lại**. If the subject of the two parts of a sentence is the same, it is used only once.

> EXAMPLE   **Chiếc xe ấy đắt. Chiếc xe ấy không tốt. → Chiếc xe ấy [đã] không tốt lại [còn] đắt [nữa].**

1. **Bài thi học kỳ này dài. Bài thi rất khó.**
2. **Đường này nhỏ. Đường này đông xe.**
3. **Chợ ấy xa. Chợ ấy đắt.**
4. **Khí hậu** "climate" **ở Nha Trang tốt. Phong cảnh ở đấy đẹp.**
5. **Nó học kém. Nó không chăm.**
6. **Xoài ở đây to. Xoài ở đây ngon.**
7. **Tôi mệt. Cái túi** "bag" **nặng.**
8. **Mùa đông năm nay dài. Mùa đông năm nay có nhiều ngày lạnh.**
9. **Món này ngon. Món này không có mỡ** "fat, grease."
10. **Quyển từ điển ấy cũ. Quyển từ điển ít từ.**
11. **Anh ấy đi muộn. Anh ấy lái xe gặp nhiều đèn đỏ.**

I. Combine the following sentences into one, using **ngoài … ra, … còn … nữa**.

> EXAMPLE   **Học kỳ này tôi học tiếng Nhật. (tiếng Trung Quốc)**
> **→ Ngoài tiếng Trung Quốc ra, học kỳ này tôi còn học tiếng Nhật nữa.**

1. **Hè này tôi đi Thái Lan. (Việt Nam)**
2. **Tuần này chúng tôi thi hai môn. (môn toán)**
3. **Lớp ta định tổ chức thêm một hoạt động ngoại khoá trong tháng này. (khiêu vũ tối thứ bảy)**
4. **Tôi phải chữa xe đạp cho bạn tôi. (xe đạp của tôi)**
5. **Nhiều người Việt Nam thích ăn bánh mỳ** "bread." **(cơm)**
6. **Ba thư viện khác cũng có sách báo tiếng Việt. (thư viện này)**
7. **Nhiều nhà hàng khác cũng bán phở. (nhà hàng Pasteur)**
8. **Bạn tôi thích chơi bóng bàn. (quần vợt)**
9. **Các anh có thể đi đến đấy bằng tàu thuỷ. (xe lửa)**
10. **Tôi muốn mua từ điển Pháp-Anh. (từ điển Việt-Anh)**
11. **Anh ấy thích lái xe mô-tô to. (ô tô)**
12. **Giáo sư Tiến chuyên về văn học Anh. (văn học Pháp)**
13. **Công ty ấy có văn phòng ở Sài Gòn. (Hà Nội)**
14. **Trường đại học này có 2 khu thể thao khác. (khu thể thao này)**

J.   Complete the following sentences.

1. _____ kẻo muộn.   5. _____ kẻo đói "to be hungry."
2. _____ kẻo mệt.   6. _____ kẻo nguy hiểm "dangerous."
3. _____ kẻo không gặp ông ấy.   7. _____ kẻo trong phòng lạnh.
4. _____ kẻo béo ra.   8. _____ kẻo quên.

K.   Complete the following sentences, using the English phrases given in the parentheses.

1. **Bác làm ơn** (sit down here).
2. **Anh làm ơn** (let me ask: where is the post office?)
3. **Chị làm ơn** (write this sentence on the chalkboard).
4. **Cô làm ơn** (give me a beer).
5. **Ông làm ơn** (call the police).
6. **Cậu làm ơn** (invite her to go dancing tomorrow night).
7. **Anh làm ơn** (give Professor Hoà a call at five o'clock).
8. **Cô làm ơn** (translate this article for me).
9. **Bà làm ơn** (wait ten minutes for the doctor).
10. **Các anh các chị làm ơn** (come to the meeting on time).
11. **Chị làm ơn** (open the door of the language lab for me).
12. **Ông làm ơn** (stop by Doctor Hùng's office this afternoon).

EXERCISES

1.   Prepare with your partner the following dialogue, using the map of Hanoi (front of book), then perform the dialogue for the class. Independent learners may practice two roles, then read the roleplay aloud, alternating between the roles for extra practice.

A is a U.S. businessman in Hanoi and is trying to find the central post office. A sees a police officer across the street.

A	Police Officer
1. gets police officer's attention	1. responds
2. explains situation, asks where the central post office is	2. gives directions
3. asks for clarification	3. explains again
4. repeats directions	4. confirms directions
5. thanks police officer	5. replies to thanks

2.   Write a dialogue, based on the following situation.

B is a native of Boston, A is a student from Vietnam. A is in Harvard Square and asks B for the directions to Copley Square and Chinatown.

A	B
1. greets B in English	1. replies to the greeting in Vietnamese
2. is surprised and asks where B learned Vietnamese	2. responds and asks what A is looking for
3. asks B for directions to Copley Square	3. gives directions to Copley Square, asks what A is looking for in Copley Square
4. is looking for the library and the church	4. gives directions
5. asks if Chinatown is far from Copley Square	5. gives directions
6. thanks B	6. replies to thanks

Xe buýt Hà Nội
A bus in Hà Nội

 NARRATIVE

Hà Nội là thủ đô của nước Việt Nam, là trung tâm chính trị, kinh tế, văn hoá và khoa học của cả nước.

Thành phố được xây dựng từ đầu thế kỷ 11, khi ấy tên là Thăng Long. Thăng Long là kinh đô của nước Việt Nam qua nhiều triều đại phong kiến. Năm 1802, vua Gia Long dời kinh đô vào Huế. Năm 1945, sau Cách mạng tháng 8, Hà Nội lại trở thành thủ đô của nước Việt Nam độc lập, và từ năm 1976 là thủ đô của nước Việt Nam thống nhất.

Hà Nội nằm trên bờ sông Hồng, con sông lớn nhất ở miền Bắc Việt Nam. Hồ Gươm được coi là trung tâm thành phố. Giữa Hồ Gươm có Tháp Rùa. Đền Ngọc Sơn, Cầu Thê Húc cũng nằm trên Hồ Gươm, cùng với Tháp Rùa là những di tích lịch sử quan trọng của Hà Nội. Vào ngày nghỉ, ngày lễ, đêm Giao thừa, nhiều người Hà Nội thích đi chơi xung quanh Hồ Gươm. Gần Hồ Gươm vừa có những khu phố cổ, được gọi là khu "36 phố phường", vừa có những khu phố khá hiện đại, có nhiều cửa hàng, cửa hiệu, có những công trình kiến trúc được xây dựng từ đầu thế kỷ hai mươi như Nhà hát Lớn, Nhà thờ Lớn, có những công trình mới xuất hiện như Uỷ ban nhân dân thành phố. Ở đây còn có nhiều bảo tàng, thư viện, bưu điện, ngân hàng. Đi ra khỏi trung tâm thành phố về phía tây, chúng ta sẽ đến khu Ba Đình, nơi có nhiều cơ quan của Nhà nước, của Chính phủ. Nhiều đại sứ quán cũng nằm trong khu này.

Hà Nội là thành phố của trường đại học. Quốc tử giám trong khu Văn Miếu có thể coi là trường đại học đầu tiên của Việt Nam, có từ thế kỷ 11. Đây là một di tích lịch sử quan trọng khác của thủ đô. Hiện nay, Hà Nội có đến vài chục trường đại học, trong đó có những trường do người Pháp thành lập từ đầu thế kỷ hai mươi, có những trường được thành lập sau chiến tranh. Trong những năm gần đây, trường đại học tư cũng bắt đầu xuất hiện.

Hà Nội là một thành phố cổ nhưng ngày nay còn lại rất ít công trình kiến trúc cổ. Hà Nội bị nhiều cuộc chiến tranh tàn phá. Ngay sau khi cuộc chiến tranh gần đây nhất kết thúc, người dân Hà Nội bắt tay vào xây dựng. Thành phố đang thay đổi từng ngày, từng giờ.

🎧 VOCABULARY

thủ đô capital

chính trị politics; political

kinh tế economy, economics; economic

cả all, whole

được passive voice marker

xây dựng to build

thế kỷ century

kinh đô capital (in the past, not present day)

qua through

triều đại dynasty

phong kiến feudal

vua king

dời to move

cách mạng revolution

độc lập independent

thống nhất to unite, unify; (re)unified

nằm to lie, be located

con classifier

miền region, zone

bắc North; Northern

gươm sword

tháp tower

rùa turtle

đền temple

cầu bridge

di tích vestiges, traces (of ancient times)

   di tích lịch sử historic site

ngày lễ holiday

đêm Giao thừa New Year's Eve

xung quanh around

phố phường streets (collective noun)

hiện đại modern, contemporary

công trình edifice, structure

kiến trúc architecture

nhà thờ church

xuất hiện to appear

uỷ ban committee

nhân dân people

   Uỷ ban nhân dân thành phố City Hall

bảo tàng museum

ngân hàng bank

khỏi out of

phía side, direction

tây West; Western

về phía tây to the West
cơ quan bureau, office, agency
nhà nước state
chính phủ government
đại sứ quán embassy
Quốc tử giám Royal College (a school for man-
   darins' children)
Văn miếu Temple of Literature
đến up to
trong đó có including
do passive voice marker
chiến tranh war

tư private
ngày nay today, at the present time
còn lại to remain
bị passive voice marker
cuộc classifier
tàn phá to destroy, ruin
ngay just
kết thúc to (come to an) end, be over
bắt tay (vào) to start doing something, set to
   work, set about something
thay đổi to change
từng every

Tháp Rùa, đền Ngọc Sơn, cầu Thê Húc trên hồ Gươm
Turtle tower, Ngọc Sơn temple and Thê Húc bridge on the Lake of the Returned Sword

 GRAMMAR NOTES

1. The passive voice of an active construction is formed by putting the passive markers **được** or **bị**, or **do**, after the grammatical subject (logical object), and before the grammatical object (logical subject) and predicate. The subject of the active construction becomes the grammatical object of the passive construction. The object of the active construction becomes the grammatical subject of the passive construction. When the grammatical object is mentioned it is preceded by **được**, **bị** or **do**:

> ## GRAMMATIC. SUBJ. + ĐƯỢC/BỊ/ + GRAMMATIC. OBJ. + PREDICATE
> (LOGICAL OBJ.)   **DO**   (LOGICAL SUBJ.)

Được denotes an action being "favorable" to the speaker, while **bị** denotes an action which is "unfavorable" in the speaker's opinion. The grammatical object is optional:

Được	Bị
Anh ấy được khen. He is praised.	**Anh ấy bị chê.** He is criticized.
Anh ấy được nhiều người khen. He is praised by many people.	**Anh ấy bị nhiều người chê.** He is criticized by many people.

Do is used in the sentences, where it is necessary to indicate the person who performs the action, that is the grammatical object of the passive construction:

Bài này do ông ấy dịch. This article was translated by him.

When a tense marker is used in the passive voice, it is placed before the passive voice marker:

Bài này sẽ do ông ấy dịch. This article will be translated by him.

2. In addition to the nouns denoting animals, fish and birds, the classifier **con** may be used with some other nouns: **con sông** "river," **con thuyền** "boat," **con tàu** "ship," **con người** "man, human being," **con mắt** "eye," **con dao** "knife," **con đường** "road," **con số** "digit, number, figure," **con tem** "(postage) stamp," etc.

The classifier **cuộc** is used for events in which a number of people take part: **cuộc họp** "meeting," **cuộc mít tinh** "rally," **cuộc cách mạng** "revolution," **cuộc chiến tranh** "war," **cuộc vui** "amusement," and for some other nouns, including **cuộc sống** "life," **cuộc đời** "life," etc.

Bưu điện trung tâm Hà Nội
Hà Nội Central Post Office

3. The preposition **khỏi** is used with several verbs to indicate a movement from inside: **ra khỏi phòng** "to go/come out of the room," **ra khỏi nhà** "to go/come out of the house," **ra khỏi thành phố** "to go/ come out of the city." The meaning of the phrase without **khỏi** changes completely: **ra thành phố** means "to go (out) to the city."

DRILLS

A. Change the following active constructions into passive ones.

> EXAMPLE   **Nhiều người khen anh ấy. (được)** → **Anh ấy được nhiều người khen.**

1. **Giáo sư Tiến viết cuốn sách này. (do)**
2. **Chiến tranh đã tàn phá thành phố Dresden vào tháng 2 năm 1945. (bị)**
3. **Lớp chúng tôi sẽ tổ chức hoạt động ngoại khoá ấy. (do)**
4. **Bạn tôi giới thiệu tôi với một giáo sư nổi tiếng về máy vi tính. (được)**
5. **Mẹ đánh con. (bị)**
6. **Nhiều người chú ý đến chương trình ti vi này. (được)**
7. **Louis Pasteur thành lập Viện "institute" nghiên cứu này vào cuối thế kỷ trước. (do)**
8. **Trường Đại học Paris đã mời giáo sư Toàn sang dậy lịch sử Việt Nam. (được)**
9. **Chị tôi nấu món này. (do)**
10. **Nhiều người chúc mừng cô ấy sau khi bảo vệ luận án tiến sỹ. (được)**
11. **Kỹ sư Dũng chữa chiếc máy đó. (do)**

B. Give answers to the following questions.

1. **Hà Nội được thành lập khi nào? Khi ấy thành phố tên là gì?**
2. **Thành phố nào là thủ đô của Việt Nam từ năm 1802 đến năm 1945?**
3. **Sông nào chảy "to flow, run" qua thành phố Hà Nội?**
4. **Khu nào được coi là trung tâm Hà Nội?**
5. **Hà Nội có những di tích lịch sử quan trọng nào?**
6. **Các cơ quan của Nhà nước, của Chính phủ nằm ở khu nào?**
7. **Đại sứ quán Mỹ ở phố nào?**
8. **Vì sao người ta gọi Hà Nội là thành phố của trường đại học?**
9. **Vì sao Hà Nội là một thành phố cổ mà không còn lại nhiều công trình kiến trúc cổ?**

EXERCISES

1. Write a story about your hometown.

2. With a classmate, prepare a dialogue about a city you like best. Independent learners may practice two roles, then read the roleplay aloud, alternating between the roles for extra practice.

3. Listen to the following excerpt from a Vietnamese poem (on the audio disc) as you read along here. Then practice reading it again.

Ôi Hà Nội! Những đường đi lịch sử   Oh Hanoi, your historic streets!
Một khung trời tuổi nhỏ vọng hàng hiên   A frame of childhood sky reflects the verandah,
Mỗi phố nghèo đều có lòng ta ở   And I inhabit the heart of each poor alley.
Ta vẫn yêu người như thuở đầu tiên   I love you still, Hanoi, as in the past.
Ta vẫn theo người từng bước lớn lên   Growing up, I followed you step by step.
Niềm vui lớn, và nỗi đau cũng lớn   Joy has grown, and sorrow has grown too.
Mỗi mùa xuân én mở thêm vòng lượn   Each spring the swallow soars in wider circles,
Có một người con gái bỗng thành em   And there's a girl who suddenly, Love, is you.

—Việt Phương   Translated by Martha Collins

đường đi street	**bước** step
khung frame	**lớn lên** to grow up
trời sky	**niềm vui** joy, happiness
tuổi nhỏ childhood	**nỗi đau** pain, sorrow
vọng to echo, resound	**mùa xuân** spring
hàng hiên verandah	**én** swallow (bird)
mỗi … đều every	**vòng** round
nghèo poor, impoverished	**lượn** to soar
lòng heart, soul	**người con gái** girl
ta I	**bỗng** suddenly, unexpectedly
yêu to love	**thành** to become
người you (in this poem: Hanoi)	**em** you
thuở period of time (in the past)	

Nhà hát lớn, Hà Nội
Opera House, Hà Nội

4. Use the dictionary to read the following announcement taken from a Vietnamese newspaper.

Trung tâm Hà Nội tắt đèn hưởng ứng Giờ Trái Đất

Hà Nội (TP) - Lãnh đạo TP Hà Nội vừa có công văn chỉ đạo các tổ chức chính trị xã hội của thành phố tham gia hưởng ứng Giờ Trái Đất năm 2011, với thông điệp chính "Tắt đèn 60 phút, hành động 365 ngày vì biến đổi khí hậu".

Theo đó, từ 20h30 đến 21h30 ngày 26-3, một số khu vực chính của thành phố Hà Nội như Đền Ngọc Sơn-Cầu Thê Húc, Nhà hát Lớn Hà Nội, Tràng Tiền Plaza.... sẽ tắt, giảm các thiết bị chiếu sáng.

Năm 2009, Hà Nội là thành phố đầu tiên của Việt Nam tham gia Giờ Trái Đất cùng với 1.000 thành phố khác trên thế giới.

Mỹ Hằng

BẠN CẦN BIẾT

The number of motorbikes and cars has considerably increased over the last decade, and roads in the large cities of Vietnam do not meet the demands. The streets in downtown Hà Nội are narrow and encounter constant traffic jams, even though cars are banned from traveling on some of them. The streets in Sài Gòn are a bit wider and longer, but still very often congested due to the huge number of motorbikes, cars and trucks. Road construction work often makes the traffic situation in this largest city of Vietnam even worse.

Vietnam has recently built many highways (**đường cao tốc**) and bridges on the highways. The highways outside of the cities have at least two lanes in each direction, with a concrete center divider (**dải phân cách**). The farther away from the cities you go, however, the narrower these highways become, and the worse their quality is. Many highways in the rural areas do not have any center divider, which makes traveling on them rather dangerous.

The government tries to enforce traffic laws (**luật giao thông**). Unfortunately, they are occasionally ignored, especially when motorists get stuck in traffic jams. In such cases, some people seem to forget about good behavior; don't be surprised if you hear motorists yelling and swearing at each other.

Vietnamese are friendly when giving someone directions on the street, though! If you need directions to a place or you get lost, don't hesitate to ask. Vietnamese typically will be delighted to hear your question asked in Vietnamese, and will try their best to be helpful to you.

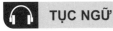 **TỤC NGỮ**

Đất [có] lề, quê [có] thói.
Each region has its own customs.
[So many countries, so many customs.]

LESSON

11

Shopping

Grammar

1. Preposition **bằng**
2. Final particle **chứ**
3. **Mời** denoting a suggestion
4. Preposition **cho** used with some verbs demanding two objects
5. Particle **đâu** placed at the end of a negative sentence
6. Personal pronoun **người ta**
7. **Thôi** as a separate sentence
8. Preposition **về**
9. Reciprocal pronoun **nhau**
10. **Lại** placed after some verbs
11. **Ngay** in the sense of "just, right"
12. Emphatic **có**
13. Classifier **nền**

Usage

1. Verbs "to wear, to have on the body" in Vietnamese
2. **Được không** as an interrogative word and **được** as a reply
3. Questions and responses about prices
4. Verb **quen**
5. Noun **siêu thị**

Word-formation

Affixation

 DIALOGUE 1

A   :   **Chị ơi! Chị làm ơn cho tôi xem chiếc áo ngắn tay màu xanh kia.**
B (cô bán hàng): **Vâng, anh cứ tự nhiên. Áo bằng lụa đấy.**
A   :   **Tôi mặc thử, được không?**

B : Được chứ. Phòng thử ở trong này.

A (sau khi mặc thử): Chiếc này tôi mặc hơi chật. Chị có chiếc nào cỡ to hơn không?

B : Anh mặc cỡ bao nhiêu?

A : Cỡ L.

B : Cỡ L không có màu xanh lá cây, chỉ có màu xanh nước biển thôi. Đây, mời anh xem.

A : Chiếc này cỡ L, chắc tôi mặc vừa. Tôi lấy chiếc này. Giá bao nhiêu, chị?

B : 200 nghìn.

A : Sao đắt thế?

B : Tôi không bán đắt cho anh đâu.

A : Chị bớt cho tôi đi.

B : Được, tôi bớt cho anh 20 nghìn.

A : Tôi muốn mua đôi dép, mùa này đi giầy nóng quá. Gần đây có chỗ nào bán dép không, chị?

B : Đầu đường đằng kia có cửa hàng giầy dép lớn lắm.

🎧 DIALOGUE 2

A : Nho ngon lắm, cô mua đi. Người ta mới chở từ Phan Rang ra đấy.

B : Bao nhiêu tiền một cân?

A : Thứ nho này quả vừa to vừa ngọt. Đúng 100 nghìn, không cần mặc cả.

B : 80 nghìn được không? Tôi lấy hai cân.

A : Thôi, bán mở hàng cho cô đấy.

🎧 DIALOGUE 3

A (người bán hàng): Anh cần cuốn gì?

B : Cháu đang tìm mua quyển tiểu thuyết Phố của nhà văn Chu Lai.

A : Cuốn ấy vừa mới hết cách đây mấy ngày.

B : Tiếc quá! Bác có tập thơ nào mới không?

A : Có tập thơ do các nhà thơ trẻ viết về Hà Nội. Người ta khen lắm.

B : Bác làm ơn cho cháu xem. … Cuốn này bán thế nào đây, bác?

A : Lấy anh 12 nghìn.

🎧 VOCABULARY

Dialogue 1

áo ngắn tay short sleeve shirt
cô bán hàng salesgirl, saleswoman
cứ tự nhiên feel free, go ahead
bằng (made) of
lụa silk
được O.K.
được không? is it O.K.?
chứ final particle

phòng thử fitting room
chật too small
cỡ size
mặc to wear
xanh lá cây green
xanh nước biển navy blue
mời please
vừa to fit
giá price

Sao đắt thế? It's too expensive.

đâu final particle, emphasizing the negation

bớt to take off, give a discount for someone

đôi pair

dép sandal, slipper

đi to wear

giầy/giày shoe

Dialogue 2

người ta they

chở to deliver

cân kilogram

thứ kind, sort

ngọt sweet

mặc cả/mà cả to bargain

thôi particle

bán mở hàng to sell for the first time in a day (of a store, business, etc.)

Dialogue 3

người bán hàng salesperson

tiểu thuyết novel

hết to run out, be sold out

tập collection (of poems, short stories)

thơ poetry, poem

nhà thơ poet

về on, of, about

lấy to take money (informal)

Cuốn này bán thế nào đây? How much is this book?

Lấy anh 50 nghìn I'll take 50,000 dong (from you).

Hoa quả ở chợ Tân Định, thành phố Hồ Chí Minh
Fruit at the Tân Định market, Hồ Chí Minh City

GRAMMAR NOTES

1. The word **bằng** is used to indicate the material from which something is made. It may function as a preposition:

   Cái bàn này làm bằng gỗ. This desk is made from wood.

   The verb **làm** can be omitted, and then **bằng** may also function as a predicate:

   Cái bàn này bằng gỗ. This desk is made from wood.

   The word **bằng** in combination with a noun may function as an attribute modifying a noun which is already modified by other word(s):

   Tôi không thích bàn lớn bằng gỗ. I don't like big wooden desks.

   If the noun is not modified by other word(s), **bằng** is not used:

   Tôi không thích bàn gỗ. I don't like wooden desks.

2. The particle **chứ** "of course, surely" is placed at the end of an affirmative statement to emphasize the certainty of the fact:

   Tối nay chị có đi khiêu vũ không? Are you going dancing tonight?

   Đi/Có chứ. Sure, I am.

3. The word **mời** "to invite" is placed at the beginning of a sentence to make a request and is followed by a second personal pronoun to denote a polite invitation for someone to do something and can be translated as "Please … ":

   Mời anh ngồi. Please take a seat.

   Mời bác vào đây. Please come in.

4. In Vietnamese there is a group of verbs which demand two objects. The first object indicates what is given (direct object), and the other indicates the person who accepts what is given (indirect object). This group includes **bán, mua, gửi, cho** "to give," **đưa** "to pass," **chuyển** "to forward," **tặng** "to present, make a gift to," **giao, trả, nộp** "to hand in, turn in," **viết**, etc. The preposition **cho** is used to link the direct object to the indirect object:

   > Subject + Predicate + Direct Object + **cho** + Indirect Object

   Tôi mua sách cho bạn tôi. I bought a book for my friend.

   If the direct object is modified by other words, the direct object may either precede the indirect object or follow it:

   Tôi mua một cuốn sách mới cho bạn tôi. = Tôi mua cho bạn tôi một cuốn sách mới.
   I bought a new book for my friend.

The verb **cho** is used *without* the preposition **cho**, and the indirect object always precedes the direct object:

> **Tôi cho bạn tôi sách.** I gave my friend a book.

> **Tôi cho bạn tôi mấy quyển sách tiếng Việt.** I gave my friend a few books in Vietnamese.

The verb **tặng** is used with the preposition **cho** if the direct object precedes the indirect object:

> **Tôi tặng sách cho bạn tôi.** I presented a book to my friend.

The preposition **cho** is not used after **tặng** if the indirect object is followed by the direct object:

> **Tôi tặng bạn tôi sách.** I presented my friend a book.

5. In spoken Vietnamese the particle **đâu** placed at the end of a negative sentence emphasizes the negation:

> **Anh ấy không biết gì đâu, đừng hỏi anh ấy.** He knows nothing, don't ask him.

The particle **đâu** may be used along with **có** in an assertive sentence to convey the negation emphatically. In that case the particle **có** is placed immediately before the verb, and the particle **đâu** is placed at the end of the sentence:

> **Anh ấy có biết gì đâu!** He knows nothing!

Rau tươi ở chợ Tân Định, thành phố Hồ Chí Minh
Fresh vegetables at Tân Định market, Hồ Chí Minh City

6. The pronoun **người ta** "they" is used to refer to people in general, like the German *man* or the French *on*:

   Người ta không thích anh ấy. They don't like him.

7. The word **thôi**—the main meaning of which is "to stop doing something, to quit"—is used as a separate sentence to introduce another sentence to express the meaning "enough said":

   Thôi, đừng nói nữa. That's enough. Don't talk any longer.

8. The preposition **về** "on, about, of, relating to" is used to indicate the object of perception or thought: **nói về lịch sử Việt Nam** "to speak of Vietnamese history," **cuốn sách về kinh tế** "a book on economics," **bàn** "to discuss" **về hoạt động của câu lạc bộ** "to discuss the activities of the club."

 NOTES ON USAGE

1. The English verb "to wear" in the sense "to have on the body" has several equivalents in Vietnamese:

mặc	đeo	đội	mang/đi
+ **áo** "to wear a shirt"	+ **kính** "to wear glasses"	+ **mũ** "to wear a hat"	+ **giầy** "to wear shoes"
+ **quần** "to wear pants"	+ **đồng hồ** "to wear a watch"	+ **nón** "to wear a Vietnamese conical palm hat"	+ **tất** "to wear socks"
	+ **nhẫn** "to wear a ring"		+ **găng** "to wear gloves"

2. The word **được** is used in colloquial Vietnamese to reply "O.K., That's O.K." The question which precedes the reply usually has the phrase **được không?** "Is that O.K.?" at the end:

   Bao giờ anh gọi điện cho tôi? When will you give me a call?

   Tối nay, được không? Tonight is O.K.?

   Được. O.K.

3. There are several ways to ask questions about prices. When one wants to know the price of a single item, the most common way to ask about the price is to use the phrase **giá bao nhiêu**, placed after the item. **Giá** is optional:

   Chiếc mũ này [giá] bao nhiêu? How much is this hat?

   When the item is usually sold in kilograms, liters, dozens, bunches, etc. the item comes first in the sentence, followed by the phrase **[giá] bao nhiêu** or **bao nhiêu [tiền]**. The expression **một** + unit are placed at the end:

Cam [giá] bao nhiêu một cân? or: **Cam bao nhiêu [tiền] một cân?**
How much is one kilogram of oranges?

The less formal way to ask about prices is using the phrase **bán thế nào**, and the word **lấy** can be heard in the reply:

Chiếc mũ này bán thế nào đây, cô? How much is this hat, Miss?

Lấy anh năm chục nghìn. I'll take 50,000 dongs.

Cam bán thế nào đấy, bà? How much are oranges, Ma'am?

Lấy cô năm nghìn một chục. I'll take 5,000 dongs per dozen.

The word **đồng** (Vietnamese monetary unit) is very often omitted when people are talking about price. In Hanoi the word **ki-lô** is sometimes used in the sense of "kilogram" instead of **cân**. In the Saigon dialect, **ký/kí** is used with the same meaning.

 WORD-FORMATION

Affixation is another important process of making new words in Vietnamese. Affixation is the process of forming a new word by attaching one or more derivational elements to a word. In most cases these elements in Vietnamese can occur as separate words, which have their own lexical meanings. However, they convey more abstract meanings when functioning as derivational elements for the construction of new words. There are two types of affixation in Vietnamese: prefixation and suffixation.

With *prefixation* new words are made when a derivational element (prefix) is placed before a word. For example, the element **nhà** means "a person who specializes in some field," and **văn** means "literature"; **nhà** + **văn** → **nhà văn** "writer, author". Other examples:

nhà + **thơ** "poetry" → **nhà thơ** "poet"

nhà + **khoa học** "science" → **nhà khoa học** "scientist"

nhà + **kinh tế** "economy, economics" → **nhà kinh tế** "economist"

nhà + **báo** "newspaper" → **nhà báo** "reporter, journalist"

The elements **sự** and **việc** turn a verb into a noun. For example, **sự** + **bảo vệ** "to defend" → **sự bảo vệ** "defense, defending". Other examples:

sự + **phát triển** "to develop" → **sự phát triển** "development"

sự + **thay đổi** "to change" → **sự thay đổi** "change"

sự + **vắng mặt** "to be absent" → **sự vắng mặt** "absence"

sự/việc + **chuẩn bị** "to prepare" → **sự/việc chuẩn bị** "preparation, preparing"

sự/việc + **đi lại** "to move from one place to another" → **sự/việc đi lại** "transportation, traffic"

sự/việc + **tiếp xúc** "to communicate" → **sự/việc tiếp xúc** "communicating, contact"

sự/việc + thành lập "to establish, found" → **sự/việc thành lập** "establishment, foundation"

việc + giới thiệu "to introduce" → **việc giới thiệu** "introduction"

việc + kiểm tra "to examine, check, control" → **việc kiểm tra** "examination, control"

việc + tổ chức "to organize" → **việc tổ chức** "organization, organizing"

việc + xây dựng "to build" → **việc xây dựng** "construction"

The word **cuộc** in some cases also turns a verb to a noun, having the meaning "an event in which a number of people take part," for instance:

cuộc + họp "to meet, have a meeting" → **cuộc họp** "a meeting"

cuộc + nói chuyện "to talk" → **cuộc nói chuyện** "a talk, public address"

cuộc + vui "to have fun" → **cuộc vui** "amusement"

cuộc + sống "to live" → **cuộc sống** "life"

Suffixation occurs when new words are made by placing a derivational element (suffix) after a word, e.g.:

The element **trưởng** means "a person who leads, rules or is in charge," **bộ** "ministry, department" + **trưởng** → **bộ trưởng** "minister, secretary"

hiệu "in Chinese a part of the word meaning 'school'" + **trưởng** → **hiệu trưởng** "principal, president of a university or college"

nhóm "group" + **trưởng** → **nhóm trưởng** "head of a group"

The element **viên** means "member of an organization," thus:

hội "association" + **viên** → **hội viên** "member of an association"

đảng "party" + **viên** → **đảng viên** "party member"

DRILLS

A. Give answers to the following questions using **bằng** with the words given in the parentheses.

> EXAMPLE   **Cái bàn ấy làm bằng gì? (gỗ) → Cái bàn ấy làm bằng gỗ.**

1. **Đôi giầy này bằng gì? (da** "leather")
2. **Cái túi ấy làm bằng gì?** (nylon)
3. **Cái bảng ấy bằng gì?** (gỗ)
4. **Cái hộp** "box" **này làm bằng gì?** (giấy)
5. **Chiếc áo ấy bằng gì? (len** "wool")
6. **Nhà thờ ấy bằng gì? (đá** "stone")
7. **Cái áo ấy bằng vải** "fabrics" **gì?** (lụa)
8. **Đôi đũa này bằng gì? (tre** "bamboo")
9. **Chiếc ghế ấy làm bằng gì?** (gỗ)
10. **Đôi găng này bằng gì?** (da)
11. **Cái ô ấy làm bằng gì?** (nylon)
12. **Cái nhẫn này bằng gì? (vàng** "gold")

B. Make up questions so that the following sentences could be the responses to them.

    1. A: _____ ?
       B: **Quen chứ. Mình cùng học với Dũng ở trung học.**

    2. A: _____ ?
       B: **Biết chứ. Mấy năm sống ở Sài Gòn, tôi đã học nấu cơm.**

    3. A: _____ ?
       B: **Có chứ. Ngày nào mình cũng chơi quần vợt ở khu thể thao của trường.**

    4. A: _____ ?
       B: **Được chứ. Tối nay tôi không bận gì cả.**

    5. A: _____ ?
       B: **Hiểu chứ. Ông ấy nói không nhanh lắm.**

    6. A: _____ ?
       B: **Đúng giờ chứ. Tôi không bao giờ đến muộn cả.**

    7. A: _____ ?
       B: **Thích chứ. Trong thời gian ở New York, tuần nào mình cũng đi bảo tàng.**

    8. A: _____ ?
       B: **Rỗi chứ. Chúng mình đang nghỉ hè.**

    9. A: _____ ?
       B: **Nhớ chứ. Cô ấy vừa mới gọi điện nhắc "to remind" tôi.**

    10. A: _____ ?
       B: **Có chứ. Mai là ngày lễ, ai cũng được nghỉ.**

C. Write extended responses to the following questions using **chứ.**

    1. A: **Chị có biết bài hát "song" ấy không?**
       B: _____

    2. A: **Nghe đài Hà Nội, anh có hiểu không?**
       B: _____

    3. A: **Chị có thích đi du lịch không?**
       B: _____

    4. A: **Anh có hay đi xe điện ngầm ở Boston không?**
       B: _____

    5. A: **Chị có quen ai ở trường Đại học Bách khoa Hà Nội không?**
       B: _____

    6. A: **Anh có biết bơi không?**
       B: _____

    7. A: **Chị có định mời anh ấy đến ăn sinh nhật không?**
       B: _____

    8. A: **Gần đấy có chỗ gửi xe không?**
       B: _____

    9. A: **Anh có đồng ý với giáo sư Tuấn không?**
       B: _____

    10. A: **Cậu có định đi xem phim ấy không?**
       B: _____

D. Complete the following sentences using the English phrases given in the parentheses. Pay attention to the word order and to using the preposition **cho** where it is necessary.

1. **Tôi muốn tặng** (my friend a new book on contemporary Vietnamese literature).
2. **Chúng tôi chưa nộp** (the test to the [female] teacher).
3. **Anh làm ơn đưa** (me today's newspaper on the table).
4. **Chị chuyển** (this letter to prof Thắng, O.K.?).
5. **Tôi trả** (him 500 thousand dongs).
6. **Bố tôi mua** (a car for me).
7. **Tôi viết** (her a very long letter).
8. **Anh tôi cho** (me a new watch).
9. **Tôi định trả** (that book to the library).
10. **Tôi ra bưu điện gửi** (a letter to a friend of mine in Hanoi).
11. **Chị tôi mua** (an expensive leather jacket for me).
12. **Ai tặng** (you this novel)?
13. **Họ không muốn bán** (the house to me).

E. Change the following assertive sentences into the negative form, using the particle **đâu** and the construction **có … đâu**.

> EXAMPLE   **Anh ấy biết nhiều lắm.** → **Anh ấy không biết gì đâu.**
> → **Anh ấy có biết gì đâu.**

1. **Cô ấy đến đây.**
2. **Hôm qua anh ấy gọi điện cho nhiều người.**
3. **Bạn tôi thích uống bia lắm.**
4. **Chiếc xe này đắt quá!**
5. **Em tôi định học luật** "law."
6. **Cô ấy giỏi về máy vi tính lắm.**
7. **Món này rất cay** "peppery-hot, spicy."
8. **Gần đấy có chỗ gửi xe.**
9. **Anh Hùng hay đến muộn lắm.**
10. **Bộ phim ấy rất hay, cậu nên đi xem.**
11. **Mùa đông ở Hà Nội lạnh lắm.**
12. **Cậu ấy đồng ý với chúng mình rồi.**
13. **Tôi biết đường đến khu thể thao ở phố Trịnh Hoài Đức.**
14. **Anh ấy muốn tham gia tổ chức buổi khiêu vũ tối thứ bảy này.**

F.   Fill in the blanks with the proper prepositions.

1. Chúng tôi không thích đi chơi _____ cô ấy vì cô ấy hay đến muộn lắm.

2. _____ cuộc họp tối qua, các anh bàn _____ những gì?

3. Tối mai _____ tầng hai ký túc xá này có khiêu vũ, cậu có định đi không?

4. Mùa này _____ Sài Gòn không có mưa cho nên nóng lắm.

5. Mấy ngân hàng lớn của Mỹ đã có văn phòng _____ Việt Nam.

6. Tôi thấy cô ấy nói đúng, vì sao anh không đồng ý _____ cô ấy?

7. _____ toà nhà ấy có một quầy báo.

8. Bao giờ cậu định giới thiệu mình _____ giáo sư Hoà?

9. _____ Hà Nội _____ Vinh đi xe lửa mất bao lâu?

10. Một _____ những tập thơ của ông ấy mới được giải thưởng văn học năm ngoái.

11. Cô ấy học chăm lắm vì sang năm cô ấy định thi _____ trường y.

12. Thành phố Nam Định nằm cách Hà Nội 90 cây số _____ phía nam "south".

13. _____ đây _____ trung tâm thành phố đi _____ gì tiện nhất?

14. Luận án của anh ấy hay lắm, _____ văn học Việt Nam cuối những năm 30 đầu những năm 40.

15. Cô ấy ra _____ phòng mà không chào ai cả. Chắc cô ấy giận "to be angry" lắm.

16. Đồng hồ tôi chạy đúng vì tôi mới lấy _____ ti vi sáng nay.

Một cửa hàng điện tử ở phố Bà Triệu, Hà Nội
An electronics store on Bà Triệu Street in Hà Nội

G. Complete the following sentences using the English phrases given in the parentheses.

1. **Ông tôi già rồi nên phải** (wears reading glasses).
2. **Mùa hè người Hà Nội** (usually wear hats when going out).
3. **Đêm nay phải** (wear socks when going to bed because it's cold).
4. **Chị tôi** (is married, but she doesn't like to wear rings).
5. **Áo len của anh** (is brown, you should wear it with black pants and black or brown shoes).
6. **Phụ nữ** "women" **Việt Nam** (usually wear **áo dài**, it looks very nice).
7. **Bạn tôi** (wears a new Japanese watch. His brother bought it to him).
8. **Mùa này ở đây** (they don't wear leather shoes).
9. **Hôm nay rất lạnh,** (why don't you wear gloves?)
10. **Anh ấy** (usually wears sunglasses **kính râm** when driving).

H. Ask questions about the prices of the following items and respond to the questions (both formal and informal).[1]

> EXAMPLE   **Cam, 30 nghìn/cân.**
>
> → Formal: A: **Cam [giá] bao nhiêu một cân?**
>
>   B: **30 nghìn một cân.**
>
> → Informal: A: **Cam bán thế nào đấy, bác?**
>
>   B: **Lấy cô 30 nghìn một cân.**

1. **Cam Vinh, 37 nghìn/cân.**
2. **Nho, 80 nghìn/cân.**
3. **Thịt bò** "beef," **200 nghìn/cân.**
4. **Cá, 70 nghìn/con.**
5. **Chuối, 30 nghìn/nải** "cluster."
6. **Dứa, 5 nghìn/quả.**
7. **Chiếc xe đạp kia, 650 nghìn.**
8. **Bia Heineken, 20 nghìn/lon** "can."
9. **Cuốn từ điển này, 95 nghìn.**
10. **Cái mũ này, 25 nghìn.**
11. **Bia, 14 nghìn/chai** "bottle."
12. **Chanh, 9 trăm/quả.**
13. **Táo, 70 nghìn/cân.**
14. **Cái điện thoại di động** "cell phone" **kia, 1 triệu.**
15. **Dừa, 15 nghìn/quả.**
16. **Thịt lợn** "pork," **160 nghìn/ki-lô.**

I. Ask questions about the rates of some major foreign currencies.[2]

> EXAMPLE   **Đô-la Mỹ, 20 657** → A: **Một đô-la Mỹ giá bao nhiêu?**
>
>   B: **Một đô-la Mỹ giá 20 nghìn 657 đồng Việt Nam.**

1. **Yen Nhật, 253**
2. **Euro, 29 764**
3. **Franc Thuỵ Sĩ** "Switzerland", **24 473**
4. **Bảng** "pound" **Anh, 33 802**
5. **Nhân dân tệ** "renminbi" (People's Republic of China's monetary unit), **3 020**

---

1. The prices given in this drill were effective in Hanoi in July 2011.

2. The rates of the major currencies given in this drill were published in **Nhân dân** newspaper in Hanoi in July 2011.

EXERCISES

Prepare with your partner the following dialogues, then perform the dialogues for the class. Independent learners may practice two roles, then read the roleplay aloud, alternating between the roles for extra practice.

1. A is a fruit saleswoman at Đồng Xuân market in Hanoi, B is a homemaker.

A	B
1. greets B and offers fruits	1. asks how much a kilogram of apples is
2. replies: 15 thousand dongs	2. is surprised, asks why it is so expensive
3. explains: the end of the apple season	3. asks A to take off 2 thousand dongs
4. will take 1 thousand 500 dongs off if B buys more than 3 kilograms	4. says 3 kilograms are too much for her. Would like to take 2 kilograms only
5. agrees	

2. A is an American student in Hanoi who is looking for a bicycle, B is a salesman at a bicycle store.

A	B
1. wants to take a look at men's bikes which B has in his store	1. asks whether A is looking for an expensive or inexpensive bike
2. replies: an inexpensive one	2. offers several bikes made in Vietnam
3. doesn't want to buy a Vietnamese bike because of its poor quality	3. shows a Chinese bike
4. asks about the price	4. replies: 1 million 200 thousand dong
5. bargains the price	5. agrees to take off 50 thousand and offers a German motorbike lock for 150 thousand dong
6. says if A takes off 100 thousand dong, he will take both the bike and the lock	6. agrees

 NARRATIVE

Chợ Hôm là một trong những chợ lớn ở Hà Nội. Tên chính thức của chợ là Chợ Hôm-Đức Viên, do hai chợ nằm cạnh nhau là chợ Hôm và chợ Đức Viên hợp lại, nhưng người Hà Nội vẫn quen gọi là chợ Hôm.

Chợ Hôm có từ rất lâu. Do nằm ở vị trí quan trọng gần trung tâm thành phố, chợ đóng vai trò lớn trong đời sống hàng ngày của người dân Hà Nội. Chợ có ba cửa: cửa phía tây là cửa chính trông ra phố Huế, cửa phía nam trông ra phố Trần Xuân Soạn, còn cửa phía đông trông ra phố Ngô Thì Nhậm. Đây là khu phố có nhiều cửa hàng, cửa hiệu, trung tâm dịch vụ, các nhà hàng lớn, các hiệu ăn nhỏ, các quán cơm bình dân, có cả những quán ăn, quán giải khát nằm ngay trên vỉa hè. Chợ có

Chợ cá trên đảo Phú Quốc
Fish market on Phú Quốc Island

hai tầng. Tầng một gồm hai khu lớn là khu bán thực phẩm và khu bán hàng tạp hoá. Khu thực phẩm bán các loại thịt, thuỷ sản, rau, hoa quả, thể hiện thiên nhiên phong phú và đa dạng của miền nhiệt đới. Còn ở khu bán hàng tạp hoá, người ta có thể tìm mua quần áo, giày dép, văn phòng phẩm, đồ chơi, mỹ phẩm v.v... Tầng hai cũng gồm hai khu, một khu bán vải, đồ dùng gia đình, còn khu kia dùng làm siêu thị Mini do Công ty xuất nhập khẩu nông sản và tiểu thủ công nghiệp Bà Rịa-Vũng Tàu thành lập. Siêu thị bán đủ các mặt hàng nội, ngoại.

Các mặt hàng tạp hoá và nhiều mặt hàng thực phẩm có ghi giá nên việc mua bán diễn ra nhanh chóng. Một số mặt hàng thực phẩm giá thay đổi tuỳ theo mùa hay lượng hàng từ nơi cung cấp đưa đến nên không ghi giá. Người mua có thể mặc cả với người bán, nếu không thích mua hàng này thì đi hàng khác. Nói chung, từ khi nền kinh tế Việt Nam chuyển sang cơ chế thị trường, vì có sự cạnh tranh giữa Nhà nước với tư nhân hay giữa tư nhân với nhau nên giá không chênh lệch nhiều. Cũng vì cạnh tranh nên thái độ phục vụ khách hàng tốt hơn rất nhiều so với trước đây.

 VOCABULARY

chính thức official
cạnh next, adjacent
nhau each other, one another
hợp lại to merge, become united
quen to be used to, familiar with
có từ rất lâu long established
do because
vị trí place, position
đóng vai trò to play a role

đời sống life
người dân residents, people
chính main
trông to look
    trông ra to overlook
đông East; Eastern
khu phố area (in a city), neighborhood
cửa hàng shop, store
cửa hiệu small shop

hiệu ăn restaurant

quán small store or restaurant

cơm bình dân food, the price of which is afford-
able to everybody

giải khát to have a refreshing drink

ngay just, right

vỉa hè sidewalk

gồm to consist of

thực phẩm food

hàng goods, articles for sale

tạp hoá dry goods

thịt meat

thuỷ sản fresh and salt water seafood

rau vegetables

hoa quả fruits (collective noun)

thể hiện to express, convey

thiên nhiên nature

phong phú plentiful, abundant

đa dạng diverse, varied

nhiệt đới tropical

văn phòng phẩm office supplies, stationery

đồ chơi toy

mỹ phẩm cosmetics

v.v… = vân vân etc.

đồ dùng appliance, utensil

   đồ dùng gia đình household appliances

siêu thị supermarket

xuất khẩu to export

nhập khẩu to import

   xuất nhập khẩu to export and import

nông sản farm products

tiểu thủ công nghiệp hand(i)craft

mặt hàng item, article for sale

nội domestic (lit.: internal)

ngoại imported (lit.: external)

diễn ra to occur, take place

nhanh chóng quickly, promptly

tuỳ theo according to, depending on

lượng amount

cung cấp to supply, provide

nói chung generally speaking

nền classifier for some abstract concepts

chuyển (sang) to change to, shift to

cơ chế structure, system

thị trường market (an economic situation)

cạnh tranh to compete

tư nhân private enterprise; private

chênh lệch to vary, differ

thái độ attitude

phục vụ to serve

khách hàng customer

so với in comparison with, compared to/with

Chợ Hôm, Hà Nội
Hôm Market, Hà Nội

GRAMMAR NOTES

1. The reciprocal pronoun **nhau** "each other, one another" placed after a verb indicates a mutual action:

    Họ giúp nhau làm bài tập. They help each other do their homework.

    When the verb demands a preposition, the preposition is placed after the verb and before the reciprocal pronoun **nhau**:

    Thỉnh thoảng họ viết thư cho nhau. Occasionally they write letters to each other.

2. The element **lại** placed after some verbs conveys an idea of uniting, merging or closing. When the verb is transitive, **lại** is placed at the end of the sentence:

    Chúng tôi họp lại để bàn chương trình khiêu vũ tối mai. We are meeting to discuss the program for tomorrow night's dancing.

    Ngoài phố lạnh lắm, anh nên đóng cửa sổ "window" lại. (Because) it is cold outside, you should close the window.

3. The word **ngay** "just, right" placed before words with the meaning of place or time emphasizes an exact place or time:

    Thư viện khoa học ở ngay trung tâm Hà Nội. The Library of Sciences is located just in the center of Hanoi.

    Anh nên đi ngay bây giờ kẻo muộn. You should go right now or else you will be late.

4. The verb **có** may be used before another verb to emphasize the fact that an action definitely takes/took place. It is similar to the English verb "do" used along with another verb:

    Hôm qua anh ấy có đến đây. He did come here yesterday.

5. The classifier **nền** is used with several abstract nouns implying fields of human activities: **nền kinh tế** "economy," **nền văn hoá** "culture," **nền khoa học** "science," **nền văn học** "literature," **nền kỹ thuật** "technology," etc.

 NOTES ON USAGE

1. The verb **quen** is followed by a noun or pronoun as the object when meaning "to know somebody, be acquainted with somebody":

    Chị có quen anh ấy không? Do you know him?

    When the verb **quen** indicates "to be used, accustomed to," it is followed by another verb:

    Tôi không quen đi ngủ sớm. I am not used to going to bed early.

It may precede a noun, but the preposition **với** is necessary:

> **Họ chưa quen với khí hậu ở đây.** They haven't yet gotten accustomed to the climate here.

2. The word **siêu thị** "supermarket" is used by both the Vietnamese in Vietnam and the Vietnamese-Americans in the U.S., but with a slight difference in meaning. The word **siêu thị** used by the Vietnamese communities in the U.S. is similar to the English word "supermarket," where one goes primarily to buy food. A **siêu thị** in Vietnam, however, connotes a big department store where one can purchase everything but food. In a few **siêu thị** in Hanoi and Saigon one can nonetheless buy certain kinds of packaged, canned or dried foods.

Siêu thị Mini trong chợ Hôm, Hà Nội
Minimart in Hôm Market, Hà Nội

DRILLS

A. Combine the following sentences into one, using the reciprocal pronoun **nhau**.

> EXAMPLE **Lan giúp Thanh làm bài tập. Thanh giúp Lan làm bài tập.**
> → **Lan và Thanh giúp nhau làm bài tập.**

1. Đức hay gọi điện cho Dũng. Dũng hay gọi điện cho Đức.
2. Cô Thuỷ khen cô Bích. Cô Bích khen cô Thuỷ.
3. Anh ấy thích đi chơi với cô ấy. Cô ấy thích đi chơi với anh ấy.
4. Tôi giới thiệu Tiến với Jeff. Tôi giới thiệu Jeff với Tiến.
5. Anh Thắng không thích mượn sách của anh Hải. Anh Hải không thích mượn sách của anh Thắng.
6. Ông Johnson cùng làm việc với ông Minh ở văn phòng công ty Shell tại Sài Gòn. Ông Minh cùng làm việc với ông Johnson ở văn phòng công ty Shell tại Sài Gòn.
7. Tôi đồng ý với các bạn tôi về chương trình buổi họp ngày mai. Các bạn tôi đồng ý với tôi về chương trình buổi họp ngày mai.
8. Bà Hiền ở gần bà Thuý nhưng chưa bao giờ sang thăm bà Thuý. Bà Thuý ở gần nhà bà Hiền nhưng chưa bao giờ sang thăm bà Hiền.
9. Cô Hồng coi cô Vân như chị. Cô Vân coi cô Hồng như em.
10. Tôi chữa lỗi ngữ pháp cho bạn tôi. Bạn tôi chữa lỗi ngữ pháp cho tôi.

B. Fill in the blanks with the reciprocal pronoun **nhau**. Use the prepositions where they are necessary.

1. Các sinh viên mới đã làm quen _____ trong giờ học đầu tiên.
2. Chúng tôi coi _____ như anh em.
3. Nhân dịp "on the occasion of" ngày lễ, họ tặng quà "gift" _____ .
4. Hai cô gái ấy quen _____ từ trường trung học.
5. Chúng tôi bàn _____ về việc tổ chức một số hoạt động của câu lạc bộ.
6. Hôm nay là mồng một Tết. Ở đâu cũng thấy người ta chúc mừng _____ , nói _____ những lời tốt đẹp.
7. Đã từ một tháng nay, họ không gặp _____ , cũng không gọi điện thoại _____ .
8. Vợ chồng anh ấy rất hiểu _____ nhưng có những điều họ không bao giờ đồng ý _____ cả.
9. Từ khi xa _____ đến nay, tháng nào họ cũng viết thư _____ .
10. Trong giờ tiếng Việt, khi tập nói chuyện chúng tôi thường đặt câu hỏi _____ .
11. Chúng tôi ai cũng thích đúng giờ nên không bao giờ phải chờ _____ cả.
12. Sau cuộc họp hôm ấy họ giận _____ . Khi gặp _____ họ không chào _____ nữa.
13. Ở đây người ta hay xin lỗi và cám ơn _____ lắm.

Một hàng ăn trong chợ Hôm, Hà Nội
A food stall in Hôm Market, Hà Nội

C.   Complete the following sentences, using the English phrases given in the parentheses.

1. **Nửa tiếng nữa chúng ta sẽ gặp nhau** (right at the bus stop).
2. **Thành phố Nha Trang nằm** (right on the ocean).
3. **Chúng ta phải bắt đầu chuẩn bị thi** (just today).
4. **Phòng tập thể thao ở** (just on the first floor), **tiện lắm!**
5. **Các anh đừng đi đâu cả, tôi quay lại** (right away).
6. **Họ phải đi Đà Lạt** (immediately tonight).
7. **Cậu không phải đi xa để gửi quà về nhà, bưu điện ở** (just at the intersection, very close to here).
8. **Thư viện trường Đại học Quốc gia ở** (just over there), **anh có nhìn thấy toà nhà trắng kia không?**
9. **Sinh viên bắt đầu nghỉ hè** (just this week).
10. **Cô đừng sợ nhầm đường, nhà ga ở** (just downtown, it's very easy to go there by bus).

D. Give answers to the following questions, using the verb **có** along with another verb with the emphatic meaning.

> EXAMPLE **Hôm qua anh có gặp anh Hiển không?** → **Có, hôm qua tôi có gặp anh ấy.**

1. **Anh có quen nhà thơ ấy không?**
2. **Hôm nay anh ấy có đi học không?**
3. **Chị đã ăn thử món ấy lần nào chưa?**
4. **Sáng nay cậu có tập chạy không?**
5. **Anh đã đọc bài báo ấy chưa?**
6. **Tuần trước ông ấy có đi làm không?**
7. **Các anh có đợi chị ấy không?**
8. **Cậu có nghe CD bài này không?**
9. **Chị có biết đường đi đến đấy không?**
10. **Năm ngoái giáo sư Hoà đến trường này giảng, phải không?**

E. Give answers to the following questions.

1. **Tên chính thức của chợ Hôm là gì?**
2. **Chợ Hôm ở phố nào?**
3. **Khu phố ấy như thế nào?**
4. **Cơm bình dân là gì?**
5. **Chợ Hôm có mấy tầng? Tầng một bán những gì? Còn tầng hai bán những gì?**
6. **Siêu thị ở Việt Nam và ở siêu thị ở Mỹ khác nhau thế nào?**
7. **Việc mua bán ở chợ diễn ra như thế nào? Vì sao?**
8. **Vì sao giá một số mặt hàng thay đổi?**
9. **Vì sao hiện giờ giá các mặt hàng không chênh lệch nhiều?**
10. **Nền kinh tế Việt Nam chuyển sang cơ chế thị trường năm nào?**
11. **Ở Mỹ, khi mua gì người mua và người bán thường mặc cả với nhau?**

EXERCISES

1. Describe a superstore where you often go shopping.

2. Use the dictionary to read the following news taken from a Vietnamese newspaper.

   Here are the meanings of the acronyms used in the news.

   TPHCM = Thành phố Hồ Chí Minh
   TP = thành phố
   USD = US Dollar
   VND = Vietnamese Dong
   PV = phóng viên reporter

Thị trường tự do vẫn phức tạp

TPHCM (TP) - Chi cục Quản lý thị trường TPHCM vừa mở đợt cao điểm kiểm tra việc chấp hành các quy định về việc niêm yết giá hàng hóa, dịch vụ. Nhiều cơ sở kinh doanh đã bị lập biên bản và phạt hành chính ở mức 20 – 30 triệu đồng do niêm yết giá bằng ngoại tệ (USD). Ngày 16-3, nhiều điểm kinh doanh thay đổi bảng hiệu, chuyển niêm yết giá từ USD sang VND. Tuy nhiên, tại nhiều khu vực trên địa bàn thành phố, một số cơ sở vẫn niêm yết theo giá USD, tiêu biểu như tại khu *phố Tây* (quận 1) gồm đường Đỗ Quang Đấu, Phạm Ngũ Lão, Bùi Viện, khu vực quanh chợ Bến Thành, đường Lê Lợi...

Theo quan sát của PV, tại một số điểm kinh doanh, dù niêm yết theo giá tiền Việt Nam, nhưng khi khách du lịch nước ngoài tới mua hàng, các nhân viên bán hàng vẫn báo giá theo USD. Thậm chí, nhiều nơi còn thực hiện giao dịch bằng USD tiền mặt.

Nguyễn Hiển

BẠN CẦN BIẾT

Vietnamese used to go to market (**đi chợ**) every day for grocery shopping. Now that life has become much busier and every family has a refrigerator, many people shop just a couple of times a week, or even once a week.

More and more people can afford food of high quality, like the products sold in supermarkets (**siêu thị**) where food items are packaged and have a price tag on them. Wholesale supermarkets, too, have recently appeared in Hà Nội and Sài Gòn.

There are many small stores and shops (**cửa hàng, cửa hiệu**) where prices are negotiable. Some stores and shops close at lunch time. New shopping malls are opening up in towers such as Tràng Tiền Plaza and Twin Towers in Hà Nội or Diamond Plaza in Sài Gòn. You'll find that prices for some merchandise in those shopping malls are higher than in the U.S.A. and Europe.

Small stores and shops often accept cash only. In the large department stores you can pay using major credit cards like Visa or MasterCard. Few Vietnamese, however, put charges on their credit cards. They still prefer paying cash, even when the amount is large.

 TỤC NGỮ

Thuận mua vừa bán.
It's a sale.

Chợ Đồng Xuân, Hà Nội
Đồng Xuân Market, Hà Nội

Health care

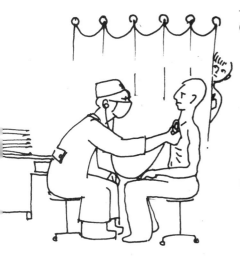

GRAMMAR

1. Verbs **được** and **bị**
2. **Cũng** denoting the speaker's reluctant agreement
3. **Hết** used before a verb
4. **Nữa** used with time expressions
5. **Mỗi** meaning "each"
6. Temporal preposition **từ**
7. Emphatic **cả** meaning "even"

USAGE

1. Expressions conveying the feelings of illness
2. Verbs meaning "to take off clothing" and "to put on clothing"
3. Verb **khuyên** used with modal verb **nên**
4. **Xem** at the end of a statement
5. Final particle **chứ** in a question
6. Rules for writing a letter

WORD-FORMATION

Reduplication

 DIALOGUE 1

Tại phòng bác sĩ nội

A : **Chào bác sĩ.**

B : **Chào anh. Mời anh ngồi đây. Anh bị sao?**

A : **Thưa bác sĩ, tôi bị nhức đầu, ho nhiều và họng hơi đau.**

B : **Lâu chưa?**

A : **Ba hôm rồi.**

B : **Anh có bị sốt không?**

A : **Có, thường buổi chiều và buổi tối tôi hơi sốt. Nhiệt độ khoảng 37 độ rưỡi.**

B : **Tôi sẽ khám bệnh cho anh. Anh làm ơn há miệng to… Nói a a a. Bây giờ anh cởi áo ra… Xong rồi. Anh bị cúm nhẹ thôi. Uống thuốc sẽ khỏi. Đơn thuốc đây.**

A :   Cám ơn bác sĩ.

B :   Hình như anh hút thuốc lá nhiều lắm, phải không?

A :   Cũng không nhiều lắm.

B :   Tôi khuyên anh nên bỏ thuốc lá, nếu anh muốn giữ sức khoẻ.

A :   Vâng, tôi sẽ cố gắng. Chào bác sĩ.

B :   Chúc anh chóng khỏi. Chào anh.

🎧 DIALOGUE 2

Tại phòng bác sĩ răng

A :   Thưa bác sĩ, tôi bị đau răng, nhức nhối suốt đêm không ngủ được.

B :   Anh ngồi vào ghế này. Đau chiếc răng nào?

A :   Thưa bác sĩ, chiếc này ạ. Đã chữa mấy lần rồi nhưng không hết đau.

B :   … Chiếc này hỏng rồi, theo tôi phải nhổ.

A :   Thế thì bác sĩ làm ơn nhổ cho tôi.

B :   Được. Đừng sợ. Không đau đâu… Đấy, xong rồi. Hai tiếng nữa anh có thể ăn uống bình thường.

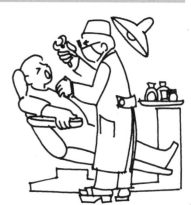

🎧 DIALOGUE 3

Điện thoại cấp cứu

A :   A-lô! Cấp cứu đấy phải không?

B :   Vâng, đâu gọi đến đấy?

A :   Khách sạn Continental. Ở đây có người bị đau bụng, chắc là viêm ruột thừa.

B :   Phòng số mấy?

A :   Số 12.

B :   5 phút nữa xe cấp cứu sẽ đến.

🎧 DIALOGUE 4

Trong hiệu thuốc

A :   Anh cần gì?

B :   Tôi bị nhức đầu. Thuốc nhức đầu cô có những loại gì?

A :   Nhiều loại lắm. Nếu anh bị không nặng lắm thì nên uống loại này.

B :   Uống thế nào, cô?

A :   Mỗi ngày 4 viên sau bữa cơm. Uống trong 2 ngày anh sẽ đỡ nhức đầu.

B :   Còn loại thuốc trong đơn này ở đây có không?

A :   Loại thuốc này mới hết cách đây mấy ngày. Anh đi cửa hàng khác xem.

VOCABULARY

Dialogue 1

nội/khoa nội internal medicine
  bác sĩ nội internist, specialist in internal diseases
bị to suffer
  Anh bị sao? What's the matter?
nhức ache, a stinging pain
  nhức đầu (to have) a headache
ho (to) cough
họng throat
đau (to feel a) pain
Lâu chưa? How long have you had this problem?
sốt fever
  bị sốt to have a fever
nhiệt độ temperature
khám/khám bệnh (cho) to examine
há miệng to open one's mouth
to wide(ly)
cởi [ra] to take off
cúm influenza, flu
thuốc medicine, drug
khỏi to get better, recover
đơn application
  đơn thuốc prescription
hình như it seems, it appears; apparently
hút to smoke
thuốc lá cigarette
khuyên to advise, suggest, recommend
bỏ to give up
giữ to maintain, keep
sức khoẻ health
  giữ sức khoẻ to maintain one's health
cố gắng to do one's best
chúc to wish
chóng fast
  chóng khỏi to get well fast

Dialogue 2

răng tooth
  bác sĩ răng dentist
nhức nhối (to feel a) lasting pain
suốt throughout
  suốt đêm throughout the night, all night long
được to be able to
chữa to treat
hết not any longer
  hết đau it doesn't hurt any longer
hỏng decayed (of the teeth)
theo tôi in my opinion
nhổ to take out, extract
nữa in
  hai tiếng nữa in two hours
bình thường (as) usual

Dialogue 3

cấp cứu emergency
  xe cấp cứu ambulance
bụng belly, stomach
viêm inflammation; inflamed
ruột thừa vermiform appendix
  viêm ruột thừa appendicitis

Dialogue 4

nặng serious, severe
mỗi every, each
viên tablet, pill
  mỗi ngày 4 viên four tablets daily
bữa cơm meal
đỡ to lessen, relieve
  đỡ nhức đầu a headache lessens

GRAMMAR NOTES

1. In addition to the passive meaning (Lesson Ten), the verbs **được** and **bị** have other meanings.

1.1. They may be used alone as ordinary (notional) transitive verbs without another verb, and have the meaning "to receive, to get." **Được** is used to indicate a "favorable" action, while **bị** denotes an "unfavorable" action from the speaker's point of view:

> **Anh ấy được điểm** "grade" **cao.** He received a high grade.

> **Anh ấy bị điểm kém.** He received a low grade.

1.2. **Được** is placed immediately before another verb to convey the meaning "to have the right or permission to do something":

> **Chúng tôi được nghỉ ba ngày.** We (are allowed to) take three days off.

1.3. **Được** has also the meaning "to have an opportunity to do something" when placed before another verb:

> **Tôi đã được nói chuyện với nhà văn nổi tiếng ấy.** I had the opportunity to talk with that popular author.

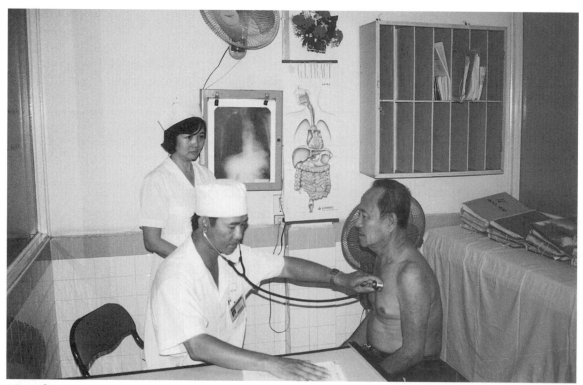

Bác sĩ Đỗ Trung Ngọc khám bệnh tại bệnh viện An Bình, thành phố Hồ Chí Minh
Dr. Đỗ Trung Ngọc examining a patient at An Bình Hospital, Hồ Chí Minh City

1.4. When **được** is placed after another verb or at the end of the sentence, it has the meaning "to be able to do something":

Anh ấy không làm được việc này./Anh ấy không làm việc này được. He is not able to do this job.

Sometimes **được** can be used along with the modal verb **có thể/không thể**:

Anh ấy không thể làm được việc này./Anh ấy không thể làm việc này được.

1.5. **Bị** may be used before a verb to imply the meaning "to suffer, be affected unfavorably by an action." In this case **bị** is optional:

Ông ấy [bị] ốm. He is sick.

Chiếc máy vi tính này [bị] hỏng "broken" **rồi.** This computer is broken.

Bạn tôi [bị] mất cắp xe ô tô. My friend's car has been stolen.

2. In some statements, the word **cũng** may convey a reluctant agreement on the part of the speaker:

Bộ phim ấy cũng hay. That movie is O.K.

Anh nói thế tôi nghĩ "to think" **cũng đúng.** What you are saying is correct too, in my opinion.

3. The word **hết**, in addition to the meaning "an amount of something is used up when an action is completed" (Lesson Ten) and "to run out, be sold" (Lesson Eleven), may function as the predicate when placed before another verb or an adjective to denote "not any longer." In the negative statements the negation **chưa** is used before the word **hết**. For example:

Trời hết mưa rồi. It is not raining any longer.

Cô ấy chưa hết giận chúng tôi. She is still angry with us.

4. The word **nữa** is placed after a phrase indicating a length of time to denote the end of a period of time in the future when an action will take place and is translated into English as "in." The time expression with **nữa** usually comes at the beginning of the sentence:

Ba ngày nữa ông ấy sẽ đến đây. He will arrive here in three days.

Hai tháng nữa tôi phải viết xong luận án. I must finish my dissertation in two months.

To convey a moment as the end of a period of time in the past when an action took place, the word **sau** is used, which is translated into English as "later":

Họ đến Huế hôm mồng 3 tháng tư. Năm ngày sau họ đi vào Sài Gòn. They arrived in Huế on the 3rd of April. Five days later they left for Saigon.

5. The word **mỗi**, meaning "each," is used before a noun which is followed by a phrase with an amount, to denote a specific quantity of something belonging to each individual member of the class:

Mỗi lớp có mười sinh viên. Each class has ten students.

Mỗi tuần chúng tôi có năm giờ tiếng Việt. We have five hours of Vietnamese per week.

NOTES ON USAGE

1. The construction subject + **bị** + verb/noun is used to indicate the feelings of illness. **Bị** is optional if it is followed by the words **đau, nhức, sốt, ngạt mũi** "stuffed (nose)," **sổ mũi** "having a running nose," **chóng mặt** "dizzy," **buồn nôn** "nauseous":

Tôi [bị]		
	đau chân.	My leg hurts.
	đau tay.	My arm hurts.
	đau/nhức đầu.	My head hurts./I have a headache.
	đau lưng.	My back hurts./I have a pain in my back.
	đau cổ.	I have a sore throat.
	đau tim.	I have heart disease.
	đau/nhức răng.	I have a toothache.
	đau mắt.	My eyes hurt.
	đau bụng.	I have a stomachache.
	sốt cao.	I have a high fever.
	ngạt mũi.	My nose is clogged/stuffed up.
	sổ mũi.	I have a runny nose.
	chóng mặt.	I feel dizzy.
	buồn nôn.	I feel nauseous.

The word **bị** is usually not omitted when used before the words **cúm** "flu," **cảm/cảm lạnh** "cold," **ngứa** "itchy," **viêm** "inflamed," **huyết áp cao** "high blood pressure," **đi ngoài** "diarrhea," etc.

Tôi bị		
	cúm.	I have a flu.
	cảm/cảm lạnh.	I have caught a cold.
	viêm họng.	I have strep throat.
	viêm phổi "lung."	I have pneumonia.
	ngứa.	My skin itches.
	huyết áp cao.	I have high blood pressure.
	đi ngoài.	I have got diarrhea.
	dị ứng (với)	I am allergic (to)

If an illness is serious and lasting for a long period of time, the noun **bệnh** "disease, illness, ailment" is added after the verb **bị**, which cannot be omitted:

> **Ông ấy bị bệnh huyết áp cao.** His blood pressure is high.

2. The Vietnamese verb for "to take off clothing" is **cởi [ra]**, and its opposite is **mặc [vào]** "to put on." When the verbs of motion **ra** and **vào** are used as parts of the verbs, the object is placed immediately after the verbs **cởi** and **mặc**: **cởi áo ra** "to take off the shirt," **mặc áo vào** "to put on the shirt." The verbs of motion **ra** and **vào** are usually used in the imperative.

3. The modal verb **nên** is usually used after the verb **khuyên** "to advise, suggest, recommend" in the construction subject + **khuyên** + object + **nên** + verb:

Giáo sư Tiến khuyên chúng tôi nên đọc cuốn sách này. Professor Tiến suggested that we read this book.

4. In spoken Vietnamese the verb **xem** "to watch, look" may be used after another verb or at the end of the sentence to convey the sense of "and we'll see":

Chúng ta hỏi ông ấy xem. Let's ask him and we'll see (what he says).

 WORD-FORMATION

The Vietnamese language has a large number of polysyllabic words formed in the way of *reduplication*. Those words are called *reduplicatives* (**từ láy**). A reduplicative is a word the elements of which have some kind of phonetic resemblance to each other.

The phonetic resemblance may be whole or partial. The whole phonetic resemblance occurs when the syllables of a word exactly reduplicate each other, for instance: **sáng sáng, vội vội, xanh xanh.** The partial phonetic resemblance is of various types. For example, a reduplicative may have only initial consonant resemblance: **chim chóc, vội vàng, đen đủi**; initial consonant and tonal resemblance: **máy móc, bận bịu, cũ kỹ**; nuclear vowel and final resemblance: **chơi bời**, etc.

The above reduplicatives contain two elements. One of them has its own lexical meaning and may be used alone: **chim, vội, đen, máy, bận, cũ, chơi,** and the other reduplicating one does not have any meaning if used separately: **chóc, vàng, đủi, móc, bịu, kỹ, bời.** A reduplicative may contain syllables none of which has a lexical meaning and may function alone as a word. However, they have a meaning when used together, for instance: **bâng khuâng** "to be melancholy, miss vaguely," **mênh mông** "immense, vast," **thong thả** "to act leisurely."

Reduplicatives can be nouns (**sáng sáng, chim chóc, máy móc, phố phường**), verbs (**vội vội, vội vàng, bận bịu, chơi bời, thong thả**) or adjectives (**xanh xanh, đen đủi, cũ kỹ, bâng khuâng, mênh mông**).

When one element of a reduplicative has a meaning, the meaning of the whole reduplicative in most cases differs from its initial meaning. For example, many noun reduplicatives have the collective meaning: **máy** "a machine" → **máy móc** "machines," **chim** "a bird" → **chim chóc** "birds," **phố** "a street" → **phố phường** "streets," or plural meaning: **sáng** "morning" → **sáng sáng** "every morning." Some verb reduplicatives have a more abstract meaning than the verb from which a reduplicative is derived: **vội** "to hurry, be in a rush" → **vội vàng** "to act or be done in a hurry," **bận** "to be busy" → **bận bịu** "to be busy or annoyed," **chơi** "to play" → **chơi bời** "to be a playboy." Some adjective reduplicatives are used in a figurative sense, while the adjective from which the reduplicative is formed may be used both in literal and figurative meaning: **đen** "black" → **đen đủi** "black; to be out of luck," **cũ** "old" → **cũ kỹ** "old-fashioned." In some cases a reduplicative is used just to maintain phonetic symmetry between the parts of a sentence. For example, in the sentence **Trời ấm.** "The weather is warm." the noun **trời** is monosyllabic, so the monosyllabic adjective **ấm** is used. In the sentence **Khí hậu ấm áp.** "The climate is warm." the noun **khí hậu** is bisyllabic and followed by the bisyllabic reduplicative **ấm áp.** However, the sentence **Khí hậu ấm.** is also possible.

DRILLS

A. Make up sentences, using the words given in columns A, B and C. In which sentences is **bị** optional?

A	B	C
Bạn tôi	bị	nhiều quà hôm sinh nhật.
Họ	được	bệnh tim từ bé.
Chúng ta		mưa nên về nhà muộn.
Máy bay		cúm rất nặng, phải nằm bệnh viện một tuần.
Em Dũng		nhiều giải thưởng lớn.
Cô ấy		học bổng "scholarship" đi Việt Nam học 1 năm.
Xe tôi		nghe nhiều về phong tục "custom" ở đấy.
Anh ấy		tai nạn "accident."
Bài kiểm tra của tôi		hỏng, hôm nay tôi phải đem nó đi chữa.
Ông ấy		nghỉ hai tuần sau khi thi xong học kỳ một.
Cháu bé		thư ông ấy từ tháng trước mà bận quá, chưa trả lời.
Sinh viên		đi xem xi nê với các bạn. Bố mẹ đồng ý rồi.
Tôi		sốt cao, chắc phải đưa cháu đi bác sĩ.
Nhà văn ấy		tai nạn ô tô năm ngoái, bây giờ chân vẫn đau.
Chúng tôi		điểm kém vì nhiều lỗi quá.
		tin "news" nhà thơ nổi tiếng ấy sẽ đến nói chuyện ở trường đại học này.

B. Change the following sentences, using **được**.

> EXAMPLE **Anh ấy có thể dịch bài này.** → Anh ấy dịch được bài này.
> → Anh ấy dịch bài này được.
> → Anh ấy có thể dịch được bài này.
> → Anh ấy có thể dịch bài này được.

1. Tôi bận lắm, không thể giúp anh ngay bây giờ.
2. Anh ấy không thể đến họp vì đang bị ốm.
3. Tôi biết một người có thể chữa chiếc máy vi tính của anh.
4. Nếu đi ngay bây giờ thì chúng ta có thể đến đúng giờ.
5. Câu hỏi không rõ, tôi không thể hiểu ông ấy định hỏi gì.
6. Mình không thể ra khu thể thao với cậu, mình không có thì giờ.
7. Nhà hàng ấy phải đóng cửa vì không thể cạnh tranh với các nhà hàng khác.
8. Họ sống ở đây đã ba năm mà chưa thể quen với khí hậu miền này.
9. Chúng tôi không thể quên những ngày cùng hoạt động với nhau trong hội sinh viên.
10. Anh ấy không thể viết xong luận án trong hai năm.

C. Give answers to the following questions, using **cũng** to indicate your reluctant agreement on what you are asked about.

> EXAMPLE   A: **Anh thấy bộ phim ấy có hay không?** → A: **Anh thấy bộ phim ấy có hay không?**
> B: _____   B: **Tôi thấy bộ phim ấy cũng hay.**

1. A: **Bạn có thích món này không?**
   B: _____

2. A: **Bạn thấy anh ấy khiêu vũ thế nào?**
   B: _____

3. A: **Chị ấy trả lời câu hỏi thế nào?**
   B: _____

4. A: **Cái đồng hồ này chạy thế nào?**
   B: _____

5. A: **Bạn thấy cơm bình dân ở nhà hàng này thế nào?**
   B: _____

6. A: **Bạn thấy phong cảnh "view" ở đây thế nào?**
   B: _____

7. A: **Dạo này bà ấy có khoẻ không?**
   B: _____

8. A: **Bài kiểm tra hôm nay có khó không?**
   B: _____

9. A: **Bạn thấy chương trình vi tính này có dễ dùng không?**
   B: _____

10. A: **Cuốn sách này có cần không?**
    B: _____

D. Give answers to the following questions, using the English phrases given in the parentheses. Pay attention to the tense.

1. **Khi nào chị ấy tốt nghiệp?** (in two years)
2. **Ông ấy đến Nha Trang thứ ba tuần trước. Sau đó ông ấy đi Cần Thơ hôm nào?** (one week later)
3. **Bao giờ bạn phải gọi điện cho giáo sư Tuấn?** (in fifteen minutes)
4. **Khi nào học kỳ hai bắt đầu?** (in three weeks)
5. **Năm ngoái cô ấy mua một chiếc xe mới rất đẹp. Chiếc xe ấy bị mất cắp khi nào?** (four months later)
6. **Bao giờ người ta xây dựng xong khu thể thao này?** (in half a year)
7. **Họ lấy nhau cách đây ba năm. Họ có con bao giờ?** (one year later)
8. **Mấy giờ máy bay đến đây?** (in forty minutes)
9. **Bao giờ bà ấy về hưu?** (in one year)
10. **Chữ quốc ngữ** "modern romanized Vietnamese alphabet" **có từ đầu thế kỷ 17. Chữ quốc ngữ bắt đầu chính thức được dùng ở Việt Nam khi nào?** (three centuries later)

E. Change the following sentences, using **mỗi**.

> EXAMPLE   **Chúng tôi có năm giờ tiếng Việt một tuần. → Mỗi tuần chúng tôi có năm giờ tiếng Việt.**

1. Sinh viên làm hai bài kiểm tra một tháng.
2. Trong ký túc xá này ba sinh viên ở một phòng.
3. Nếu gửi xe ở đây anh phải trả 3 đô-la một giờ.
4. Bia 3 nghìn đồng một chai.
5. Tôi tập thể thao ba lần một tuần.
6. Mời các anh các chị, bốn người ngồi một bàn.
7. Hiện giờ Việt Nam xuất khẩu khoảng hơn 6 triệu tấn "ton" gạo "rice" một năm.
8. Để đọc xong cuốn sách trong tuần này, tôi phải đọc một trăm trang một ngày.
9. Một bài thường kết thúc bằng một câu tục ngữ.
10. Lớp chúng tôi ai cũng có xe đạp để đi học.

F.   Give answers to the doctor's question, using the expressions given in the "Usage" section.

A: **Anh/chị bị sao/làm sao/gì?**
B: **Thưa bác sĩ, tôi** _____

G.   A patient asks his/her doctor a question, and the doctor gives an answer, using vocabulary given in the "Usage" section.

> EXAMPLE   A: **Thưa bác sĩ,** _____ **tôi thế nào? (mắt)**   →   A: **Thưa bác sĩ, mắt tôi thế nào?**
> B: _____ **anh/chị bình thường "O.K."/**   B: **Mắt anh/chị bình thường/Mắt anh/chị có vấn đề.**
> _____ **anh/chị có vấn đề "problem."**

H.   Complete the following sentences, using the English phrases given in the parentheses.

1. **Chúng tôi khuyên cô Lan nên** (to give him a call in advance).
2. **Bác sĩ khuyên ông ấy** (to jog one hour a day).
3. **Cô giáo khuyên chúng tôi nên** (to listen to the Vietnamese CDs and to speak Vietnamese every day).
4. **Ông Thao khuyên tôi nên** (to wear a hat because it is very sunny "**nắng**" and hot outside).
5. **Họ khuyên chúng tôi** (not to go downtown at night, it is not safe).
6. **Bạn tôi khuyên tôi nên** (to take the highway).
7. **Bác sĩ khuyên bà ấy** (not to eat fatty dishes).
8. **Chúng tôi khuyên anh ấy** (to take the bus, not to drive there).
9. **Tôi khuyên anh nên** (to stop by her office and apologize "**xin lỗi**" to her).
10. **Cả nhà khuyên ông tôi nên** (to go to the doctor for a check-up "**khám sức khoẻ**")

EXERCISES

1. Prepare with your partner the following dialogues, then perform the dialogue for the class (A is a foreign student in Hanoi, B is a doctor at a Hanoi hospital). Independent learners may practice all roles, then read the roleplays aloud, alternating among the roles for extra practice.

A	B
1. greets the doctor	1. responds and asks what's the matter
2. says his/her eyes are red and sore	2. asks how long he/she has had this problem
3. says for five days	3. asks why the student didn't see a doctor immediately
4. explains he/she didn't realize the problem would be serious	4. examines the student and explains he/she has got the disease many people catch in Hanoi during the summer
5. asks if it is contagious "**lây**"	5. replies "yes" and gives the student a prescription and advice not to run around much
6. asks when his/her eyes will return to normal	6. replies in two to three days and asks the student to come back to see doctor if he/she is not getting better

2. You were in an accident. The doctor asks you what happened. You tell him and he helps you.

Bệnh viện Bạch Mai, Hà Nội
Bạch Mai Hospital, Hà Nội

🎧 NARRATIVE

Hà Nội, ngày 18 tháng 10 năm 2012

Anh Đức thân mến!

Chắc anh ngạc nhiên khi đọc bức thư này bằng tiếng Việt, vì những bức thư trước tôi viết cho anh bằng tiếng Anh. Tôi muốn viết thư cho anh bằng tiếng Việt từ lâu rồi, nhưng anh cũng biết tiếng Việt của tôi còn yếu nên viết thư bằng tiếng Việt mất khá nhiều thời gian. Mà thời gian thì qua nhanh quá.

Hôm nay tôi có thì giờ ngồi viết thư cho anh bằng tiếng Việt vì tôi không đi làm. Tôi bị ốm từ hai ngày nay. Cũng không có gì nặng lắm, cảm cúm thường thôi. Nhưng ông trưởng phòng chỗ tôi làm việc sợ tôi lây cúm cho những người khác nên bắt tôi phải nghỉ ở nhà mấy ngày. Ông ấy còn khuyên tôi nên đi khám bác sĩ, nhưng anh biết tôi rất sợ đi khám bệnh và uống thuốc nên tôi chẳng đi khám ở đâu cả. Mấy người bạn Việt Nam chỉ cho tôi cách dùng một số loại lá để xông. Mỗi ngày tôi xông hai lần, thấy đỡ nhiều lắm. Có lẽ ngày mai hay ngày kia tôi có thể đi làm bình thường. Công ty rất nhiều việc. Mới ký được hợp đồng với vài nơi, tuần này mọi người phải làm việc cả thứ bảy và chủ nhật.

Hơn nữa, tôi cũng muốn ra khỏi nhà vì Hà Nội tháng mười đẹp quá! Đã sang mùa thu. Trời không nóng như mấy tháng trước, lại chưa lạnh. Giống như tháng mười ở California, làm cho tôi thấy nhớ nhà. Phố Nguyễn Du nơi tôi ở có nhiều cây cao, hoa buổi tối và ban đêm có hương thơm rất dễ chịu. Các bạn Việt Nam bảo đấy là hoa sữa. Tôi chắc ngoài Hà Nội ra, không đâu có hoa sữa. Tình hình công việc của anh thế nào? Còn bận như khi tôi ở nhà không? Chị và các cháu vẫn khoẻ chứ?

Tôi xin dừng bút. Chúc anh vui, khoẻ. Anh cho tôi gửi lời thăm chị và các cháu.

Mong thư của anh.
Thân
Sam Smith

🎧 VOCABULARY

thân mến dear
ngạc nhiên to be surprised
bức classifier for letters, paintings etc.
từ since
   từ lâu rồi long since
yếu weak
thường thôi nothing special
trưởng phòng chief of an office
lây to transmit (of a disease); infectious, contagious
bắt to force (someone to do something)

đi khám bác sĩ to go to (see) the doctor
chẳng (informal) = **không**
chỉ to show
cách manner, method, way
lá leaf
xông to have a steam bath for a cure
ký to sign
hợp đồng contract, agreement
mọi người everyone, everybody
cả even
hơn nữa furthermore

mùa season

thu autumn, fall

giống (như) to resemble, be like

làm/làm cho to make (put someone into a certain state)

nhớ to miss

    nhớ nhà to be homesick

hương thơm fragrance

dễ chịu pleasant

bảo to tell

sữa milk

    cây hoa sữa a type of tall tree in Hanoi

chắc to be sure

    Tôi chắc… I am sure that…

tình hình situation

Tình hình công việc của anh thế nào? How are you doing?

chị your wife

các cháu your children

dừng bút to stop writing

    Tôi xin dừng bút. Let me close the letter.

gửi lời thăm to give one's best regards

    Anh cho tôi gửi lời thăm chị và các cháu. Please give my best regards to your wife and children./Please say "hi" to your wife and children.

mong to expect, hope

    Mong thư của anh. I am looking forward to hearing from you soon.

thân (a complimentary closing) sincerely

🎧 GRAMMAR NOTES

1. The temporal preposition **từ**, in addition to the meaning "from" (Lesson Six), is used for an action which extends from that time up to the time of speaking:

   Ông ấy làm việc ở đây từ năm 1990. He has been working here since 1990.

   When the preposition **từ** is placed before an amount of time in the sense of "for," the word **nay** (with the mid-level tone) is used to convey the meaning "until now." It is replaceable by **rồi**, which is placed at the end of the sentence (Lesson Six):

   Ông ấy làm việc ở đây từ hai năm nay. = Ông ấy làm việc ở đây hai năm rồi.
   He has been working here for two years.

   In a question, **từ** with interrogative words is placed at the end of the question:

   Ông ấy làm việc ở đây từ bao giờ/năm nào…? Since when/what year … has he been working here?

2. The word **cả** "even" is used before a word or phrase to emphasize someone or something that an action inexpectedly includes. For example:

   Tuần này họ làm việc cả thứ bảy chủ nhật. This week they work even on the weekend.

   Cả along with a word or phrase usually comes at the beginning of the sentence. In that case the word **cũng** is used before the predicate:

   Tuần này cả thứ bảy chủ nhật họ cũng làm việc.
   This week they work even on the weekend.

   Tối qua cả các giáo sư cũng khiêu vũ.
   Even the professors danced last night.

NOTES ON USAGE

1. The final particle **chứ**, besides the meaning "of course, surely" (Lesson Eleven), may be placed at the end of an assertive statement to turn it into a question. The question indicates that the speaker is almost sure that the statement is true and wants reassurance:

   Hôm qua cô ấy cũng đến chứ? Surely she also was there yesterday?

2. Some rules for writing a letter in Vietnamese.

2.1. The heading of a letter does not include the address(es), which appear(s) on the envelope only.

2.2. The date usually follows the name of a city. For instance: **Hải Phòng, ngày 16-1-2012.**

2.3. **Anh/Chị…** + name + **thân mến/quý mến** is used in the salutation in an informal letter. The salutation of an entirely informal letter may contain such words after the name as **quý mến, thương nhớ.** A formal letter has **Thưa/Kính thưa** + **ông/bà** + name or **Thưa/Kính thưa** + **ông/bà** + title as the salutation. In most cases, a salutation is followed by an exclamation mark. For example:

   Chị Thanh thân mến! Thưa giáo sư Tiến!

   Kính thưa bà Ngọc! Thưa ông bác sĩ!

2.4. A letter may conclude with one of the following salutations:
   (a) a closing word of good wishes to the person whom one is writing to, e.g.:

   Chúc anh mạnh khoẻ, gặp nhiều may mắn. I wish you good health and good luck.

   (b) good wishes forwarded to someone else, e.g.:

   Cho tôi gửi lời thăm chị Hiền. Please give my regards to Ms. Hiền./Please say "hi" to Hiền.

   (c) a word of looking forward to hearing from the person, if one expects the person to reply, e.g.:

   Mong sớm nhận được thư trả lời của ông.

   Mong ông sớm trả lời.

   (d) a complimentary closing, e.g.:

   Thân. (informal)

   Kính thư. (formal)

   (e) a signature.

DRILLS

A. Give answers to the following questions, using the preposition **từ** along with the English phrases given in the parentheses.

1. **Ông bác sĩ Tiến làm việc ở bệnh viện này bao lâu rồi?** (since 1982)
2. **Bạn học tiếng Việt từ bao giờ?** (since last September)
3. **Nhà hàng này có lâu chưa?** (for two years)
4. **Bạn chờ ông ấy bao lâu rồi?** (since 9:15)
5. **Chương trình này có trên ti vi từ khi nào?** (for about half a year)
6. **Trường đại học ấy có từ bao giờ?** (since the end of the 13th century)
7. **Chiếc máy vi tính này hỏng lâu chưa?** (for one week)
8. **Cô ấy là giảng viên trường Đại học Bách khoa bao lâu rồi?** (since last January)
9. **Họ giận nhau lâu chưa?** (for one month)
10. **Sinh viên nghỉ hè từ bao giờ?** (for two weeks)

B. Change the following sentences, using the emphatic words **cả** and **cũng** for the underlined phrases. Pay attention to the word order.

EXAMPLE   **Tuần này họ làm việc thứ bảy chủ nhật.** → **Tuần này cả thứ bảy chủ nhật họ cũng làm việc.**

1. **Cửa hàng này mở cửa ngày lễ.**
2. **Trước đây, Việt Nam phải nhập khẩu gạo.**
3. **Tôi không biết chuyện** "issue, matter" **ấy.**
4. **Mùa hè ở vùng** "region" **này dễ chịu.**
5. **Chúng tôi đi thăm những di tích lịch sử ở rất xa thành phố.**
6. **Anh ấy đến muộn những buổi họp quan trọng nhất.**
7. **Những hiệu sách lớn này không có quyển từ điển ấy.**
8. **Hoa này nở vào mùa đông.**
9. **Hôm nay đường cao tốc này đông xe.**
10. **Cô ấy tranh thủ thời gian tập thể thao vào những ngày bận chuẩn bị thi.**

C.   Write questions for the following responses, using **chứ**.

> EXAMPLE   A: _____ ?   A: **Hôm qua cô ấy cũng đến chứ?**
>   B: **Vâng, hôm qua cô ấy có đến.** → B: **Vâng, hôm qua cô ấy có đến.**

1. A: _____ ?
   B: **Vâng, tôi có quen anh Thắng.**

2. A: _____ ?
   B: **Không, bệnh ấy không lây đâu.**

3. A: _____ ?
   B: **Vâng, ai cũng thích chương trình ấy.**

4. A: _____ ?
   B: **Vâng, tôi đi khám bác sĩ hôm qua.**

5. A: _____ ?
   B: **Vâng, chúng tôi ăn món ấy mấy lần rồi.**

6. A: _____ ?
   B: **Vâng, tôi biết. Đại sứ quán Pháp ở phố
   Trần Hưng Đạo.**

7. A: _____ ?
   B: **Vâng, đồng hồ tôi chạy đúng lắm.**

8. A: _____ ?
   B: **Ừ, mình tập bơi khi còn học lớp một.**

9. A: _____ ?
   B: **Vâng, người ta đã giới thiệu tôi với bà
   giáo sư ấy rồi.**

10. A: _____ ?
    B: **Ừ, mình ghi tên** "to put oneself down
    for, enroll, sign up" **học môn ấy rồi.**

EXERCISES

1. Use the dictionary to read the following advertisement taken from a Vietnamese newspaper.

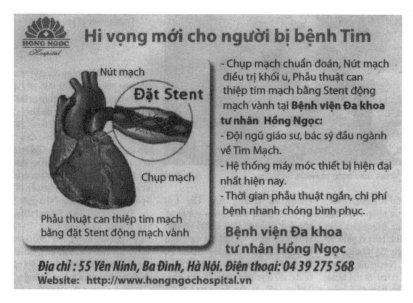

2. Write a letter to your close friend about your study at your college or university.

BẠN CẦN BIẾT

The Vietnamese government is making great efforts to socialize the health care system. The Health Insurance Law (**Luật bảo hiểm y tế**) was passed in 2009. As of 2011, more than sixty percent of the population is covered by health insurance. Government employees are covered by government-financed insurance, and the employees' contribution is very reasonable. Private companies are required to purchase health insurance for their employees. The health insurance also covers basic dental work.

The overloaded government-run medical facilities hardly meet the demands. Private clinics appeared in the late 1980s and successfully share health care service providing in the large cities. More and more high-income people turn to private clinics for service. However, private clinics are not allowed to perform surgeries, which by law must be done at state-run hospitals.

In Hà Nội and in Hồ Chí Minh City foreigners usually go to the international SOS hospital. As the name implies, this is a type of emergency clinic. These SOS hospitals provide first aid and transfer patients to a specialty hospital if necessary. SOS hospitals have agreements with major insurance companies from North America, Europe and Australia to accept their patients. In addition to the SOS hospitals, the Vietnamese-French hospital franchise (**Bệnh viện Việt-Pháp**) has been working in Hà Nội and Hồ Chí Minh City for years. Most physicians at the well-equipped SOS and Vietnamese-French hospitals are from overseas.

It is easy to find a pharmacy in Vietnam. In Northern Vietnam, you'll look for **hiệu thuốc**, and **nhà thuốc** is the word in Southern Vietnam. However, you can also see many **nhà thuốc** in Hà Nội, Hải Phòng and other cities in Northern Vietnam nowadays. In Vietnam a pharmacist can give you advice about minor health problems as well.

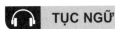 **TỤC NGỮ**

Thuốc đắng dã/đã tật.
No pain, no cure.

Ordering and having a meal

Grammar

1. Use of the word **đều**
2. Use of **tự … lấy**
3. **Nửa, rưỡi** and **rưởi**
4. The use of **cả, tất cả, mọi, từng**
5. Emphatic **… này … này**
6. Noun clauses with **là** and **rằng**
7. Preposition **của** used with the verbs of borrowing
8. Clauses of concession
9. Negatives **không/không phải … mà …** and **chứ không**
10. **[Càng] ngày càng** and **mỗi lúc một** in the sense of gradual increase
11. Restrictive **mới**

Usage

1. Initial particle **à**
2. Kinship term **chú** as a personal pronoun
3. Use of **một ít**
4. Difference between **lúa, thóc, gạo, cơm**, denoting rice
5. **Trăm** in the sense of **trăm nghìn**

Word-formation

Vocabulary borrowed from Chinese

 DIALOGUE 1

Trong hiệu phở

A : **Bác cho xin một bát phở bò.**
B : **Cô ăn tái hay chín?**
A : **Bác cho thịt chín.**
B : **Còn anh ăn gì?**
C : **Bác cho xin một bát phở gà.**
B : **Anh thích ăn mỡ hay nạc?**

C :   Bác làm ơn cho thịt nạc. Nước dùng cũng đừng béo quá.

B :   Anh chị có muốn uống gì không?

A :   Bác cho xin một sinh tố sầu riêng.

C :   Còn cháu sinh tố xoài.

A :   Ớt ở đâu, bác?

B :   Nước mắm, tương ớt và các loại gia vị khác đều ở trên bàn, anh chị cứ tự lấy, còn ớt tươi tôi mang ra ngay bây giờ.

                    …

A :   Bác làm ơn cho tính tiền.

B :   Của anh chị một bò chín, một gà, một sinh tố sầu riêng, một sinh tố xoài, hết tất cả một trăm rưởi.

 DIALOGUE 2

Trong nhà hàng đặc sản

A :   Các anh mấy người tất cả?

B :   Năm người.

A :   Thế thì mời ngồi bàn này. Thực đơn đây, mời các anh các chị chọn món ăn.

B :   Các bạn chọn xong chưa? Gọi đi.

C :   Xong rồi. Cô cho một đĩa phở xào.

D :   Một bát xúp lươn.

E :   Cô cho xin một đĩa nem cua bể.

F :   Còn tôi tôm nướng.

A :   Nhà hàng mọi ngày vẫn có tôm nướng nhưng hôm nay mới hết. Có món chả cá đặc biệt lắm. Các anh các chị có muốn dùng thử không?

B :   Vâng, thế thì xin thêm một chả cá. Chắc đủ rồi. À, anh bạn người châu Âu này ăn đũa chưa thạo lắm, cô cho xin một cái nĩa, một cái thìa và một con dao.

A :   Vâng. Các anh các chị uống gì?

C :   Bia. Cô cho mỗi người một chai Halida.

D :   Bốn chai thôi, tôi không uống bia. Cô cho tôi một cốc nước mía.

E :   Xin cô thêm một cà phê sữa đá nữa.

 DIALOGUE 3

Trong quán cơm bình dân

A :   Chú thích ăn gì?

B :   Bác cho cháu một món canh.

A :   Canh cua với mấy quả cà nhé?

B :   Vâng, và một đĩa thịt bò xào. Đậu phụ bác có những món gì?

A :   Đậu phụ rán này, đậu phụ nhồi thịt này.

B :   Bác cho cháu một đĩa đậu phụ rán chấm tương và một ít cơm. Cho cháu mấy quả ớt, cháu ăn cay lắm.

🎧 **DIALOGUE 4**

A (người nước ngoài): Mình nghe nói là rượu trắng của Việt Nam ngon lắm.

B (người Việt): Ừ, làm bằng gạo nếp thứ đặc biệt. Có loại tên là Lúa mới. Nhưng mình thấy hơi mạnh. Mình chỉ thích uống rượu vang thôi.

A :   Hình như người Việt Nam nào cũng thích uống bia thì phải.

B :   Có lẽ vì khí hậu nóng quá. Bia có nhiều loại: bia hơi, bia chai, bia lon.

A :   Làm ở đâu?

B :   Có bia Việt Nam, có bia nhập của nước ngoài, có bia mang nhãn hiệu nước ngoài nhưng làm ở Việt Nam, do các nhà máy liên doanh với nước ngoài sản xuất.

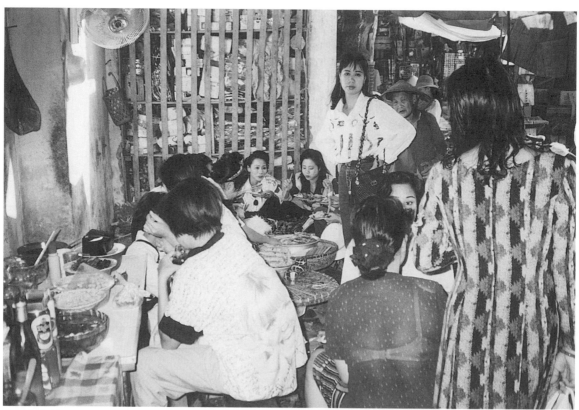

Cơm bình dân
Affordable cuisine

🎧 VOCABULARY

Dialogue 1

bò cow, beef
tái rare, half-cooked
chín well-done
gà chicken
nạc lean
nước water
    nước dùng broth
sinh tố juice
sầu riêng durian
ớt (red) pepper
nước mắm fish sauce
tương ớt hot chili sauce
gia vị spice, condiment
tự self
tươi fresh
tính to calculate, figure out
    Bác làm ơn cho tính tiền. We'd like the bill, please.
Của anh chị… You had…
Hết tất cả… Your total is…
một trăm = một trăm nghìn
rưỡi and a half

Dialogue 2

đặc sản specialties, specials
Các anh các chị mấy người tất cả? How many in your party?
thực đơn menu
chọn to choose, pick up
gọi to order
đĩa plate (Saigon dialect: **dĩa**)
xào to stir-fry
xúp soup
lươn eel
nem/nem rán egg roll (Saigon dialect: **chả giò**)
cua crab
bể sea (in some word-combinations)

cua bể sea-crab
tôm shrimp
nướng to roast, barbecue
mọi every
chả meat paste, meat pie
    chả cá grilled fish
đặc biệt special
dùng to eat (formal)
thạo to be adept at, familiar with
nĩa fork
thìa spoon (Saigon dialect: **muỗng**)
mía sugar cane
    nước mía sugar cane juice
đá ice

Dialogue 3

canh Vietnamese soup
cà Vietnamese eggplant, aubergine
đậu phụ tofu (Saigon dialect: **đậu hũ**)
rán to fry (Saigon dialect: **chiên**)
nhồi to stuff
chấm to dip (food in sauce)
tương thick soy sauce
một ít a little

Dialogue 4

rượu alcoholic drink, liquor
    rượu trắng vodka
gạo nếp glutinous rice, sticky rice
lúa rice (the plant in paddies)
mạnh strong
rượu vang wine (French: *vin*)
thì phải undoubtedly (final particle)
bia hơi beer from a tap
nhãn hiệu label
liên doanh to have a joint venture
sản xuất to produce, make

GRAMMAR NOTES

1. The word **đều**, the original meaning of which is "equal(ly)," is used before the predicate to emphasize the idea that the action or quality is related to all of the persons or things expressed by the part of the sentence before the word **đều**. It may be used in many ways.

   (a) As the subject of the sentence:

   Chúng tôi đều xem bộ phim ấy rồi. All of us/We all saw that movie.

   (b) As the object which is placed at the beginning of the sentence:

   Những quyển sách ấy tôi đều đọc rồi. I have read all (of) those books.

   (c) As the adverbials of place and time which come at the beginning of the sentence:

   Ở các trường trung học này học sinh đều học ngoại ngữ tiếng Tây Ban Nha. At all of these high schools, students learn Spanish as a foreign language.

   Tuần này và tuần sau tôi đều bận. I am busy both this week and next week.

2. The words **tự ... lấy** are used with a verb to indicate that the subject performs the action by himself/herself without other people's assistance. **Tự** is placed after the subject and before the verb, **lấy** is placed after the verb. In spoken Vietnamese one of them may be omitted:

   Tôi tự làm lấy việc này./Tôi tự làm việc này./Tôi làm lấy việc này. I do this job by myself.

3. **Nửa** has the meaning "half," while the meaning of **rưỡi** is "and a half." **Nửa** always precedes a noun, **rưỡi** follows a noun: **nửa năm** "half a year," **hai năm rưỡi** "two and a half years" or "two years and a half." In spoken Vietnamese **rưỡi** may be used to denote a half of the number it follows, and the number is a hundred and more (**trăm, nghìn, triệu**), for example: 150 is **một trăm năm mươi** or **một trăm rưỡi**, 2,500 is **hai nghìn năm trăm** or **hai nghìn rưỡi**, 3,500,000 is **ba triệu năm trăm nghìn** or **ba triệu rưỡi**.

4. Both **cả** and **tất cả** have the meaning "all" and are interchangeable when used before a noun that implies a group of people or things:

   Cả/tất cả lớp đi nghe giáo sư Tuấn giảng bài. All the class attended Professor Tuấn's lecture.

   Only **cả** may be used before a noun denoting something as a whole. For instance, **cả** can be used before a noun meaning an amount of time:

   Chủ nhật họ đi chơi cả ngày. They went out for all the day on Sunday.

   On the other hand, **tất cả** cannot be replaced by **cả** when it is used before a noun that implies people or things considered individually. In some cases the noun is used along with the plural markers **các** or **những**:

   Tất cả [các] sinh viên đi nghe giáo sư Tuấn giảng bài. All the students attended Professor Tuấn's lecture.

Tất cả with this meaning may be used along with the emphatic **đều**:

Tất cả [các] sinh viên đều đi nghe giáo sư Tuấn giảng bài.

5. **Mọi** in the sense of "every" is used with nouns denoting time to convey the idea that an action often occurred in the past, but also implies that the action does not occur at the moment of speaking:

Mọi năm tháng bảy rất nóng (nhưng năm nay không nóng lắm). Every year July was very hot (but this year it is not so hot).

In some expressions **mọi** has just the meaning "all," "every": **mọi người** "everyone," **tất cả mọi người** "everyone," "all the people," **mọi nơi mọi lúc** "everywhere/everyplace and every time."

6. The word **từng** also has the meaning "every" (Lesson Ten), however, it emphasizes the idea that each individual person or thing in a group performs an action or is the object of an action:

Từ Việt Nam, anh ấy viết thư cho từng người trong lớp chúng tôi. He wrote a letter from Vietnam to each student in our class.

Từng is used along with **một** to emphasize that each individual person or thing in a group in turn performs an action or is the object of an action. **Từng** precedes the noun, **một** follows it:

Cô giáo nói chuyện với từng sinh viên một. The teacher talked to each student.

7. **Này … này … này** is used repeatedly after nouns, verbs or adjectives to indicate emphatically things, actions or qualities as if they can be seen at the moment of speaking:

Bà ấy nói được nhiều thứ tiếng: tiếng Anh này, tiếng Pháp này, tiếng Trung Quốc này, tiếng Nhật này. She can speak several languages: English, French, Chinese and Japanese.

8. **Là** and **rằng** are conjunctions used to link a noun clause to the main clause. **Là** is chiefly used in colloquial Vietnamese, while **rằng** is used in written Vietnamese. They are translated into English as "that":

Hôm qua anh ấy nói là/rằng mai anh ấy không đến được. He said yesterday that he would not be able to come tomorrow.

9. The preposition **của** is used after a number of verbs to indicate the source of the object. Those verbs have a general idea of receiving or taking, for instance, **lấy** "to take," **nhận** "to receive," **mượn** "to borrow," **vay** "to borrow (usually used for money)." If the object is expressed by one word, it is placed before the preposition **của**:

Tôi hay mượn sách của ông ấy. I usually borrow books from him.

If the object is modified by other words, it is placed after the word indicating the source:

Tôi mượn của ông ấy một cuốn sách nói về văn học Việt Nam thế kỷ 19. I borrowed from him a book on the Vietnamese literature of the 19th century.

In colloquial Vietnamese the verb **vay** may be used without the preposition **của**. The noun or pronoun indicating the source of borrowing often comes immediately after the verb **vay**:

Anh ấy thỉnh thoảng vay tôi tiền rồi quên không trả. He often borrowed money from me and forgot to pay me back.

Anh ấy vay tôi hai trăm đồng từ năm ngoái mà bây giờ vẫn chưa trả. He borrowed $200 from me and has not yet paid it back.

The preposition **từ**, that was introduced in Lessons Six and Seven, and has the meaning "from," cannot be used with this meaning. The sentence ~~Tôi hay mượn sách từ ông ấy~~ is incorrect.

🎧 NOTES ON USAGE

1. When Vietnamese people are talking about an amount of food in a restaurant, they often omit the words denoting food containers. For instance, they say **một phở bò** instead of **một bát phở bò, hai nem cua bể** instead of **hai đĩa nem cua bể**, and **ba cà phê sữa đá** instead of **ba cốc cà phê sữa đá**.

2. The article **à** is used at the beginning of a sentence to imply that the speaker recalls something he or she has almost forgotten:

    À, tôi quên chưa ghi số điện thoại của anh. Oh, I almost forgot to write down your phone number.

3. The kinship term **chú** "uncle" may function as personal pronoun not only between two people related to each other as an uncle and a nephew (see Lesson Four), but also as the second personal pronoun in colloquial Vietnamese. It is used by an older person when he or she is addressing a younger male person, and sounds friendly.

4. The phrase **một ít** with the meaning "a little" is used to indicate a small amount of something expressed mostly by uncountable or mass nouns: **một ít tiền, một ít thời gian, một ít bánh mì**. The English phrase "a little/a little bit" also has the meaning "to some degree, rather": He is *a little* anxious. She is *a little* sick. The Vietnamese equivalent is **hơi** as introduced in Lesson Nine, e.g.: **Ông ấy hơi lo. Bà ấy hơi ốm.**

5. In Vietnamese there are many words indicating rice, depending on the types of rice and the different stages of growing, processing and cooking it. The most common words are **lúa, thóc, gạo** and **cơm**. **Lúa** denotes rice plants in paddies. When rice is gathered and removed from the stems, it is called **thóc**. **Gạo** is husked rice. When rice is cooked and ready for eating, it is called **cơm**.

6. In conversational Vietnamese, when speaking about an amount of money, people usually omit the word **nghìn**, for instance, **một trăm** is used instead of **một trăm nghìn, năm trăm** instead of **năm trăm nghìn**.

🎧 WORD-FORMATION

Borrowing is one of the primary forces behind changes in the lexicon of many languages. Any language, under appropriate circumstances, borrows material from other languages, usually absorbing the exotic items or translating them into native equivalents. Some languages borrow more than others, and borrow more from some sources than others. English, a Germanic language, has borrowed a large amount of vocabulary from French, a Romance language. The Vietnamese language as a Mon-Khmer language has also borrowed many words from a number of languages which belong to different groups. Owing to close contact between Vietnamese and Chinese and the long domination of classical Chinese as a written language for administrative purposes in Vietnam, a significant number of words came into Vietnamese from Chinese.

And as one might also expect from that historical fact, in written Vietnamese the words borrowed from Chinese make up approximately 70% of the vocabulary. In spoken Vietnamese there are considerably fewer words of Chinese origin.

When words are borrowed, they are generally made to conform to the sound pattern of the borrowing language. A system of rules was created by scholars to transcribe Chinese words into Vietnamese. The system called **cách đọc Hán-Việt** is in principle able to transcribe any Chinese word into Vietnamese according to the Vietnamese phonetic system.

The vocabulary borrowed from Chinese relates to various aspects of social, political and economic spheres. For instance:

🎧 Vietnamese	Chinese	Meaning
Government and administrative order:		
cách mạng	gémìng 革命	revolution
cảnh sát	jǐngchá 警察	police
đại sứ quán	dàshǐguǎn 大使馆	embassy
độc lập	dúlì 独立	independent
nhân dân	rénmín 人民	people
quốc hội	guóhuì 国徽	national assembly, congress
văn phòng	wénfáng 文房 (办公楼)[1]	office
luật	fǎlǜ 法律	law
Economics:		
cạnh tranh	jìngzhēng 竞争	to compete; competition
kinh tế	jīngjì 经济	economy, economics
thị trường	shìchǎng 市场	market
History:		
cổ	gǔdài 古代	old, ancient
hiện đại	xiàndài 现代	modern
lịch sử	lìshǐ 历史	history
phong kiến	fēngjiàn 封建	feudal
triều đại	cháodài 朝代	dynasty

1. The Chinese words in the parentheses are used in contemporary Chinese; they are different from the Chinese words which came into Vietnamese a long time ago.

Culture and education:		
đại học	dàxué 大学	higher education
học kỳ	xuéqī 学期	semester
học sinh	xuéshēng 学生	student, pupil
tiểu thuyết	xiǎoshuō(r) 小说	novel
văn hoá	wénhuà 文化	culture
văn học	wénxué 文学	literature
Geographical terms and names:		
đông	dōng 东	east
tây	xī 西	west
nam	nán 南	south
bắc	běi 北	north
trung tâm	zhōngxīn 中心	center
vị trí	wèizhi 位置	position
nhiệt đới	rèdài 热带	tropical area
Anh	Yīngguó 英国	England
Bồ Đào Nha	Pútáoyá 葡萄牙	Portugal
Đức	Déguó 德国	Germany
Mỹ	Měiguó 美国	America
Nga	Éguó 俄国	Russia
Nhật	Rìběn 日本	Japan
Pháp	Fǎguó 法国	France
Tây Ban Nha	Xībānyá 西班牙	Spain
Climate and seasons:		
khí hậu	qìhou 气候	climate
xuân	chūn 春	spring
hè/hạ	xià 夏	summer
thu	qiū 秋	autumn, fall
đông	dōng 东	winter
Other areas:		
báo	bào 报	newspaper
điện thoại	diànhuà 电话	telephone
giao thông	jiāotōng 交通	transportation, traffic
kết thúc	jiéshù 结束	to finish
khách	kèrén 客人	guest
khách sạn	kèzhàn 客栈 (宾馆、酒店)	hotel
phụ nữ	fùnǚ 妇女	woman
sinh nhật	shēngrì 生日	birthday

Một quán ăn ở quận Bình Tân, thành phố Hồ Chí Minh
A small restaurant in Bình Tân District, Hồ Chí Minh City

DRILLS

A.   Add the word **đều** to the following sentences. Change the word order where it is necessary.

1. Sinh viên lớp tôi tập thể thao.
2. Khách thích mấy món này.
3. Chúng tôi có bài kiểm tra tuần trước và tuần này.
4. Tôi quen hai ông giáo sư ấy.
5. Họ đã đi thăm tất cả những thành phố lớn trên sông Cửu Long.
6. Tất cả chúng tôi muốn giúp cô ấy.
7. Hùng có nhiều bạn ở Hà Nội và Sài Gòn.
8. Các bài tập này khó quá, tôi chưa làm được.
9. Sinh viên trong ký túc xá này có phòng riêng.
10. Ở bờ biển miền Đông và bờ biển miền Tây có những trường đại học lớn và nổi tiếng.
11. Tôi dùng được chương trình này và chương trình kia.
12. Ở bang này, lái xe trong thành phố và ngoài đường cao tốc nguy hiểm.

B. Change the following sentences, using **tự … lấy** or omitting one of the two words.

1. **Anh ấy học hai ngoại ngữ mà biết rất khá.**
2. **Tôi sẽ tặng cô ấy một món quà nhưng tôi muốn cô ấy chọn.**
3. **Bạn tôi có thể chữa máy vi tính của anh ấy.**
4. **Khách nước ngoài đặt** "to reserve, book" **chỗ ở khách sạn, không cần ai giúp.**
5. **Tôi hỏi đường đi đến văn phòng của công ty.**
6. **Ông ấy đi chợ và nấu cơm mời chúng ta.**
7. **Chiếc túi nặng thế mà cô ấy xách lên tầng hai được.**
8. **Bà ấy không nhớ bà ấy gọi cấp cứu hay một người khác gọi cho bà ấy.**
9. **Chúng tôi chỉ có thể nói thế thôi, anh nên hiểu.**
10. **Họ muốn đi đến đấy nhưng sợ nhầm đường.**

C. Complete the following sentences, using the words **nửa**, **rưỡi** and **rưởi** to translate the English phrases, given in the parentheses.

1. **Chúng tôi đã đi** (two hours and a half) **mà chưa đến.**
2. **Một cốc rượu nhiều quá, cho tôi xin** (half a cup) **thôi.**
3. **Thành phố này có** (three and a half million people).
4. **Anh ấy xin thêm** (half a year) **để viết xong luận án.**
5. **Quả bưởi này nặng** (four and a half kilograms).
6. **Đi bộ từ ký túc xá đến thư viện mất** (half an hour).
7. **Sau khi tốt nghiệp trường luật, cô ấy thực tập** (two years and a half) **ở văn phòng của luật sư** "lawyer" **Dũng.**
8. **Quyển tiểu thuyết không hay, tôi đọc** (half the book and returned it).
9. **Bạn tôi không đủ tiền mua xe mới nên mua một chiếc xe cũ giá** ($5,500).
10. **Bà Ngọc bị ốm nặng, phải nghỉ** (two and a half months).

D. Fill in the blanks in the following sentences with **cả**, **tất cả** or **từng**. Indicate the sentences where two or all of them are possible.

1. _____ **các trường trung học ở thành phố này đều học ngoại ngữ tiếng Tây Ban Nha.**
2. **Hôm qua mưa** _____ **đêm nên sáng nay trời mát** "fresh and cool."
3. _____ **những người khách mới đến đều là người Canada.**
4. **Ông ấy vào phòng và chào** _____ **người một.**
5. _____ **câu lạc bộ đang nghe nhà thơ Thanh Hiếu nói chuyện.**
6. **Tôi rất thích bài hát ấy nhưng chưa hiểu hết** _____ **lời của** _____ **bài hát.**
7. _____ **những chiếc máy vi tính này đều có chương trình ấy.**
8. **Tôi định mua** _____ **mấy loại từ điển này.**
9. **Sinh viên phải trả lời** _____ **câu hỏi.**
10. _____ **tháng cô ấy không gọi điện cho chúng tôi lần nào.**
11. **Cô ấy lấy ba bộ quần áo và mặc thử** _____ **bộ một.**
12. **Ông ấy đang nằm bệnh viện,** _____ **chúng ta nên đến thăm ông ấy.**

E. Complete the following sentences.

1. Mọi chủ nhật gia đình tôi thường đi chơi xa, _____

2. Mọi năm tháng này đã bắt đầu mùa mưa rồi, _____

3. Mọi ngày ông ấy đến văn phòng từ sáng sớm khi chưa ai đến cả, _____

4. Mọi tối tôi thường qua thư viện đọc báo, _____

5. Mọi khi thứ bảy và chủ nhật trên ti vi có nhiều chương trình thể thao lắm, _____

6. Mọi năm bây giờ đã có nhiều xoài rồi, _____

7. Mọi khi bà ấy tự nấu cơm mời mọi người đến ăn, _____

8. Mọi năm mùa này ở đây có nhiều hoa quả lắm, _____

9. Mọi lần chúng tôi không phải chờ lâu như thế. _____

10. Mọi năm sinh nhật nào cô ấy cũng mời nhiều bạn cũ, _____

F. Complete the following sentences.

1. Người ta nói rằng _____

2. Chúng tôi đồng ý với nhau rằng _____

3. Mọi người đều biết là _____

4. Câu tục ngữ "Lời chào cao hơn mâm cỗ" muốn nói rằng _____

5. Giáo sư Tiến cho chúng ta biết rằng

_____

6. Tôi nhớ là _____

7. Bố mẹ anh ấy muốn rằng _____

8. Họ sợ rằng _____

9. Chúng ta tiếc là _____

10. Tất cả đều thấy rằng _____

G. Give answers to the following questions.

1. Bạn hay nhận được thư của ai?

2. Bạn vay tiền của ai mua ô tô?

3. Bạn mượn cuốn từ điển mới ấy của ai?

4. Ông ấy nhận được giải thưởng của tổ chức nào?

5. Bạn mượn mấy số báo này của ai?

6. Nó lấy chiếc xe đạp này của ai?

7. Họ nhận quà của ai?

8. Bạn có thể vay ai số tiền lớn như vậy?

9. Bạn mượn chiếc máy vi tính này của ai?

10. Họ vay tiền của ngân hàng nào?

EXERCISE

Prepare with your partner the following dialogue, then perform the dialogue for the class. Independent learners may practice both roles, then read the roleplay aloud, alternating between the roles for extra practice.

A is a waitress at a restaurant in Hanoi, B is a foreign customer.

A	B
1. greets B and offers the menu	1. takes a look at the menu and asks what specials the restaurant has
2. asks what kind of food the customer would like to have	2. is interested in Vietnamese food
3. asks whether the customer wants meat or seafood	3. asks what seafood dishes she offers
4. offers many types of fish, shrimps, crabs and clams	4. orders food
5. asks what kind of drink the customer wants to have	5. wants a cup of orange juice with ice
6. asks if the customer can use chopsticks	6. tells that he/she has been living in Vietnam for one and a half years

Chợ rau ở nông thôn miền Bắc Việt Nam
Vegetable market in rural Northern Vietnam

NARRATIVE

Việt Nam là một nước có nền kinh tế nông nghiệp. Lúa gạo là sản phẩm nông nghiệp quan trọng nhất. Có nhiều nhà nghiên cứu cho rằng cây lúa nước đầu tiên xuất hiện ở vùng Đông Nam Á. Bữa ăn của người Việt Nam phản ánh truyền thống văn hoá nông nghiệp lúa nước đó.

Trước hết, cơm không thể thiếu được trong hai bữa ăn chính của người Việt Nam là bữa trưa và bữa tối. Người Việt Nam ăn cơm nhiều hơn các món ăn khác. Có lẽ vì vậy nên ăn cơm, bữa cơm là những từ chỉ hoạt động ăn uống nói chung, mặc dù người ta có thể không ăn cơm trong bữa ăn. Cho đến bây giờ, nhiều gia đình ở nông thôn Việt Nam vẫn ăn mỗi ngày ba bữa cơm, kể cả bữa sáng. Người nông dân Việt Nam dậy sớm thổi cơm, ăn sáng rồi ra đồng làm việc. Còn ở thành phố thì bữa sáng đa dạng, thường người ta không ăn cơm mà ăn các món nhẹ khác.

Rau là thực phẩm quan trọng thứ hai. Việt Nam là nước nhiệt đới nên quanh năm có rau tươi. Rau có rất nhiều loại, nhưng phổ biến hơn cả ở nông thôn Việt Nam là rau muống và quả cà. Có nhiều cách chế biến rau, từ rau sống đến rau luộc, rau xào, canh rau, các món nộm, muối rau thành dưa, muối cà v.v… Các thứ rau gia vị hết sức phong phú góp phần làm cho bữa ăn ngon hơn. Đậu phụ làm từ đậu chế biến thành nhiều món ăn người Việt Nam rất thích, nhất là những người ăn chay.

Vì nước Việt Nam có nhiều sông, hồ, ao, lại nằm trên bờ biển nên có nhiều loại thuỷ sản như cá, tôm, cua. Từ một số loại cá, người Việt Nam làm ra một thứ nước chấm gọi là nước mắm. Có nhiều người nước ngoài lúc đầu không thích mùi nước mắm nhưng khi đã quen thì "nghiện" nước mắm, bữa cơm thiếu nước mắm chưa thể coi là bữa cơm Việt Nam. Mắm làm từ thuỷ sản cũng là một thứ nước chấm phổ biến.

Tuy thịt không chiếm vị trí quan trọng trong bữa ăn của người Việt Nam như cơm, rau và thuỷ sản nhưng lượng thịt trong bữa ăn ngày càng tăng lên, do mức sống dần dần được nâng cao. Người Việt Nam biết cách nấu rất nhiều món thịt đặc biệt, không nhiều mỡ như các món thịt của nhiều nước khác mà lại rất ngon.

Một trong những cách chế biến món ăn của người Việt Nam là trộn nhiều loại thực phẩm với nhau. Rau nấu với thuỷ sản, thuỷ sản nấu với thịt. Nước mắm cũng được pha với nhiều thứ gia vị khác như chanh, ớt, hạt tiêu, tỏi, gừng. Khi dọn cơm, người Việt Nam dọn tất cả các món ăn cùng một lúc chứ không dọn từng món một như người châu Âu hay người Mỹ, trừ những món cần ăn nóng thì khi nào ăn mới dọn lên bàn.

Ngoài các món ăn thường được làm để phục vụ hai bữa chính, người Việt Nam còn có nhiều món ăn khác để thưởng thức hay để mời khách, như các món bánh, từ bánh chưng ăn vào ngày Tết đến bánh cuốn, một đặc sản của Hà Nội, các món phở, bún, miến, mì, cháo, nem.

 VOCABULARY

nông nghiệp agriculture, farming
sản phẩm product
nhà nghiên cứu researcher
cho rằng to think, believe
lúa nước rice grown in flooded paddy fields

Đông Nam Á Southeast Asia
bữa/bữa ăn meal
phản ánh to reflect
truyền thống tradition
văn hóa culture

truyền thống văn hoá nông nghiệp lúa nước
tradition of cultivating rice in flooded paddy
fields

trước hết first of all

thiếu to lack, be short of; without

    cơm không thể thiếu được trong hai bữa ăn
    chính the two main meals cannot be without
    rice

vì vậy/vì vậy nên because of that

chỉ to indicate

mặc dù though, although

cho đến bây giờ even now, nowadays

kể cả including

nông dân farmer, peasant

dậy to wake up, get up

thổi cơm to cook rice

đồng field

không … mà … not … but …

quanh năm all year round, throughout the year

phổ biến common, popular

rau muống bindweed, river greens

chế biến to process

rau sống raw vegetables

luộc to boil

nộm salad (Saigon dialect: **gỏi**)

muối salt; to salt, pickle

dưa salted vegetables

hết sức extremely

làm cho bữa ăn ngon hơn to make a meal (be)
tastier

đậu bean, pea

nhất là especially

ăn chay to be a vegetarian

ao pond

nước chấm dipping sauce

lúc đầu at first

mùi smell, odor

nghiện to be addicted to

mắm salted seafood

tuy … nhưng … though, although

chiếm to occupy

    chiếm vị trí quan trọng to be an important
    part of

ngày càng more … every day

tăng/tăng lên to increase

dần dần gradually, little by little

nâng cao to raise, improve

    mức sống dần dần được nâng cao the living
    standard is gradually improved

trộn to mix, blend

pha to mix (speaking of liquid)

hạt tiêu black pepper

tỏi garlic

gừng ginger

dọn cơm to bring the food to the table, set the
table for eating

cùng một lúc at the same time

trừ except

mới not … until …

thưởng thức to enjoy

mời to treat

bánh cake, pie, cookies

bánh chưng New Year rice cake

bánh cuốn steamed springrolls

bún soft noodles made from rice flour

miến clear noodles

mì wheat noodles

cháo rice porridge

 GRAMMAR NOTES

1. The clauses of concession are introduced by the conjunctions **mặc dù** or **tuy**, that mean "though, although." If the subordinate clause precedes the main clause, the conjunction **nhưng** and the emphatic word **vẫn** or **cũng** are usually used in the main clause:

    Mặc dù/Tuy trời mưa nhưng họ vẫn/cũng đi chơi bằng xe đạp. Although it was raining, they went out by bicycle.

2. The conjunction **không/không phải … mà …** is used before two similar parts of a sentence to negate the first part:

Sau khi tốt nghiệp đại học, anh ấy không học tiếp cao học mà đi làm cho một công ty lớn.
After graduating from college, he did not go to graduate school. He went to work for a big company.

When the second part of the two similar parts of the sentence is negated, the conjunction **chứ không/không phải** is used instead of **không/không phải mà**:

Sau khi tốt nghiệp đại học, anh ấy đi làm cho một công ty lớn chứ không học tiếp cao học.

3. The word **ngày càng/càng ngày càng** is used before the predicate or the adverbial of manner of a sentence to indicate a gradual increase of a quality or an amount:

Cô ấy ngày càng đẹp ra. She is getting more and more beautiful.

Ngày càng có nhiều sinh viên muốn thi vào trường này. More and more students want to be admitted to this college.

When the period of time during which a quality or an amount is increased is relatively short, the word **mỗi lúc một** is used instead of **ngày càng**:

Mưa mỗi lúc một to. It is raining more and more heavily.

4. **Mới** with the meaning of "not … until" is used to restrict the action of the predicate to a particular time or circumstance. The time expression or a time clause comes first, which is followed by the subject + **mới** + the predicate:

Hai giờ đêm qua tôi mới về đến nhà. I did not come back last night until 2 o'clock.

Tuần sau ông ấy mới đến. He will not arrive until next week.

Đêm qua tôi đọc xong cuốn sách ấy mới đi ngủ. I did not go to sleep until I finished reading that book last night.

DRILLS

A. Combine each two of the following sentences into one, using the conjunctions of concession. Be careful of the sequence of the clauses.

1. Ông ấy ốm đã hai tuần rồi. Ông ấy không muốn đi khám bệnh.
2. Chúng tôi đến họp muộn. Chúng tôi chạy rất nhanh.
3. Bạn tôi bận nhiều việc. Bạn tôi tham gia một số hoạt động ở ký túc xá.
4. Bà Thanh bị cúm khá nặng. Bà Thanh phải đi làm vì không có ai thay "replace, substitute."
5. Ông Thái không muốn về hưu. Ông Thái năm nay đã 65.
6. Nơi ấy rất xa. Chúng tôi muốn đi đến đấy để biết thêm về phong tục của người dân vùng ấy.
7. Tôi không gặp được ông ấy. Tôi đến khá sớm.
8. Cô ấy giận chúng tôi lắm. Cô ấy vừa nói vừa cười.
9. Quyển từ điển rất đắt. Tôi phải mua vì tôi cần.
10. Họ đi nhầm đường. Họ không thể quay lại vì trên đường lúc ấy rất đông xe.

B.   Complete the following sentences.

1. **Tuy anh Hiển không biết gì về chuyện ấy,** _____

2. _____ **mặc dù họ không đồng ý với nhau về nhiều vấn đề "issue."**

3. _____ **tôi vẫn chưa có thì giờ đặt vé máy bay.**

4. **Mặc dù bị nhiều cuộc chiến tranh tàn phá,** _____

5. _____ **tuy căn phòng rất nhỏ.**

6. _____ **cô ấy vẫn mang theo ô.**

7. **Mặc dù chơi thể thao rất nhiều,** _____

8. _____ **ông Ivan vẫn mặc áo ngắn tay vì ông quen với khí hậu lạnh ở nước ông.**

9. _____ **mặc dù đã uống khá nhiều rượu.**

10. _____ **chiếc xe đã bị hỏng rồi.**

C.   Combine each two of the following sentences into one, using the construction **không/không phải … mà**.

1. **Năm học này tôi không định học tiếng Nhật. Tôi định học tiếng Trung Quốc.**
2. **Ông giáo sư ấy hiện giờ không giảng dạy. Ông ấy chỉ làm công việc nghiên cứu thôi.**
3. **Công trình này được xây dựng không phải vào đầu thế kỷ này. Nó được xây dựng vào giữa thế kỷ trước.**
4. **Bà ấy không lái xe đi làm. Bà ấy đi xe buýt đi làm.**
5. **Bệnh viện này không đào tạo sinh viên. Bệnh viện này chỉ chữa bệnh thôi.**
6. **Anh ấy không đi. Anh ấy chạy đến văn phòng nhưng vẫn muộn.**
7. **Ngân hàng lớn này không phải do hai ngân hàng nhỏ hợp lại. Nó do ba ngân hàng nhỏ hợp lại.**
8. **Ở Sài Gòn người ta không gọi cái này là cái mũ. Người ta gọi cái này là cái nón.**
9. **Bố mẹ tôi muốn tôi học y nhưng tôi không thi vào trường y. Tôi thi vào trường luật.**
10. **Bây giờ không phải là tháng chạp. Bây giờ là tháng giêng.**

D.   Change the sentences made up from Drill C, using the construction **chứ không**.

E.   Add the words **ngày càng/càng ngày càng** or **mỗi lúc một** to the following sentences to indicate the gradual increase of a quality or amount.

1. **Gió thổi mạnh.**
2. **Thành phố Hà Nội có nhiều ô tô nên hay bị tắc đường.**
3. **Trời lạnh.**
4. **Khu cửa hàng cửa hiệu đông người.**
5. **Tiền học "tuition" ở trường này đắt.**
6. **Ông ấy ốm nặng.**
7. **Cô Thuỷ trẻ ra.**
8. **Ông Hưng nói to vì ông giận quá.**
9. **Thực phẩm rẻ.**
10. **Thi vào trường đại học ấy khó.**
11. **Người Việt Nam tiếp xúc nhiều với người nước ngoài.**
12. **Cô ấy lái xe nhanh.**

F. Change the following sentences, using **mới** to restrict the action of the predicate to a particular time or circumstance. Pay attention to the word order.

> EXAMPLE   **Đêm qua tôi về đến nhà lúc hai giờ. → Hai giờ đêm qua tôi mới về đến nhà.**

1. Hai năm nữa bạn tôi tốt nghiệp cao học.
2. Chúng tôi chờ họ ở sân bay lâu lắm, vì máy bay đến lúc 3 giờ 15.
3. Tôi có thể bắt đầu viết bài về văn học Việt Nam sau khi đọc xong mấy cuốn tiểu thuyết này.
4. Anh đi thêm ba ngã tư nữa thì đến thư viện.
5. Trời đỡ nóng vào cuối tháng chín.
6. Cô ấy định tốt nghiệp đại học rồi lấy chồng.
7. Ông ấy bỏ thuốc lá sau khi ốm nặng mấy lần.
8. Vì hội trưởng hội sinh viên đến muộn nên cuộc họp bắt đầu lúc 7 rưỡi.
9. Người ta bắt đầu xây dựng nhà máy sau khi làm đường.
10. Tôi bị nhầm đường hai lần rồi sau đó nhớ đường đến đấy.

G. Give answers to the following questions.

1. Vì sao có thể nói truyền thống văn hoá của người Việt Nam trong việc ăn uống là truyền thống văn hoá nông nghiệp lúa nước?
2. Loại thực phẩm nào quan trọng nhất trong bữa ăn của người Việt Nam?
3. Người nông dân Việt Nam ăn cơm mấy bữa một ngày? Vì sao?
4. Ở thành phố người Việt Nam ăn sáng như thế nào?
5. Loại rau nào phổ biến nhất ở nông thôn Việt Nam?
6. Những người ăn chay thường hay ăn gì? Vì sao?
7. Tại sao nước mắm không thể thiếu được trong bữa cơm của người Việt Nam?
8. Người ta pha nước mắm với những gia vị nào? Để làm gì?
9. Các món thịt của người Việt Nam khác món thịt của nhiều nước khác ở chỗ nào?
10. Người Việt Nam có những món ăn nào làm để thưởng thức? Còn người Mỹ có những món ăn nào?

EXERCISES

1. Write a composition about the way people prepare and have a meal in your country.

2. With a classmate, prepare a dialogue about the differences between a Vietnamese and an American or European meal. Independent learners may practice two roles, then read the roleplay aloud, alternating between the roles for extra practice.

3. Use the dictionary to read the following excerpts from an article by Mai Loan, which was published in the Vietnamese newspaper **Hà Nội Mới**.

Bên cạnh những nhà hàng Trung Quốc, Thái Lan, các nhà hàng ăn nhanh của Mỹ... các quán ăn Việt ở châu Âu đã góp phần quảng bá hình ảnh cũng như văn hóa ẩm thực Việt Nam. Ở quận 13 (Pari - Pháp); Trung tâm Thương mại Praha 7 (CH Séc) và một số thành phố lớn khác ở Pháp, Italia, Đức... đều có những quán cơm, phở Việt Nam. Tuy nhiên, các món Việt ở đây đã được Âu hóa để phù hợp với thú thưởng thức của người dân sở tại.

PHỞ từ lâu đã là một món quà sáng không thể thiếu của nhiều người Hà Nội. Ở châu Âu cũng vậy, nhắc đến các món ăn Việt là người ta nghĩ ngay đến phở.

Kích cỡ và giá cả là hai điểm mà phở ở châu Âu "ăn đứt" phở Hà Nội. Tôi không ngạc nhiên bởi lần sang Mỹ trước đã được chứng kiến sự "hoành tráng" của bát phở xứ người. Chiếc bát to đến nỗi có thể dùng làm chậu rửa mặt cá nhân. Thêm vào đó là một đĩa to đựng đầy giá đỗ, hành và một loại rau thơm tựa như rau húng (thay cho húng Láng chỉ có ở Hà Nội).

Tôi ở châu Âu chỉ 5 tuần nhưng cũng đủ thời gian lân la đến một số hàng. Hàng cơm Việt Nam ở bên này khá đông khách. Vào buổi tối, nhất là các tối cuối tuần, có thể thấy nhiều thực khách đứng ở trước cửa hàng để chờ đến lượt. Các nhà hàng Hà Nội, Sài Gòn, Biển Nắng, Long Hải đều ở quanh khu vực quận 13 (nơi cộng đồng người Việt sinh sống) hoặc trung tâm của Pari (Pháp). Trong số này, nhà hàng mà tôi có nhiều ấn tượng nhất là Biển Nắng.

Biển Nắng khá đông khách, buổi tối người ta ngồi tràn cả ra vỉa hè. Bí quyết của nhà hàng nằm ở thực đơn với khoảng hơn 30 món như bún, phở, bò nướng, vịt, gà (nướng, chiên...), gỏi cuốn, cơm suất, các món xào, đậu phụ... đều làm nóng sốt hoặc được chuẩn bị theo đúng phong cách Việt. Ngồi tại bàn và quan sát bà chủ nhà hàng

BẠN CẦN BIẾT

Since food in Vietnam is relatively cheaper than in the U.S.A. and Europe, even expensive restaurants in the large cities are affordable for foreigners. When you are in Vietnam, of course, you'll want to try authentic Vietnamese cuisine. You may want to enjoy a bowl of the authentic Hà Nội **phở**. If so, ask your Vietnamese friends or coworkers where you can eat the best **phở** in the city. A modest **phở** restaurant may not look very attractive—but the crowd of customers in the restaurant will attest to the fact that its **phở** is the best in Hà Nội or Sài Gòn. The price is reasonable: you would pay around 40,000 Vietnamese đồng for a bowl of **phở** in Hà Nội or 50,000 đồng in Sài Gòn (at the 2012 exchange rate of approximately 1 dollar to 21,000 Vietnamese đồng).

French cuisine has been popular in Vietnam for more than a century. At some French restaurants in Hà Nội and Sài Gòn, in addition to authentic French food, French wines and cheeses are served as well. A meal for two people in such a restaurant would easily exceed one hundred U.S. dollars. Chinese food, also very popular in Vietnam, is not as expensive. More and more Vietnamese go to Japanese, Korean or Italian restaurants to enjoy their food. You may tip a waitress or a waiter in a restaurant, but it is not customary in Vietnam.

Many Vietnamese have breakfast on their way to work. They stop by a **phở** or **cháo** stand to have a bowl of **phở** or **cháo** and a cup of **cà phê**. At lunch time, they go to a **cơm văn phòng** restaurant (literally: food for office) or to a cheaper **cơm bình dân** or **cơm bụi** stand to have lunch at a very reasonable price. Some people go to a Korean or Italian fast food place, or to a KFC restaurant. The main meal of the day is usually eaten at home in the evening with one's family.

 TỤC NGỮ

Một miếng khi đói bằng cả gói khi no.
He gives twice who gives quickly.

Gói bánh chưng
Wrapping New Year rice cakes

LESSON 14

Climate and Weather

GRAMMAR

1. Different functions of **mà**
2. Causative verb **làm/làm cho**
3. Emphatic **chỉ … là …**
4. **Để** with the meaning "let someone do something"
5. Use of the verbs **trở nên** and **trở thành**
6. Indefinite pronouns and adverbs with **đấy** and **đó**
7. Arithmetic
8. Preposition and conjunction **do**
9. Classifier **cơn**
10. Construction "superlative + **là** + subject"
11. Emphatic **chính**
12. Preposition **đối với**

USAGE

1. Use of the word **thật/thật là**
2. Combinations of the words **đông, tây, nam, bắc**
3. Use of the verb **kịp**
4. Use of **được cái**
5. Verbs **nghe, nghe nói, thấy nói, nghe thấy nói**
6. Use of **chưa ăn thua gì**
7. Use of **làm gì có**
8. Metric vs. British and American measures
9. Use of **ảnh hưởng**
10. Difference between **khác** and **khác nhau**
11. Difference between **băng** and **đá**
12. Use of **trung bình**

 DIALOGUE 1

Ở Hà Nội

A (người nước ngoài): Hà Nội mấy hôm nay trời mưa thật là khó chịu. Mưa không to nhưng kéo dài. Đường sá lầy lội, đi đâu cũng thấy ngại.

B (người Hà Nội): Mưa phùn đấy. Thường có vào những đợt gió mùa đông bắc.

A :   Chắc là gió từ hướng đông bắc đến.

B :   Đúng thế. Trời đang nắng ấm bỗng nhiên trở lạnh là gió mùa đông bắc đấy. Phải cẩn thận kẻo bị cảm cúm.

A :   Nhiệt độ thấp nhất khoảng bao nhiêu độ?

B :   Khoảng 5 độ C.

A :   5 độ âm hay dương?

B :   5 độ dương.

A :   5 độ dương mà sao tôi thấy lạnh thế? 5 độ âm ở châu Âu cũng không lạnh như vậy.

B :   Vì độ ẩm khá cao. Mùa hè độ ẩm cao làm cho người ta thấy oi bức, còn mùa đông thì thấy rét buốt.

 DIALOGUE 2

Ở Đà Lạt

A :   7 giờ rồi, dậy mà xem thành phố trong sương mù kìa.

B :   Đà Lạt trong sương mù trông thật thơ mộng. Nhưng tôi sợ chuyến đi tham quan mấy thác nước mà chúng mình bàn tối qua không thực hiện được. Đường đèo mà đi trong sương mù thì nguy hiểm lắm.

A :   Đừng lo! Sáng sớm ở đây thường có sương mù, nhưng chỉ khoảng 8-9 giờ là tan hết.

B :   Để tôi vào phòng lấy máy ảnh ra đây chụp mấy kiểu làm kỷ niệm.

Đà Lạt trong sương mù
Đà Lạt covered with fog

DIALOGUE 3

Ở Sài Gòn

A (người nước ngoài): Anh ơi, người ta chạy đi
    đâu thế anh?

B (người Sài Gòn): Chạy đi tìm chỗ trú mưa đấy.

A :   Trời đang nắng thế kia mà sao lại chạy đi
      tìm chỗ trú mưa?

B :   Sắp có mưa rào.

A :   Sao anh biết?

B :   Chị không thấy đám mây đen đang kéo đến kia à?

A :   Đám mây còn xa lắm.

B :   Trông xa thế mà khi mưa thì chạy không kịp đâu! Mùa này là mùa mưa, ai đi đâu cũng phải
      đem theo áo mưa. Được cái mưa thường chỉ ít phút sau là tạnh. Trời trở nên mát mẻ, dễ chịu.

A :   Tôi đã nghe trong một bài hát nào đó: Nhớ Sài Gòn mưa rồi chợt nắng.[1] Đúng thật!

 DIALOGUE 4

Độ F và độ C

A (người Việt): Sáng nay tôi xem dự báo thời tiết trên ti vi, thấy nói hôm nay ở Boston nóng đến 92
    độ. Có lẽ tôi nghe nhầm, chứ làm gì có nơi nào nhiệt độ lên đến 92 độ.

B (người Mỹ): Chị nghe không nhầm đâu! 92 độ F chứ không phải 92 độ C.

A :   92 độ F là bao nhiêu độ C?

B :   Chị thử tính xem. Lấy độ F trừ đi 32.

A :   92 trừ 32 còn 60.

B :   Nhân với 5.

A :   60 nhân với 5 bằng 300.

B :   Chia cho 9.

A :   300 chia cho 9 bằng khoảng 33 phẩy 3 độ C. Nóng đấy, nhưng so với Hà Nội
      thì chưa ăn thua gì.

B :   Mùa hè ở Hà Nội nóng đến bao nhiêu độ?

A :   Có thể nóng đến 38 độ C.

B :   Để tôi tính ra độ F xem. 38 nhân với 9 là 342, chia cho 5 là 68 chấm 4, cộng
      với 32 là 100 chấm 4 độ F. Thế thì Hà Nội nóng thật.

A :   Lại còn ẩm nữa chứ!

---

1. Một câu trong bài hát *Em còn nhớ hay em đã quên* của nhạc sĩ Trịnh Công Sơn.

🎧 VOCABULARY

Dialogue 1

mấy hôm nay these days, in recent days
thật/thật là really
khó chịu unpleasant
kéo dài to last (for a long time)
đường sá roads (collective noun)
lầy lội muddy
ngại (to be) hesitant, unwilling
mưa phùn drizzle
đợt a wave of something
gió wind
    gió mùa monsoon
chắc là/chắc probably
hướng direction
bỗng/bỗng nhiên suddenly, all of a sudden
trở lạnh to become cold
cẩn thận careful
âm minus
dương plus
thấy to feel
vậy = thế
như vậy/như thế so, to such extent
ẩm humid
    độ ẩm humidity
làm/làm cho to make someone be/become
oi sultry, muggy
bức hot and sultry
    oi bức hot and muggy
rét cold, freezing
buốt sharp (of pain, wind)
    rét buốt piercingly cold

Dialogue 2

mà in order to; relative pronoun and adverb
sương mù fog
thơ mộng picturesque
chuyến đi trip
thác/thác nước waterfall
thực hiện to carry out, implement
đèo mountain pass
tan to clear, burn off (of fog)
để to let someone do something

ảnh photo, picture
máy ảnh camera
chụp to take a photograph
kiểu exposure
    chụp mấy kiểu to take a couple of exposures
kỷ niệm memory; to commemorate
    làm kỷ niệm to remember

Dialogue 3

tìm to look for, seek
trú to shelter (intransitive)
    trú mưa to shelter from the rain, take refuge from the rain
chang chang (of the sun) hot and blinding
mưa rào downpour
đám classifier for clouds, crowds
mây cloud
kéo đến to draw near
kịp to have enough time to do something on time
áo mưa raincoat
được cái but (having a good point)
tạnh to stop (of rain)
trở nên to become
mát mẻ pleasantly cool (reduplicative)
nào đó indefinite pronoun
chợt suddenly

Dialogue 4

dự báo to forecast
thời tiết weather
    dự báo thời tiết weather forecast
trừ (đi) to subtract
nhân (với) to multiply
bằng equal
chia (cho) to divide
phẩy comma
chưa ăn thua gì almost nothing
tính ra to calculate in
    tính ra độ F to calculate in F degrees
cộng (với) to add
chấm point, dot, period

GRAMMAR NOTES

1. The conjunction **mà**, introduced in Lesson Ten, has the emphatic meaning and is used to link two opposite statements. **Mà** also has many other meanings. Here are three of them.

1.1. In conversational Vietnamese, **mà** links two actions, that are performed by the same subject immediately one after another; the second action is the purpose of the first one:

   Anh lấy từ điển tôi mà dùng. Please take my dictionary to use.

   With this function, **mà** is rarely used with the first personal pronoun.

1.2. **Mà** functions as the relative pronoun or adverb in relative clauses with the meaning "which, that, who, where, when":

   Quyển sách mà tôi đang đọc là của thư viện. The book which I am reading belongs to the library.

   Người mà anh gặp hôm qua là một nhà văn nổi tiếng. The person who(m)/that you met yesterday is a famous author.

   Trường đại học mà bà ấy giảng dạy là một trường lớn. The university where she teaches is a large university.

   Năm mà tôi tốt nghiệp đại học cũng là năm mà chị tôi lấy chồng. The year that I graduated from college was the same year that my sister got married.

   As in English, **mà** can be omitted altogether in these sentences.
   Mà may function only as the object of the relative clause (as in the previous two sentences). It cannot be used as the subject of the relative clause:

   Người Ø đến đây hôm qua là một nhà văn nổi tiếng. The person *who* came here yesterday is a famous author.

1.3. **Mà** is used along with **thì** to connect two parts of a sentence, in which the first part with **mà** preceding the predicate denotes a hypothesis, and the second part with **thì** at the beginning contains a conclusion:

   Tôi mà là anh thì tôi không làm như thế. If I were you, I wouldn't do so.

2. The verb **làm** or **làm cho** is used before an object with the meaning "to cause someone to do or to feel something":

   Bài hát làm/làm cho cô ấy nhớ lại những năm tháng sinh viên. The song made her recall her college years.

3. **Chỉ** and **là** are used before the verbs in two parts of a sentence with the emphatic meaning that an amount of something needed to perform an action is smaller than expected:

   Bưu điện gần lắm, chỉ đi bộ năm phút là đến. The post office is very close to here; it takes just five minutes to walk there.

4. **Để** is used at the beginning of a sentence before a person performing an action with the meaning "let someone do something":

   Để tôi làm việc ấy cho chị. Let me do that for you.

5. **Trở thành**, meaning "to become someone different," is placed before a noun:

   Bạn tôi đã trở thành luật sư. My friend has become a lawyer.

   Trở nên, meaning "to change to a different state," is used before an adjective:

   Vào cuối tháng chín, thời tiết ở Hà Nội trở nên dễ chịu hơn. The weather in Hanoi becomes more comfortable in late September.

6. **Đấy** and **đó** are used after some interrogative words to form indefinite pronouns and adverbs: **ai đấy/đó** "someone," **cái gì đấy/đó** "something," **ở đâu đấy/đó** "somewhere," **khi nào đấy/đó** "sometime," **nơi nào đấy/đó** "somewhere, someplace, in some place," **người nào đấy/đó** "someone."

7. The verbs **cộng** "to add" and **nhân** "to multiply" are used with the preposition **với**; the result follows **bằng** "equal" or **là**:

   Năm cộng với ba bằng/là tám. Five added to three is eight.

   Năm nhân với ba bằng/là mười lăm. Five multiplied by three is fifteen.

   The verb **trừ** "to subtract" is used with the preposition **đi**, that can be omitted, and the result follows **còn**; the word order is different from the English:

   Năm trừ [đi] ba còn hai. Three subtracted from five is two.

   The verb **chia** "to divide" is used with the preposition **cho**, and the result follows **bằng**:

   Mười lăm chia cho ba bằng năm. Fifteen divided by three is five.

   In Vietnamese, as in many other languages, the decimal is denoted by a comma, not by a point. Compare:

English	Vietnamese
2.5	2,5 (**hai phẩy năm**)
15.02	15,02 (**mười lăm phẩy không hai**)
0.08	0,08 (**không phẩy không tám**)

 NOTES ON USAGE

1. The adverb of degree **thật** is used before adjectives and some adverbs to denote a high degree of a quality or quantity. **Thật là** with the same meaning is used in spoken Vietnamese:

   Trời hôm nay thật/thật là đẹp. The weather today is really nice.

Only **thật** (not **thật là**) may be used at the end of a statement to convey the sense of confirmation that the fact is true:

> **Trời hôm nay nóng thật.** (It is true that) it is really hot today.

2. When the four nouns indicating the directions come together, they occur in the following sequence: **đông, tây, nam, bắc**. They are less frequently capitalized than in English.

    When two of them are combined, the word order is different from the English: **đông bắc** "Northeast" (literally: Eastnorth), **đông nam** "Southeast" (lit.: Eastsouth), **tây bắc** "Northwest" (lit.: Westnorth), **tây nam** "Southwest" (lit.: Westsouth).

3. The verb **kịp** conveys the meaning "to have enough time to do something before it is too late." When occurring before another verb, it is usually used in the negative statement:

    > **Tôi không kịp gọi điện cho anh.** I didn't have time to call you.

    This verb may be used with the negation after another verb:

    > **Nhiều việc quá, làm không kịp.** There is so much work, it is impossible to do it in time.

    It is used with a time expression in an affirmative statement in the sense that there is enough time to do something and usually follows the word **cũng**:

    > **Ngày mai đi cũng kịp.** We can leave tomorrow and we wouldn't be late.

4. **Được cái** is placed either before the predicate or at the beginning of a statement to convey the meaning that although the speaker's opinion about someone or something is not very high, this person or thing has at least one good point:

    > **Ông ấy được cái dễ tính./Được cái ông ấy dễ tính.** He has (at least) one good point, which is being easy to please.

5. The verbs **nghe** and **nghe nói** convey different meanings and in most cases are not interchangeable.
    Nghe means "to listen to someone or something." For instance, **nghe nhạc** "to listen to music," **nghe đài** "to listen to the radio," **nghe giáo sư giảng** "to listen to the professor's lecture."
    The English "to hear" corresponds to the Vietnamese phrase **nghe thấy**:

    > **Tôi nghe thấy anh ấy nói không được.** I heard him say no.

    > **Chị có nghe thấy ai đó đang hát không?** Can you hear someone singing?

    The English phrase "I heard that" is **nghe nói, thấy nói** or **nghe thấy nói** in Vietnamese:

    > **Tôi nghe nói/thấy nói/nghe thấy nói ông ấy ốm đã hai tuần nay.** I heard that he has been sick for two weeks.

6. In spoken Vietnamese the idiomatic expression **(chưa) ăn thua gì** conveys the meaning "not that much," "not to such extent":

    > **Ở đây mưa nhiều quá!** It's raining so much here.

(Chưa) ăn thua gì! Ở Seattle còn mưa nhiều hơn. Not that much! It's raining even more in Seattle.

7. The conversational expression **làm gì có** is used at the beginning of a statement to indicate the negation of the fact which is spoken of:

Làm gì có chuyện ấy! I find that hard to believe!

8. Vietnam uses the metric system for measures.

8.1. Linear measure:

Một mét one meter = 39.37 inches

Một ki-lô-mét/cây số one kilometer = 0.6214 mile

8.2. Capacity measure:

Một lít one liter = 1.76 pints

8.3. Mass:

Một ki-lô/cân (ký in the Saigon dialect) one kilogram = 2.205 pounds

8.4. Temperature:

Centigrade = (°F – 32) × ⁵⁄₉

Fahrenheit = (°C × ⁹⁄₅) + 32

DRILLS

A. Combine the following sentences into one, using the word **mà** which denotes the purpose of the second action.

> EXAMPLE   **Anh lấy từ điển tôi. Anh dùng quyển từ điển ấy. → Anh lấy từ điển tôi mà dùng.**

1. **Chị ra quán cơm bình dân. Chị ăn ở đấy.**
2. **Cậu mua báo hôm nay. Cậu đọc tin ấy.**
3. **Nếu trong phòng anh ở ký túc xá ồn "noisy" thì anh ra thư viện. Anh học ở đấy.**
4. **Chị ra bờ sông. Chị tập chạy ở ngoài ấy.**
5. **Cậu gặp giáo sư Toàn. Cậu hỏi về vấn đề này.**
6. **Nếu chị vội thì chị lấy xe tôi. Chị đi xe của tôi kẻo muộn.**
7. **Anh ra hiệu sách ở đường Nguyễn Huệ. Anh mua quyển từ điển Việt-Anh mới.**
8. **Nếu chị cần gặp kỹ sư Tùng thì ngồi đây. Chị chờ ông ấy.**
9. **Nếu máy vi tính của cậu bị hỏng thì lấy máy của mình. Cậu dùng máy của mình.**
10. **Nếu anh bị ho thì ra hiệu thuốc gần đây. Anh mua thuốc ho.**

B. Combine the following sentences into one, using the relative pronoun and adverb **mà**. Notice that in the following sentences the relative clause with **mà** replaces the demonstrative pronouns **ấy, này, đó, kia**.

> EXAMPLE   **Quyển từ điển ấy có nhiều từ lắm. Anh ấy mới mua quyển từ điển hôm qua.**
> → **Quyển từ điển mà anh ấy mới mua hôm qua có nhiều từ lắm.**

1. Bộ phim ấy hay lắm. Tôi xem bộ phim ấy tuần trước.
2. Loại ô tô này rất tốt. Năm ngoái tôi định mua nó nhưng không có đủ tiền.
3. Ngày ấy là ngày 02 tháng 9 năm 1945. Vào ngày ấy Việt Nam trở thành một nước độc lập.
4. Khu nhà kia là khu thể thao của trường đại học. Các bạn thấy khu nhà ở đằng kia.
5. Chiếc máy vi tính này không có chương trình ấy. Anh đang dùng nó.
6. Khách sạn ấy tên là Đông Đô. Chúng tôi ở khách sạn ấy trong chuyến đi thăm Hà Nội.
7. Người đó là kỹ sư Ngọc. Tôi giới thiệu người ấy với anh sáng nay.
8. Khu phố ấy được coi là khu phố cổ của Hà Nội. Chúng ta sắp đến thăm khu phố ấy.
9. Loại bia này do một nhà máy liên doanh với Đan Mạch "Denmark" sản xuất. Cậu đang uống loại bia này.
10. Chiếc đồng hồ này chạy còn tốt lắm. Anh tôi tặng tôi chiếc đồng hồ này cách đây 10 năm.

C. Fill in the blanks with the relative pronoun and adverb **mà** where it is possible. Notice that **mà** cannot function as the subject of the relative subordinate clause.

1. Đó là tờ báo _____ tôi đọc hằng ngày.
2. Ông giáo sư ấy là người _____ đã đến trường chúng ta giảng nhiều lần.
3. Phở gà là món _____ bà ấy thích nhất, ngon mà lại không béo.
4. Môn học ấy là môn _____ được coi là môn khó nhất.
5. Bà ấy là nhà văn nổi tiếng _____ đã được nhiều giải thưởng văn học.
6. Mùa hè là mùa _____ nhiều người Hà Nội đi lên Sa Pa nghỉ mát "to go on a summer vacation (to get relief from the heat)."
7. Sông _____ chảy qua thành phố Huế tên là sông Hương.
8. Cuốn tiểu thuyết này là cuốn sách _____ tất cả chúng tôi đều đã đọc khi còn là học sinh trung học vào những năm 60.
9. Bà ấy là người _____ tôi quen từ nhiều năm nay.
10. Trung tâm nghiên cứu _____ cô ấy mới được nhận vào làm việc có nhiều nhà khoa học lớn.
11. Ngày _____ tôi đến Hà Nội lần đầu tiên là một buổi chiều cuối thu, đường phố Hà Nội có hương thơm của hoa sữa.
12. Bà bác sĩ _____ tôi sẽ giới thiệu với anh chuyên về mắt, làm việc ở Bệnh viện Mắt thành phố Hồ Chí Minh.
13. Quán cơm bình dân _____ tôi hay đến ăn hôm nay đóng cửa.
14. Cô gái _____ trở thành vợ anh ấy cùng học với anh ấy ở trung học.
15. Thời gian _____ kinh tế Việt Nam chưa chuyển sang kinh tế thị trường, các cửa hàng thực phẩm thường không có đủ thực phẩm để bán.

D. Complete the following sentences.

1. Ông ấy mà biết anh làm hỏng việc này thì _____
2. Tôi mà có nhiều thì giờ thì _____
3. Năm nay mà được nghỉ hè sớm thì _____
4. Anh mà không bỏ thuốc lá thì _____
5. Hà Nội mà bị mất khu phố cổ thì _____
6. Cậu mà xem ti vi nhiều thế thì _____
7. Chị mà có dịp đến Huế thì _____
8. Sách của thư viện mà bị mất thì _____
9. Mình mà biết về tin học giỏi như cậu thì _____
10. Bây giờ mà tìm được một hiệu phở ở đây thì _____

E. Use **làm/làm cho** to complete the following sentences.

1. **Buổi khiêu vũ** (made me feel so tired).
2. **Món ăn ấy** (caused me a stomachache).
3. **Tin mới nhận được** (made her happy).
4. **Tập thể thao hằng ngày** (makes him healthy).
5. **Anh ấy nói chuyện vui quá,** (which makes us laugh a lot).
6. **Đêm qua cô ấy về muộn,** (which made her family worry).
7. **Cơn mưa chiều nay** (made the weather cool).
8. **Cậu nói về các món đặc sản Hà Nội** (which made me feel hungry).
9. **Hai cuốn tiểu thuyết** (made this author famous).
10. **Câu anh nói** (made him so angry).
11. **Nghe loại nhạc này** (makes me want to dance).
12. **Bức ảnh ấy** (makes her look much younger).
13. **Chiều qua tôi bị mưa,** (the cold rain made me ill).
14. **Phong cảnh ở đây giống như phong cảnh thành phố nơi tôi ở,** (which made me homesick).
15. **Xông hai lần một ngày** (made me feel much better).

F. Give answers to the following questions, using **chỉ … là …** with the phrases given in the parentheses.

1. **Nhà Hát Lớn cách đây có xa không?** (đi bộ 5 phút, đến)
2. **Bao giờ anh chữa xong xe của tôi?** (ngày mai, xong)
3. **Cậu làm bài tập này khi nào thì xong?** (nửa tiếng, xong)
4. **Thuốc này uống mấy ngày thì đỡ?** (hai ngày, đỡ)
5. **Khi nào Tết đến?** (ba tuần, Tết đến)
6. **Bao giờ ông ấy đi công tác** "to go on a business trip" **về?** (tuần sau, về)
7. **Biển cách khách sạn bao xa?** (đi bộ 10 phút, đến)
8. **Khi nào học kỳ hai kết thúc?** (nửa tháng nữa, kết thúc)
9. **Anh ấy còn học mấy năm nữa thì tốt nghiệp?** (một năm, tốt nghiệp)
10. **Thành phố ấy cách đây có xa không?** (lái xe nửa tiếng, đến)

G.   Fill in the blanks with **trở nên** or **trở thành**.

1. Ở Hà Nội vào cuối tháng mười, trời _____ mát.

2. Ai cũng muốn _____ bác sĩ vì dễ có việc làm "job" ở các thành phố lớn.

3. Sinh viên đã bắt đầu nghỉ hè, ký túc xá _____ yên tĩnh "quiet."

4. Mười năm sau khi tốt nghiệp trường y, cô ấy _____ một bác sĩ nổi tiếng về mắt.

5. Trong những năm gần đây, đời sống _____ dễ chịu hơn.

6. Hôm qua tôi bị ngã "to fall down" rất đau, bây giờ chỗ đau _____ nhức nhối. Ngày mai tôi phải đi bác sĩ.

7. Vùng này _____ trung tâm công nghiệp quan trọng nhất của cả nước.

8. Sau khi bỏ rượu và thuốc lá, anh ấy _____ khoẻ hơn.

9. Vào cuối những năm 90 thế kỷ trước, Việt Nam _____ nước xuất khẩu gạo nhiều thứ hai trên thế giới "world."

10. Khi còn nhỏ, bạn tôi muốn _____ nhà văn nhưng bây giờ cô ấy lại chuyên về tin học.

H.   Fill in the blanks with **ai đấy/đó, cái gì đấy/đó, nào đấy/đó, ở đâu đấy/đó, khi nào đấy/đó, nơi nào đấy/đó** or **người nào đấy/đó**.

1. Tôi đã gặp cô ấy _____ nhưng bây giờ không nhớ tên cô ấy.

2. Có _____ nói với chúng tôi rằng ở chỗ này hay có tai nạn giao thông.

3. Bây giờ nó không muốn nghe những điều chúng tôi nói nhưng đến _____ nó sẽ hiểu rằng chúng tôi nói đúng.

4. Người ấy vào phòng mang ra _____ nhưng trời tối quá nên tôi không thấy rõ.

5. Hình như có _____ đang chờ anh ở ngoài kia.

6. Nếu chị thấy _____ có quyển sách này thì chị nhớ mua cho tôi.

7. Cô ấy định nấu một món ăn Việt Nam _____ mời các bạn Mỹ của cô.

8. Tôi quay vào nhà định lấy _____ nhưng lại quên.

9. Khi đến đầu đường thì anh có thể hỏi thêm _____ đường đi lên Hồ Tây.

10. Tôi đã đến một _____ có phong cảnh rất giống phong cảnh ở đây.

I.   Say the following problems out loud in Vietnamese and give the answers in Vietnamese.

1. $15 \times 4 = ?$

2. $37 - 21 = ?$

3. $95 \div 5 = ?$

4. $127 + 58 = ?$

5. $7 \div 2 = ?$

6. $89,6 - 32,9 = ?$

7. $250 \times 4 = ?$

8. $2 \div 5 = ?$

9. $489 + 216 = ?$

10. $300\,000 \times 7,2 = ?$

11. $9 - 14 = ?$

12. $6 \div 30 = ?$

13. $37,3 + 19,8 = ?$

14. $-4 \times 12 = ?$

J. Reply to the following statements, using **được cái**. Notice that **nhưng** may be used at the beginning of the reply.

> EXAMPLE   A: **Nhà hàng này không ngon lắm.** → A: **Nhà hàng này không ngon lắm.**
> B: _____   B: [Nhưng] được cái gần.

1. A: **Chiếc máy vi tính này hơi chậm.**
   B: _____

2. A: **Nhà hàng ấy xa quá.**
   B: _____

3. A: **Siêu thị này hơi đắt.**
   B: _____

4. A: **Cái đồng hồ ấy trông cũ quá rồi.**
   B: _____

5. A: **Loại táo này quả nhỏ quá.**
   B: _____

6. A: **Bài này hơi dài.**
   B: _____

7. A: **Mùa đông ở vùng này khá lạnh.**
   B: _____

8. A: **Đôi găng này trông xấu.**
   B: _____

9. A: **Ông ấy nói hơi nhiều.**
   B: _____

10. A: **Mình không thích quyển từ điển này lắm.**
    B: _____

K. Fill in the blanks with **nghe, nghe thấy** or **nghe nói/thấy nói/nghe thấy nói**.

1. **Chúng tôi _____ ông Tuyên mới về hưu.**

3. **Tôi rất thích _____ bà giáo sư ấy giảng mặc dù tôi không hiểu hết tất cả những gì bà ấy nói.**

4. **Chị có _____ ai đó đang gõ** "knock" **cửa không?**

5. **Họ _____ ban đêm ở đấy rất nguy hiểm nên họ không định đi đến đấy nữa.**

6. **_____ cơm Thái Lan cay lắm nhưng tôi chưa ăn bao giờ.**

7. **Nhiều người _____ nhạc trên xe buýt nên họ không _____ những người xung quanh nói gì.**

8. **_____ cô ấy giận chúng tôi nhưng không biết giận vì chuyện gì.**

9. **Đừng _____ nó, nó không biết gì về vấn đề ấy đâu.**

10. **Lúc ấy tôi ngủ nên không _____ gì cả.**

L. Reply to the following statements, starting with [**chưa**] **ăn thua gì**, which conveys the sense of comparison.

1. A: **Mùa đông năm nay thật là lạnh.**
   B: _____

2. A: **Nhà hàng này thứ bảy và chủ nhật đông lắm.**
   B: _____

3. A: **Thư viện trường này có nhiều sách, báo và tạp chí tiếng Việt.**
   B: _____

4. A: **Bờ biển ở vùng ấy đẹp lắm.**

   B: _____

5. A: **Sau khi thi xong, mình ngủ mười tiếng.**

   B: _____

M. Convert the following temperatures.

1. 72°F = _____ °C   7. 38°C = _____ °F
2. 27°C = _____ °F   8. 15°F = _____ °C
3. 0°C = _____ °F ·   9. −8°F = _____ °C
4. −25°C = _____ °F   10. 16°C = _____ °F
5. 96°F = _____ °C   11. 52°F = _____ °C
6. 6°C = _____ °F   12. −4°C = _____ °F

EXERCISE

Write with a partner a dialogue in which you discuss your plans for a field trip, preparing for different weather conditions, and then perform it in front of your classmates. Independent learners may practice two roles, then read the roleplay aloud, alternating between the roles for extra practice.

 ## NARRATIVE

Do ảnh hưởng của vị trí địa lý và những điều kiện khác như núi, sông, biển, đồng bằng nên nước Việt Nam có nhiều vùng khí hậu rất khác nhau. Nói chung, đấy là khí hậu nhiệt đới gió mùa, ở đồng bằng không bao giờ có tuyết, có băng.

Khí hậu miền Bắc có bốn mùa xuân, hè, thu, đông. Mùa hè và mùa đông dài, còn mùa xuân và mùa thu tương đối ngắn. Mùa hè bắt đầu vào tháng 5 và kết thúc vào tháng 9, nóng nhất là tháng 6 và tháng 7. Nhiệt độ trung bình trong hai tháng này là 30°C. Ở đồng bằng sông Hồng đôi khi có những cơn mưa kéo dài nhiều ngày, nước sông lên cao gây ra lụt. Mùa thu thường vào tháng 10, trời trong xanh, mát mẻ, nhiệt độ trung bình khoảng 23°C. Mùa đông từ tháng 11 đến tháng 3, tháng giêng trung bình khoảng 13°C. Những ngày có gió mùa đông bắc, nhiệt độ xuống đến 5°C. Mùa xuân vào cuối tháng 3 đầu tháng 4, trời ấm lên, nhiệt độ trung bình khoảng 22°C.

Có thể chia miền Trung thành bốn miền khí hậu khác nhau. Khí hậu Thanh-Nghệ-Tĩnh giống khí hậu miền Bắc, song những ngày có gió Lào thì trời rất nóng. Huế có hai mùa: mùa khô và mùa mưa. Mùa khô từ tháng 3 đến tháng 8. Tháng 5 nóng nhất, nhiệt độ trung bình trong tháng này là 31°C. Mùa mưa từ tháng 9 đến tháng 2, có khi mưa kéo dài vài tuần. Trong thời gian này, bờ biển miền Trung thường có bão. Khí hậu miền Nam Trung bộ rất khô, từ tám đến chín tháng trời có thể không mưa. Khí hậu cao nguyên Nam Trung bộ mát mẻ. Ở Đà Lạt, nhiệt độ trung bình tháng nóng nhất là 19°C, tháng lạnh nhất là 16°C. Chính vì thế, Đà Lạt là một trong những thành phố nghỉ mát tốt nhất ở Việt Nam.

Khí hậu miền Nam quanh năm ấm áp, có hai mùa là mùa khô và mùa mưa. Mùa khô từ tháng

11 đến tháng 4, rất ít mưa. Nóng nhất là tháng 3 và tháng 4, nhiệt độ trung bình khoảng 30°C. Mùa mưa từ tháng 5 đến tháng 10, gần như ngày nào cũng có những cơn mưa to, thường vào buổi chiều. Đôi khi có thể có dông. Nhiệt độ trung bình khoảng 26°C. Điều kiện khí hậu ở đồng bằng sông Cửu Long rất thuận lợi đối với việc phát triển nông nghiệp.

🎧 VOCABULARY

ảnh hưởng (to) influence

địa lý geography

điều kiện condition

đồng bằng delta, plain

tuyết snow

băng ice (not for drinking)

tương đối relative(ly)

trung bình average

đôi khi sometimes

cơn classifier

lên cao to rise

gây ra to cause

lụt flood, flooding

trong clear

    trời trong xanh blue sky

Thanh-Nghệ-Tĩnh provinces of Thanh Hoá, Nghệ An and Hà Tĩnh

song however

Lào Laos

khô dry

có khi occasionally

bão storm, tornado, typhoon

cao nguyên plateau, highlands

chính exactly, precisely, very

    chính vì thế exactly for that reason

ấm áp pleasantly warm (reduplicative)

gần như almost

dông thunderstorm

sông Cửu Long the Mekong River

    đồng bằng sông Cửu Long (ĐBSCL) the Mekong River delta

thuận lợi favorable

đối với for, to

phát triển to develop

    việc phát triển development

Lụt ở Hà Nội
Floods in Hà Nội

🎧 GRAMMAR NOTES

1. In addition to the function of the passive marker (Lesson Ten) **do** also functions as
   (a) a preposition of cause, meaning "because of, owing to, due to":

   > **Vùng này bị lụt do những cơn mưa lớn tuần qua.** This area has been flooded because of/due to last week's heavy rains.

   (b) a conjunction, meaning "because":

   > **Anh ấy bị tai nạn do lái xe nhanh quá.** He got into an accident due to speeding (because he was speeding).

2. The noun **cơn** with the meaning "fit, bout" is usually used before the following nouns as a classifier: **cơn mưa** "rain," **cơn gió** "wind," **cơn bão** "tornado," **cơn sốt** "fever," **cơn giận** "anger."

3. When a superlative adjective functions as the predicate of the sentence, it can be followed by the word **là** which precedes the subject. This type of sentence usually has a place or time expression at the beginning:

   > **Ở Hà Nội nóng nhất là tháng bảy.** July is the hottest month in Hanoi.

4. Lesson Eleven introduces the word **ngay**, which means "just, right," and is used to emphasize the place and time expressions. The word **chính** with the same emphatic meaning precedes
   (a) the subject:

   > **Chính tôi nói với cô ấy chuyện này.** It was me who told her that (story).

   (b) the predicate with **là**:

   > **Anh ấy chính là người chúng tôi cần gặp.** He is the very person whom we need to meet with.

   (c) the object:

   > **Tôi muốn mượn chính quyển sách này.** I need to borrow just this book.

   (d) adverbials or clauses of reason and purpose; **là** may follow **chính** in spoken Vietnamese:

   > **Chính [là] vì nó lái xe nhanh quá nên bị tai nạn.** (Just) because of speeding, he got into a car accident.

   > **Chúng tôi đến đây chính [là] để bàn với các anh vấn đề này.** We are here just to discuss with you this issue.

5. The preposition **đối với** follows an adjective or an adverb in the sense of "for, to." Notice that in most cases Vietnamese uses **đối với** with this meaning, not **cho**:

   > **Bài kiểm tra hôm nay rất khó đối với tôi.** Today's test was pretty hard for me.

   Đối với and the following noun or pronoun may come first in a statement:

   > **Đối với tôi, bài kiểm tra hôm nay rất khó.**

NOTES ON USAGE

1. The verb **ảnh hưởng**, meaning "to influence" requires the preposition **đến**. **Có** may be placed before **ảnh hưởng**, and the meaning remains the same:

   Thời tiết có thể [có] ảnh hưởng đến sức khoẻ của người bệnh. The weather may influence the patient's condition./The weather may have influence on the patient's condition.

2. The adjective **khác**, meaning "another, other," follows a noun, that can be in either singular or plural:

   Tôi muốn mượn một cuốn sách khác. I would like to borrow another (a different) book.

   Trường trung học này học tiếng Pháp, còn các trường khác học tiếng Tây Ban Nha. This high school offers French, and the other schools offer Spanish.

   The transitive verb **khác**, meaning "to differ, to be different from" takes a direct object:

   Khí hậu vùng này khác khí hậu vùng tôi ở. The climate in this area differs/is different from the climate in the area where I live.

   Khác nhau, meaning "various, different," functions as an adjective only. The noun preceding **khác nhau** should be in or implies the plural:

   Chúng tôi định đi thăm những thành phố khác nhau ở đồng bằng sông Cửu Long. We plan to visit different towns in the Mekong River delta.

3. Vietnamese has two words denoting "ice." **Băng** is used for ice on roads, lakes, rivers and oceans. Ice for drinking is denoted by the word **đá**.

4. The adjective **trung bình** has two meanings: 1) average: **nhiệt độ trung bình** "average temperature," **lượng mưa trung bình** "average rainfall"; 2) middle, not very high and not very low, average: **cỡ trung bình** "middle size," **khách sạn trung bình** "average hotel."

Hoàng hôn trên đảo Phú Quốc
Sunset on Phú Quốc Island

DRILLS

A. Complete the following sentences, using the preposition **do** or the conjunction **do** and the English phrases given in the parentheses.

1. **Bạn tôi hay bị ho** (because he smokes a lot).
2. (Due to the weather conditions) **máy bay đến muộn hai tiếng.**
3. (Because he didn't have enough time to prepare for the exams), **anh ấy thi không tốt lắm.**
4. **Cô ấy nói tiếng Việt khá lắm** (because she often communicates with Vietnamese people in their language).
5. (Due to the favorable natural conditions) **đồng bằng sông Cửu Long trở thành vùng sản xuất nông nghiệp quan trọng nhất của cả nước.**
6. **Chỗ này có nhiều tai nạn giao thông** (because of the bad roads).
7. (Due to the improved living standard) **ngày càng có nhiều người Việt Nam đi du lịch nước ngoài.**
8. **Hôm nay ngoài đường có rất ít xe ô tô đi lại** (due to the snowstorm "**bão tuyết**").
9. (Due to last week's Northeast monsoon) **nhiều người bị cảm lạnh.**
10. (Because it is hard to find "**tìm được**" a job in the countryside) **nhiều người ra thành phố tìm việc làm.**

B. Change the following sentences, using the construction "superlative + **là** + subject."

> EXAMPLE Ở Hà Nội tháng bảy nóng nhất. → Ở Hà Nội nóng nhất là tháng bảy.

1. **Trong lớp chúng tôi Dũng tập thể thao nhiều nhất.**
2. **Ở Hà Nội chợ Đồng Xuân lớn hơn cả.**
3. **Cơm bình dân rẻ nhất và tiện nhất.**
4. **Ở đồng bằng sông Cửu Long, thành phố Cần Thơ lớn nhất.**
5. **Để đi lại ở Hà Nội thì xe máy tiện nhất.**
6. **Trong số các ngoại ngữ được dậy ở trường trung học, tiếng Anh phổ biến hơn cả.**
7. **Đối với người Hà Nội, cây hoa sữa đặc biệt nhất.**
8. **Quyển tiểu thuyết này nổi tiếng nhất ở Hà Nội trong những năm 80.**
9. **Trong vườn hoa ở trước ký túc xá chúng tôi, hoa hồng đẹp nhất.**
10. **Trong số các khách sạn ở Hạ Long, khách sạn này tốt hơn cả.**

C. Complete the following sentences.

1. **Chính bác sĩ Nhung là người** _____
2. **Chính vì** _____ **nên giá các mặt hàng không chênh lệch nhiều.**
3. **Tôi đang tìm chính** _____
4. **Nó hay bị ốm chính là vì** _____
5. **Họ chính là** _____
6. **Bạn tôi học tiếng Việt chính là để** _____
7. _____ **chính vì khí hậu thuận lợi.**
8. **Tôi gọi điện cho chính** _____
9. **Chính ngôi nhà ấy** _____
10. **Kinh tế Việt Nam từ cuối những năm 80 thế kỷ trước bắt đầu phát triển chính là vì** _____

EXERCISES

1. Describe the climate in the area where you (have) lived for a long time.

2. Use the dictionary to read the following news taken from the newspaper **Sài Gòn giải phóng**. Here are the meanings of the acronyms used in the news.

   PV = phóng viên
   SGGP = Sài Gòn giải phóng
   GT – VT = giao thông vận tải

Tuyết rơi bất thường giữa tháng 3
● Quốc lộ 4D "tê liệt" vì tuyết

NHÓM PV

(SGGP).- Sáng qua (16-3), do ảnh hưởng của đợt không khí lạnh cường độ rất mạnh, nên ở nhiều khu vực thuộc miền Bắc đã có tuyết rơi bất thường, dày đặc. Đặc biệt là trên quãng đường từ đèo Ô Quý Hồ (Sa Pa - Lào Cai) sang tỉnh Lai Châu, tuyết bám dày trên mặt đường khoảng 3-5cm, có nơi tuyết phủ dày 10-12cm, ở vùng trũng tới 20cm. Khắp các bản làng thuộc huyện Sa Pa cũng đều ngập trong một màu trắng xóa với phạm vi có mưa tuyết rộng khoảng 20km². Tới 10 giờ sáng, mưa ngừng, tuyết tan. Tuy nhiên, vào hồi 16 giờ chiều, mưa tuyết lại xuất hiện trở lại, với cường độ nặng hơn. Dọc theo quốc lộ 4D, tuyết đã phủ dày tới 30-40cm, gây ách tắc giao thông nghiêm trọng. Hàng trăm xe tải, xe khách và cả xe máy bị chết máy, không thể lưu thông. Trong khi dòng xe cộ của khách du lịch ở miền xuôi đổ lên xem tuyết rất đông. Sở GT-VT tỉnh Lào Cai phải huy động các máy ủi san gạt tuyết để giải tỏa ách tắc.

BẠN CẦN BIẾT

When in Vietnam, you have to get accustomed to the Celsius temperature scale, as well as wide variations in climate! Vietnam extends from parallel N 8°27' to parallel N 23°23' and is about 1,650 kilometers (1,025 miles) long. The country's climates range from the tropical in the Red and Mekong River deltas to the subtropical in the mountains in Northern and Central Vietnam.

It is best to visit Hà Nội and other areas in the Red River delta between October and March, when the weather is mild. The average temperature is about 20°C (68°F). However, if this region is hit by a Northeastern monsoon, the temperature may drop to 10°C (50°F) or even lower. On the days of monsoon, it is windy and chilly, so you will need your heavy sweaters and wind-resistant parkas. The summer in this region, which lasts from June through August, is really hot and humid. The daytime temperature occasionally reaches 38°C (100°F), the humidity is between 80 and 90 percent, and this weather may last for a week at a time.

The climate in the Mekong River delta is warm all year round with an average daily temperature of 30°C (86°F). Here too, the humidity is high. In the rainy season between May and October it rains hard every day, usually during late afternoon. March and April are the hottest months in Southern Vietnam, when there is no rain, but the humidity remains very high. The temperature may reach 35°C (95°F).

When the heat and humidity make the weather unbearable for many people, the beaches on the ocean are the places where Vietnamese go to get relief from the heat. The climate on the coastline is much milder than in the big cities. In the summer, it can be hot in the daytime, but the temperature drops considerably at night, and it is pleasantly breezy. The cool climate of the towns in the mountains and highlands, such as Sa Pa in Northern Vietnam and Đà Lạt in Central Vietnam, also attract a lot of people throughout the rest of the year. Warm clothing is needed here, because the average temperature is between 16°C and 19°C (61°F and 66°F) in the daytime, and a bit lower in the nighttime.

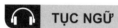 **TỤC NGỮ**

Tai bay vạ gió.
A disaster strikes out of the blue.

Bãi biển trên đảo Phú Quốc
Beach on Phú Quốc Island

PRONUNCIATION GUIDE

Unit One

1. Nuclear vowels: **a, i, u**
2. Initial consonants: **m, b, v, ph [f], đ [d], n, l, t, h**
3. Tones: mid-level, low-falling
4. Spelling: nuclear vowel **i**

 PRONUNCIATION AND SPELLING

1. **Nuclear vowels**

1.1. **A** is a low central and unrounded vowel. When producing this vowel, the mouth is wide open, and the tongue is in the lowest position. This vowel is almost like the English vowel [a:] as in c**a**lm, f**a**ther, h**ea**rt.

1.2. **I** is a high front and unrounded vowel. The lips are spread, the tongue tip is in a low position, and the front of the tongue is rising towards the hard palate. This vowel is almost like the English vowel [i:] as in f**ie**ld, t**ea**m, k**ey**.

1.3. **U** is a high back and rounded vowel. The tongue tip is in a low position and away from the lower front teeth. The lips are sharply rounded. This vowel is almost like the English vowel [u:] as in b**oo**t, m**o**ve, sh**oe**.

2. **Initial consonants**

2.1. The initial consonants **m, b, v, ph [f], đ [d], n, l** are similar to the English consonant sounds **m, b, v, f, d, n, l**.

2.2. The consonant **t** is the voiceless counterpart of the voiced consonant [d], for example: **ta, ti, tu**. It can never be pronounced as a voiced sound, like the English consonant **t** in the words wa**t**er, be**tt**er. The Vietnamese **t** is an unaspirated consonant; it must not be confused with the aspirated consonant **th** (Unit Four), which is pronounced almost like the consonant **t** in English at the beginning of a stressed syllable as in **t**alk, a**tt**end.

2.3. **H** is a glottal voiceless fricative consonant which sounds almost like the English consonant **h: ha, hi**.

3. **Tones**

3.1. The **mid-level** tone has a pitch starting at the mid point of the normal speaking voice range and remaining stable during the pronunciation of a syllable. It is very important to keep the mid-level tone at the same pitch level in the flow of speech, without any fluctuation, when pronouncing the syllables having this tone. This tone is symbolized in the writing system by the absence of any diacritic mark, for example: **ma, ba**.

3.2. The **low-falling** tone starts just slightly lower than the mid point of the normal voice range and trails downward toward the bottom of the voice range. It is symbolized by the grave accent, which is called in Vietnamese **dấu huyền: mà, bà**.

4. **Spelling**

The nuclear vowel **i** is represented mostly by the character **i**. However, in some cases it is indicated by the character **y**:

a) when **i** is the only sound that forms a syllable: **y** "medicine," **ý** "idea, thought";

b) in the diphthong **ia** without an initial consonant and with a final (Unit Five); and

c) in some words formed by an initial consonant and the nuclear vowel **i** (without a final) both **i** and **y** are used to indicate the vowel **i**: **hi vọng** or **hy vọng** "hope," **kí** or **ký** "to sign," **lí** or **lý** "physics."

🎧 PRONUNCIATION DRILLS

1. Listen to and repeat after the speaker.

1) ma mi	2) a i	3) mà mì	4) à ì	5) mi mì	6) i ì
ba bi	đa đi	bà bì	đà đì	bi bì	đi đì
va vi	ta ti	và vì	tà tì	vi vì	ti tì
pha phi	ha hi	phà phì	hà hì	phi phì	hi hì

2. Listen to and repeat after the speaker.

1) đa đà	2) đi đì	3) đu đù	4) đà đa	5) đì đi	6) đù đu
ta tà	ti tì	tu tù	tà ta	tì ti	tù tu
ha hà	hi hì	hu hù	hà ha	hì hi	hù hu
a à	i ì	u ù	à a	ì i	ù u

3. Listen to and repeat after the speaker.

1) ma mi mu	2) ba bi bu	3) ta ti tu	4) la li lu
mà mì mù	bà bì bù	tà tì tù	là lì lù
la lì lu	pha phì phu	đa đì đu	na nì nu
nù na nì	lù la lì	tù ta tì	hù hi hà

Unit Two

1. Nuclear vowels: **ơ, ư**
2. Initial consonants: **[k] (c, k, qu), ng [ŋ], kh [χ], g [ɣ]**
3. Tones: high-rising, low-falling-rising
4. Spelling: initial consonants **[k] (c, k, qu), ng [ŋ], kh [χ], g [ɣ]**

 PRONUNCIATION AND SPELLING

1. **Nuclear vowels**

1.1. **Ơ** is a mid central unrounded vowel. The lips keep a neutral position, and the front of the tongue is rising towards the point between the hard palate and the velum. This sound is produced to some degree like the schwa [ə] (the reduced, unstressed vowel characteristic of unstressed syllables) in English, e.g., in a**l**one, sys**t**em, easi**l**y. However, the muffled vowel sound in English occurs only in an unstressed position, while the Vietnamese **ơ** is always the main vowel of a syllable.

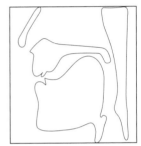

Figure 2: **Ơ**

1.2. **Ư** is a high central and unrounded vowel. The tongue blade is moving a little backwards and tense, and the back of the tongue is rising towards the velum. In the central position of the tongue, **ư** is the least open vowel, **a** is the most open vowel, and **ơ** is the half-open (or half-close) vowel.

2. **Initial consonants**

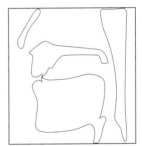

Figure 3: **Ư**

2.1. The initial consonant **[k] (c, k, qu)** is similar to the English consonant **[k]**.

2.2. **Ng [ŋ]** is a velar voiced stop nasal consonant. In the production of this consonant the tongue blade is moving backwards, with the contact of the back of the tongue against the velum, which is lowered to allow air to escape through the nasal cavity: **nga, nghe**. Note that in English the consonant **ng** occurs at the end of a syllable, for instance, in the words ha**ng**, lo**ng**, thi**ng**, and is never an initial consonant. The Vietnamese **ng** occurs both at the beginning and at the end of a syllable (the final consonant **ng** is introduced in Units Seven and Eight).

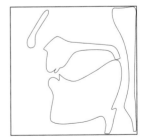

Figure 4: **Ng**

2.3. **Kh [χ]** is a velar voiceless fricative consonant. **Kh** is created by narrowing the passage between the back of the tongue and the roof of the mouth, for instance: **khơ, khi, khư**. Note that [k] and **kh** in Vietnamese are quite different consonants, unlike the English **[k]**, which can be aspirated when occurring at the beginning of a stressed syllable, e.g. in **c**at, ac**c**ount. This Vietnamese consonant is similar to the German **ch** in *machen, Bach, Nacht, auch, noch*; to the Spanish **j** in *joven, traje*; or to the Russian **x** in халат, хорошо.

2.4. **G** [γ] is a velar voiced fricative consonant, the voiced counterpart of the voiceless consonant **kh**. When producing the consonant **g**, the tongue blade is moving backwards, the tongue tip is located at the bottom of the lower teeth, and the back of the tongue rises toward the velum, leaving a narrow channel through which the air squeezes on its way out. Note that the Vietnamese consonant **g** is unlike the English **g**, which is a stop consonant produced by the back of the tongue and the velum coming together and completely cutting off the flow of air momentarily, then separating abruptly, for example: Vietnamese **ga, ghi** vs. English **g**arment, **g**ive.

3. Tones

3.1. The **high-rising** tone starts a little higher than the mid-level tone, then approximately in the middle of the syllable the voice sharply rises. It is symbolized by the acute accent, which is called in Vietnamese **dấu sắc: má, bá**.

3.2. The **low-falling-rising** tone starts at about the beginning point of the low-falling tone and drops rather abruptly, then is followed by a sweeping rise at the end of the syllable. It is symbolized by an accent made of the top part of a question mark, which is called in Vietnamese **dấu hỏi: mả, bả**.

4. Spelling

4.1. The consonant [k] is represented by the character **c**, e.g., **cư, cơ, ca**.
Exception: before the vowels **i, ê, e**, the character **k** is written, for instance: **ký, kê, kẻ**. (Unit Six introduces the consonant [k] represented by the combination of two characters **qu**.)

4.2. The consonant **ng** is represented by the combination of two characters **ng: ngư, ngơ, nga**.
Exception: before the vowels **i, ê, e**, the characters **ngh** are written: **nghỉ, nghể, nghe**.

4.3. The consonant **g** is represented by the character **g: ga, gờ**.
Exception: before the vowels **i, ê, e**, the characters **gh** are written: **ghì, ghê, ghé**.

🎧 PRONUNCIATION DRILLS

1. Listen to and repeat after the speaker.

1) ơ ư	2) ờ ừ	3) i ư	4) ì ừ	5) ư ừ
bơ bư	bờ bừ	bi bư	bì bừ	đư đừ
đơ đư	đờ đừ	đi đư	đì đừ	tư từ
tơ tư	tờ từ	ti tư	tì/tỷ từ	hư hừ
hơ hư	hờ hừ	hi hư	hì/hỳ hừ	lư lừ

2. Listen to and repeat after the speaker.

1) ma mơ mư
   ba bơ bư
   ca cơ cư
   ha hơ hư
   đa đơ đư
   ta tơ tư

2) ngà ngờ ngừ
   gà gờ gừ
   phà phờ phừ
   khà khờ khừ
   cà cờ cừ
   hà hờ hừ

3) đu đa đi
   tu ta ti
   gu ga ghi
   ngu nga nghi
   hu ha hi
   phu pha phi

4) ngư ngơ nga
   cừ cờ cà
   phư phờ pha
   gà ghi gừ
   ky cù cư
   mà mi mù

3. Listen to and repeat after the speaker.

1) ca nga ha kha ga
   cà ngà hà khà gà
   cơ ngơ hơ khơ gơ
   cờ ngờ hờ khờ gờ

2) cư ngư hư khư gư
   cừ ngừ hừ khừ gừ
   ki nghi hy khi ghi
   kì nghì hỳ khì ghì

3) cu ngu hu khu gù
   cù ngù hù khù gu
   ki nghì hư khừ gơ
   cà nga hà kha gà

4. Listen and repeat after the speaker.

1) ba bá
   bi bí
   bu bú

2) ca cá
   cơ cớ
   cư cứ

3) ti tí
   tư tứ
   tu tú

4) ti tí
   hí hy
   mí mi

5) nga ngá ngà
   ngu ngú ngù
   ngư ngứ ngừ
   nghi nghí nghì

6) ma má mà
   hơ hớ hờ
   khư khứ khừ

7) phi phí phì
   đứ đứ đừ
   vu vú vù

5. Listen to and repeat after the speaker.

1) bà bả
   bì bỉ
   bù bủ

2) hà hả
   hờ hở
   hừ hử

3) tì tỷ
   từ tử
   tù tủ

4) phì phỉ
   đì đỉ
   kỳ kỷ

5) ga gả
   ti tỉ
   đu đủ

6) nga ngả
   bơ bở
   tư tử

7) ghi ghỉ
   khư khử
   tu tủ

8) há hả
   hí hỷ
   hú hủ

9) khá khả
   khớ khở
   khứ khử

10) nghí nghỉ
    ngứ ngử
    ngú ngủ

Unit Three

1. Nuclear vowels: **ê, e, ô, o**
2. Initial consonant: **nh [ɲ]**
3. Tones: high-rising broken, low-falling broken

 PRONUNCIATION

1. **Nuclear vowels**

1.1. **Ê** is a mid front and unrounded vowel. In the production of this vowel the tip of the tongue is in a low position close to the lower front teeth, the back of the tongue rises slightly toward the hard palate, and the mouth is open wider than in pronouncing **i: phê, bề, để**.

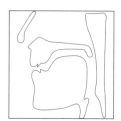

Figure 5: **Ê**

1.2. **E** is a low front and unrounded vowel. The tongue has almost the same position as in the production of **ê**; however, the place of articulation is deeper than **ê**, and the mouth is open wider than **ê: nghe, bé, kẻ**.

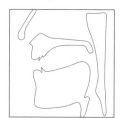

Figure 6: **E**

1.3. **Ô** is a mid back and rounded vowel. The blade of the tongue is moving backwards, and the tip of the tongue is in a very low position. The lips are moving forwards and rounded, and the mouth is open wider than in producing **u: khô, tổ, phố**.

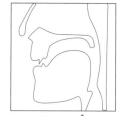

Figure 7: **Ô**

1.4. **O** is a low back and rounded vowel, which is produced in a deeper position than **ô**. The lips are moving forwards and rounded, and the mouth is open wider than in production of **ô: mò, đỏ, phó**.

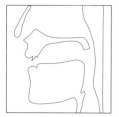

Figure 8: **O**

2. **Initial consonant**

Nh [ɲ] is a palatal nasal consonant, which is created with the tip of the tongue being lowered toward the lower teeth and the back of the tongue rising toward the hard palate and contacting it: **nha, nhờ, nhủ**. English does not have this consonant at the beginning of a syllable. However, it may appear in some words

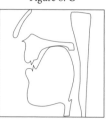

Figure 9: **Nh**

when **n** is pronounced quickly, as **n** in onion. The Vietnamese **nh** is similar to the French **gn** in *campagne, signal*; or to the Spanish **ñ** in *año, España*.

3.   **Tones**

3.1. **High-rising broken** tone has a high rising pitch starting as high as the high rising tone and is accompanied by a glottal stop. It is symbolized by the tilde, which is called in Vietnamese **dấu ngã: mã, bã.**

3.2. **Low-falling broken** tone has a low pitch starting as low as the low-falling tone and then dropping very sharply. It is almost immediately cut off by a strong glottal stop. This tone is symbolized by a subscript dot, which is called in Vietnamese **dấu nặng: mạ, bạ.**

The contours of the six tones in Vietnamese are described in this figure:

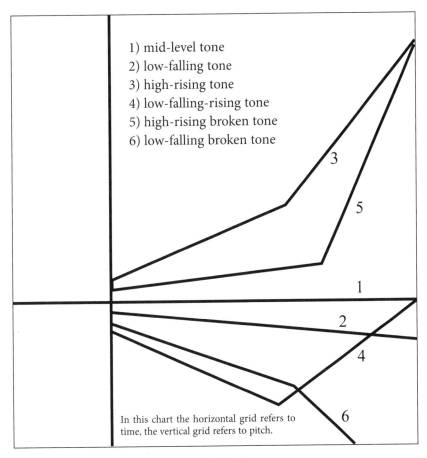

1) mid-level tone
2) low-falling tone
3) high-rising tone
4) low-falling-rising tone
5) high-rising broken tone
6) low-falling broken tone

In this chart the horizontal grid refers to time, the vertical grid refers to pitch.

Figure 10: The six Vietnamese tones.

🎧 **PRONUNCIATION DRILLS**

1. Listen to and repeat after the speaker. Pay attention to the difference between **ê** and **e**.

1) mê me	2) tê te	3) ca ke kê ki/ky	4) nga nghe nghê nghi
mề mè	tề tè	cà kè kể ki/kỳ	ngà nghè nghề nghì
mế mé	tế té	cá ké kế kí/ký	ngá nghé nghế nghí
mể mẻ	tể tẻ	cả kẻ kể ki/kỷ	ngả nghẻ nghể nghỉ
mễ mẽ	tễ tẽ	cã kẽ kễ ki/kỹ	ngã nghẽ nghễ nghĩ
mệ mẹ	tệ tẹ	cạ kẹ kệ kị/ky	ngạ nghẹ nghệ nghị

2. Listen to and repeat after the speaker. Pay attention to the difference between **ô** and **o**.

1) vô vo	2) lô lo	3) nô no	4) nga ngo ngô ngu	5) kha kho khô khu
vồ vò	lồ lò	nồ nò	ngà ngò ngồ ngù	khà khò khồ khù
vố vó	lố ló	nố nó	ngá ngó ngố ngú	khá khó khố khú
vổ vỏ	lổ lỏ	nổ nỏ	ngả ngỏ ngổ ngủ	khả khỏ khổ khủ
vỗ võ	lỗ lõ	nỗ nõ	ngã ngõ ngỗ ngũ	khã khõ khỗ khũ
vộ vọ	lộ lọ	nộ nọ	ngạ ngọ ngộ ngụ	khạ khọ khộ khụ

3. Listen to and repeat after the speaker.

1) lu lô	2) ghi ghê ghe	3) khư khơ
lù lồ	ghì ghề ghè	khừ khờ
lú lố	ghí ghế ghé	khứ khớ
lủ lổ	ghỉ ghể ghẻ	khử khở
lũ lỗ	ghĩ ghễ ghẽ	khữ khỡ
lụ lộ	ghị ghệ ghẹ	khự khợ

4. Listen to and repeat after the speaker. Pay attention to the production of the consonant **nh**.

1) nha nhơ như	2) nhu nhô nho	3) nhe nhê nhi	4) như nhơ
nhà nhờ nhừ	nhù nhồ nhò	nhè nhề nhì	nhừ nhờ
nhá nhớ nhứ	nhú nhố nhó	nhé nhế nhí	nhứ nhớ
nhả nhở nhử	nhủ nhổ nhỏ	nhẻ nhể nhỉ	nhử nhở
nhã nhỡ nhữ	nhũ nhỗ nhõ	nhẽ nhễ nhĩ	nhữ nhỡ
nhạ nhợ nhự	nhụ nhộ nho	nhẹ nhệ nhị	nhự nhợ

5) nhi nhê	6) như nhu
nhì nhể	nhừ nhù
nhí nhế	nhứ nhú
nhỉ nhể	nhử nhủ
nhĩ nhễ	nhữ nhũ
nhị nhệ	nhự nhụ

Unit Four

1. Nuclear vowels: diphthongs **ia, ưa, ua** in open syllables
2. Initial consonants: **th** [tʰ], **ch** [c], **tr** [ʈ]
3. Spelling: diphthongs **ia, ưa, ua** in open syllables

 PRONUNCIATION AND SPELLING

1. Nuclear vowels

The Vietnamese language has three diphthongs, i.e., vowels whose quality changes during their production: **ia, ưa, ua**. All three diphthongs in Vietnamese are falling (or descendant), which means the first vowel in each of them is the main vowel and is pronounced longer and stronger. In the open syllable (i.e., syllable which does not have any final) the second vowel is pronounced as a neutralized mid central vowel between **ơ** and **a** that is transcribed as [ʌ], for example:

> **tia** = ti[ʌ]
>
> **tưa** = tư[ʌ]
>
> **tua** = tu[ʌ]

2. Initial consonants

2.1. **Th** [tʰ] is an alveolar voiceless aspirated stop consonant. The organs of speech are in an approximately similar position to that of the production of **t**, but **th** is pronounced with aspirated release. The Vietnamese **t** and **th** are quite different consonants which contrast with each other as aspirated and unaspirated and are used to distinguish word meanings: **ta** "we" vs. **tha** "forgive," **ti** "service" vs. **thi** "exam," **tơ** "silk" vs. **thơ** "poetry," **tư** "private" vs. **thư** "letter," etc.

Note that the consonant indicated by **th** in English differs from the aspirated consonant **th** in Vietnamese. It is neither a voiced fricative [ð]: **th**at, **th**en, **th**ose, nor a voiceless fricative [θ]: **th**atch, **th**aw, **th**ink, **th**umb.

2.2. **Ch** [c] is a palatal voiceless stop consonant. In its production the tongue tip is down near the backs of the lower teeth and the contact is made by the blade against the hard palate: **cha, chờ, chủ.**

Note that the Vietnamese **ch** and the English **ch** are different consonants: the Vietnamese sound is a palatal stop which is created by the tongue tip being down near the backs of the lower teeth, with the blade rising towards the back of the alveolar ridge and the front of the hard palate, while the English palato-alveolar sound is generally produced by the tongue tip against the alveolar ridge with the blade touching just behind it: Vietnamese **cha** vs. English **char**.

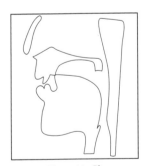

Figure 11: **Ch**

2.3. **Tr** [ʈ] is a retroflex voiceless stop consonant. The tongue tip is rising and slightly curled back, while the front of the tongue blade makes a contact with the alveolar ridge: **trà, tre, trí.** However, the

Hanoi dialect does not distinguish the two consonants; they are pronounced like **ch**: **tra** "to fit in" vs. **cha** "father," **tre** "bamboo" vs. **che** "to cover."

Note that **tr** in Vietnamese indicates one consonant sound unlike the combination of two characters **tr** in English where **t** and **r** indicate those two separate sounds, for instance: **tr**ain, **tr**eat, **tr**im.

3. **Spelling**

When syllables containing one of the three diphthongs do not have any final, the second vowel of the diphthongs is denoted by the character **a**: **thìa, thừa, thùa.**

🎧 PRONUNCIATION DRILLS

1. Listen to and repeat after the speaker. Pay attention to the production of the consonants **t** and **th**.

1) ta tha	2) ti thi	3) tư thưa	4) ti tê thia	5) tu tô thua
tà thà	tì thì	từ thừa	tì tê thìa	tù tô thùa
tá thá	tí thí	tứ thứa	tí tê thía	tú tô thúa
tả thả	tỉ thỉ	tử thửa	tỉ tê thỉa	tủ tô thủa
tã thã	tĩ thĩ	tữ thữa	tĩ tê thĩa	tú tô thũa
tạ thạ	tị thị	tự thựa	tị tệ thịa	tụ tộ thụa

2. Listen to and repeat after the speaker. Pay attention to the production of the consonant **ch**.

1) cha chơ	2) chi chê	3) chu cho	4) chư chừ	5) chè chẹ	6) cha chá
chà chờ	chì chề	chù chò	chơ chờ	chế chệ	chơ chớ
chá chớ	chí chế	chú chó	cha chà	chì chị	chư chứ
chả chở	chỉ chể	chủ chỏ	chứ chử	ché chẽ	chú chủ
chã chỡ	chĩ chễ	chũ chõ	chớ chở	chế chễ	chố chổ
chạ chợ	chị chệ	chụ chọ	chá chả	chí chĩ	chó chỏ

3. Listen to and repeat after the speaker. Pay attention to the production of the consonants **ch** and **tr** in the southern dialect.

1) cha tra	2) chư trư	3) chi tri	4) chu tru	5) chê trê	6) cho tro
chà trà	chừ trừ	chì trì	chù trù	chế trề	chò trò
chá trá	chứ trứ	chí trí	chú trú	chế trế	chó tró
chả trả	chử trử	chỉ trỉ	chủ trủ	chể trể	chỏ trỏ
chã trã	chữ trữ	chĩ trĩ	chũ trũ	chễ trễ	chõ trõ
chạ trạ	chự trự	chị trị	chụ trụ	chệ trệ	chọ trọ

4. Listen again to Drill 3, this time spoken with the consonants **ch** and **tr** produced in the northern dialect where they do not distinguish the two consonants: **tr** is pronounced like **ch**.

Unit Five

1. Final semivowels: [i], [u]
2. Nuclear vowels:
   2.1. Short vowels **ă, â**
   2.2. Diphthongs **iê, ươ, uô** in closed syllables
3. Initial consonants: **d/gi [z], r [ʐ], x [s], s [ʂ]**
4. Spelling:
   4.1. Final semivowels: [i], [u]
   4.2. Nuclear short vowel: **ă**
   4.3. Diphthong: **iê**
   4.4. Initial consonant: **d/gi [z]**
   4.5. Position of the tone marks in the diphthongs
5. Intonation of assertive and interrogative sentences

 PRONUNCIATION AND SPELLING

1. Final semivowels

The Vietnamese language has two final semivowels [i] and [u], which are pronounced shorter than the nuclear vowels **i** and **u**. However, their degree of length depends on the types of nuclear vowels that they follow: after a long nuclear vowel they are pronounced shorter, after a short vowel they are pronounced longer. For instance:

   tai "ear" vs. **tay** "hand"

   cao "high, tall" vs. **cau** "betel nut"

The short vowel **ă** in **tay** and **cau** will be described below.

2. Nuclear vowels

2.1. There are two short vowels in Vietnamese: **ă** and **â**, which are pronounced shorter than their long counterparts **a** and **ơ**. For example:

   may "lucky" vs. **mai** "tomorrow"

   mấy "how many" vs. **mới** "new"

2.2. When the diphthongs occur in a closed syllable which has a final semivowel, the second vowel of the diphthongs is pronounced more closed than in an open syllable (Unit Four, 1. Nuclear vowels). For example:

   miếu "temple" vs. **mía** "sugar cane"

   lười "lazy" vs. **lừa** "deceive"

   muối "salt" vs. **múa** "dance"

3. **Initial consonants**

3.1. **D/gi [z]** is an alveolar voiced fricative consonant which is denoted by either the character **d** or the combination of two characters **gi**. The sound [z] is similar to English z in zebra, for example: **da, dì, gia, gì.**

3.2. **R [z̧]** is a retroflex voiced fricative consonant which is indicated by the character **r**. This consonant is produced by the tongue tip rising and slightly curled back and the front of the tongue rising towards the hard palate. It resembles the sound of **g** as pronounced in the word **g**enre, for instance: **ra, rổ, rìa.**

　　This consonant does not exist in the Hanoi dialect where it sounds like the consonant [z]; however, they are distinguished in spelling: **ra** "to go out" vs. **da** "skin" vs. **gia** "family."

3.3. **X [s]** is the voiceless counterpart of the consonant [z]; it is similar to the English sound **s** in **s**and, **s**ome. This consonant in Vietnamese is denoted by the character **x**: **xa, xế, xù, xua, xử, xâu.**

3.4. **S [ṣ]** is a retroflex voiceless fricative consonant, the voiceless counterpart of the voiced consonant [z̧]. It is to a certain degree similar to English **sh** in **sh**all, **sh**ow. This sound is denoted by the character **s**, for instance: **sa, sĩ, sử, sâu.**

　　This consonant does not exist in the Hanoi dialect, where it sounds like the consonant [s] (indicated by the character **x**). However, they differ from each other in spelling: **sa** "to fall, drop" vs. **xa** "far," **sử** "history" vs. **xử** "to judge," **sâu** "deep" vs. **xâu** "string."

4. **Spelling**

4.1. The final semivowel [i] is represented by the character **i**: **bụi, tôi, coi, gửi, mới, ai.**
　　Exception: When the final [i] follows the short vowels **ă** and **â**, it is indicated by the character **y**: **tay, tây.**
　　Note that the final [i] is never preceded by the front nuclear vowels **i, ê, e, ia/iê.**
　　The final semivowel [u] is represented by the character **u**: **kêu, chịu, đau, hươu, gấu.**
　　Exception: When the final [u] follows the nuclear vowel **e** and the long nuclear **a**, it is denoted by the character **o**: **đeo, táo.**
　　Note that the final [u] is never preceded by the rounded nuclear vowels **u, ô, o, ua/uô.**

4.2. The short vowel **ă** is indicated a) by **ă** when followed by the final consonants **p, t, [k], m, n, ng** (Unit Seven), and b) by **a** when followed by the final semivowels **y** and **u**: **tay, đau.**
　　Note that the short vowels **ă** and **â** are always followed by a final.

4.3. The diphthong **iê** is represented by the combination of characters **yê** when followed by a final in syllables which do not contain any initial consonant, for instance: **yêu, yến, yểm.**

4.4. When the consonant [z] indicated by **gi** occurs before the nuclear vowel **i**, one character **i** is dropped: **gì.**

4.5. When a diphthong is not followed by a final, the tone mark is written over the first vowel of the diphthong: **mía, lừa, múa**. The low-falling broken tone mark (**dấu nặng**) is written beneath the first vowel of the diphthong: **địa**. When it is followed by a final, the tone mark is written over the second vowel: **miếu, miến, lười, lườn, muối, muốn**. **Dấu nặng** is written beneath the second vowel of the diphthong: **điện**.

🎧 **PRONUNCIATION DRILLS**

1. Listen to and repeat after the speaker. Note that the final semivowels sound short.

1) mi mai	2) nghi ngơi	3) nhu nhau	4) tu tiu
mì mài	nghì ngời	nhù nhàu	tù tìu
mí mái	nghí ngới	nhú nháu	tú tíu
mỉ mải	nghỉ ngởi	nhủ nhảu	tủ tỉu
mỹ mãi	nghĩ ngỡi	nhũ nhãu	tũ tĩu
mị mại	nghị ngợi	nhụ nhạu	tụ tịu

2. Listen to and repeat after the speaker. Pay attention to the production of the short vowels **ă** and **â**.

1) tay tây	2) thay thây	3) cau câu	4) đau đâu
bày bầy	cày cầy	màu mầu	làu lầu
máy mấy	ngáy ngấy	báu bấu	cáu cấu
nhảy nhẩy	phảy phẩy	nhảu nhẩu	tảu tẩu
đãy đẫy	bãy bẫy	ngãu ngẫu	phãu phẫu
nạy nậy	lạy lậy	tạu tậu	lạu lậu

3. Listen to and repeat after the speaker. Pay attention to the contrast between the long and short nuclear vowels, and, accordingly, between the relatively short and long final semivowels.

1) bai bay	2) hai hay	3) bơi bây	4) phơi phây
cài cày	đài đày	lời lầy	nhời nhầy
mái máy	cái cáy	mới mấy	sới sấy
phải phảy	bải bảy	khởi khẩy	bởi bẩy
dãi dãy	hãi hãy	lỡi lẫy	dỡi dẫy
lại lạy	vại vạy	vợi vậy	đợi đậy

4. Listen to and repeat after the speaker. Pay attention to the production of the diphthongs in open and closed syllables.

1) tia tiêu	2) mưa mươi mươu	3) đua đuôi
lìa liễu	lừa lười lườu	rùa ruỗi
phía phiếu	dứa dưới dướu	múa muối
đỉa điểu	bửa bưởi bưởu	bủa buổi
dĩa diễu	rữa rưỡi rưỡu	dũa duỗi
khịa khịêu	vựa vượi vượu	ngụa nguội

5. Listen to and repeat after the speaker. Pay attention to the production of the consonants [z] and [ʐ] in the southern dialect.

1) da gia ra	2) di gi ri	3) du giu ru	4) diêu riêu
dà già rà	dì gì rì	dù giù rù	diều riều
dá giá rá	dí gí rí	dú giú rú	diếu riếu
dả giả rả	dỉ gỉ rỉ	dủ giủ rủ	diểu riểu
dã giã rã	dĩ gĩ rĩ	dũ giũ rũ	diễu riễu
dạ giạ rạ	dị gị rị	dụ giụ rụ	diệu riệu

6. Listen again to Drill 5, this time spoken with the consonants [z] and [ʐ] produced in the northern dialect where the two consonants are not distinguished: [ʐ] is pronounced like [z].

7. Listen to and repeat after the speaker. Pay attention to the production of the consonants [s] (denoted by x) and [ʂ] (denoted by s) in the southern dialect.

1) xa sa	2) xi si	3) xu su	4) xiêu siêu	5) xuôi suôi
xà sà	xì sì	xù sù	xiều siều	xuồi suồi
xá sá	xí sí	xú sú	xiếu siếu	xuối suối
xả sả	xỉ sỉ	xủ sủ	xiểu siểu	xuổi suổi
xã sã	xĩ sĩ	xũ sũ	xiễu siễu	xuỗi suỗi
xạ sạ	xị sị	xụ sụ	xiệu siệu	xuội suội

8. Listen again to Drill 7, this time spoken with the consonants [s] and [ʂ] produced in the northern dialect where they do not distinguish the two consonants: [ʂ] is pronounced like [s].

INTONATION

In Vietnamese, pitch differences are the main component in producing the tones which are used for contrasting the lexical meanings of syllables; they do not function as intonation patterns to distinguish the syntactical meanings of sentences. However, there are certain pitch differences between an assertive and an interrogative sentence: generally speaking, tones in an interrogative sentence are pronounced at a higher pitch level than tones in an assertive one. At the same time, the contrast of the tones in the whole sentence remains.

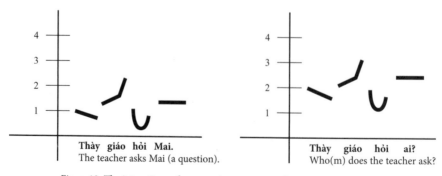

Thày giáo hỏi Mai.
The teacher asks Mai (a question).

Thày giáo hỏi ai?
Who(m) does the teacher ask?

Figure 12: The intonations of an assertive sentence and an interrogative sentence.

Unit Six

1. Labialization
2. Spelling:
   2.1. Labialization represented by **u, o**
   2.2. Diphthong **ia/iê** in labialized syllables
   2.3. Position of the tone mark in a labialized syllable

🎧 PRONUNCIATION AND SPELLING

1. Labialization of the beginning of a syllable may occur in the syllables that do not contain the rounded vowels. The lips start rounding when the initial consonant (if any) is produced and finish rounding at the beginning of the production of the nuclear vowel, for example: **hoa, tuy.**

   Labialization never occurs a) in syllables having the rounded nuclear vowels **u, ô, o, ua/uô**, or the nuclear vowels **ư, ươ**, or b) in syllables containing the following initial consonants: **b, ph [f], v, m, n, g, r [ʐ]** and **gi [z].**

2. **Spelling**

2.1. Labialization is represented by the character **u** in syllables containing the close nuclear vowels **i, ê, ơ, â: huy** (the character y indicates the nuclear **i**), **thuê, thuở, khuấy.**

   When labialization occurs in syllables with **e, a** and **ă** as nuclear vowels, it is represented by the character **o: khoẻ, nhoà, hoay.**

   When labialization occurs in syllables with **[k]** as the initial consonant, it is represented by the character **u**, and the initial **[k]** is represented by the character **q: quả, queo, quý.**

2.2. The diphthong **ia/iê** in labialized syllables is indicated by **ya/yê: khuya, quyển** (the final consonant **n** is introduced in Unit Seven).

2.3. The tone mark is written over the nuclear vowel: **hoà, hoá, hoả.** The low-falling broken tone mark (**dấu nặng**) is written beneath the nuclear vowel: **hoạ.**

🎧 PRONUNCIATION DRILLS

1. Listen to and repeat after the speaker.

1) ao oa	2) iu uy	3) tha thoa	4) thê thuê	5) nghe ngoe	6) phui phuy
xào xoà	tìu tuỳ	nhà nhoà	hế huế	nhè nhoè	chùi chuỳ
đáo đoá	thíu thuý	cá quá	tế tuế	té toé	túi tuý
hảo hoả	xỉu xuỷ	hả hoả	để đuể	kẻ quẻ	củi quỷ
lão loã	kĩu quỹ	lã loã	lễ luễ	lẽ loẽ	lũi luỹ
tạo toạ	nhịu nhuỵ	tạ toạ	nghệ nguệ	hẹ hoẹ	thụi thuỵ

2. Listen to and repeat after the speaker.

1) qua quà quá quả quã quạ
quai quài quái quải quãi quại
quay quày quáy quảy quãy quạy
quây quẩy quấy quẩy quẫy quậy

2) khoa khoà khoá khoả khoã khoạ
khoai khoài khoái khoải khoãi khoại
khoay khoày khoáy khoảy khoãy khoạy
khuây khuẩy khuấy khuẩy khuẫy khuậy

3) xoa xoà xoá xoả xoã xoạ
xoai xoài xoái xoải xoãi xoại
xoay xoày xoáy xoảy xoãy xoạy
xuây xuẩy xuấy xuẩy xuẫy xuậy

4) nhoa nhoà nhoá nhoả nhoã nhoạ
nhoai nhoài nhoái nhoải nhoãi nhoại
nhoay nhoày nhoáy nhoảy nhoãy nhoạy
nhuây nhuẩy nhuấy nhuẩy nhuẫy nhuậy

Unit Seven

Final consonants **m, n, ng/nh** [ŋ], **p, t, c/ch** [k][1]

 PRONUNCIATION

There are six final consonants in Vietnamese: **m, n, ng/nh** [ŋ], **p, t, c/ch** [k]. **M, n** and **ng/nh** are created like the similar initial consonants. The voiceless stop consonants **p, t, c/ch** when occurring in the final position of a syllable are implosives; that is, they are made without an egressive airstream from the lungs, unlike the finals **p, t, k** in English, which are plosives, i.e., they are created with a rapid burst when the closure is released: Vietnamese **bóp, thót, các** vs. English *bop, thought, cake.*

The syllables with the stop final consonants **p, t, c/ch** may have only two tones: either the high-rising or the low-falling broken. In this type of syllable, the high-rising tone starts much higher than the similar tone in open syllables or syllables with the sonorant final consonants **m, n, ng/nh**, and rises sharply; the low-falling broken tone drops abruptly right at the beginning of syllable. For example: **má** vs. **mác**, **mạ** vs. **mạc**.

 PRONUNCIATION DRILLS

1. Listen to and repeat after the speaker. Pay attention to the contrast between the long and short vowels. Note that the short vowels are always followed by a final.

1) **a ăn**	2) **can căn**	3) **ơ ân**	4) **bơn bân**
ca căn	**màn mằn**	**cơ cân**	**đờn đần**
ta tăn	**bán bắn**	**phơ phân**	**tớn tấn**
na năn	**hản hẳn**	**sơ sân**	**mờn mẫn**
nga ngăn	**lãn lẵn**	**hơ hân**	**lõn lẫn**
tha thăn	**đạn đặn**	**tơ tân**	**thợn thận**

2. Listen to and repeat after the speaker. Note the difference between the syllables without finals and the syllables with finals.

1) **ba bam ban bang**	2) **cơ cơm cơn cân**	3) **tô tôm tôn**
cà càm càn càng	**đờ đờm đờn đần**	**đổ đổm đổn**
phá phám phán pháng	**tớ tớm tớn tấn**	**ngố ngốm ngốn**
đả đảm đản đảng	**phở phởm phởn phẩn**	**hổ hổm hổn**
mã mãm mãn mãng	**nỡ nỡm nỡn nẫn**	**gỗ gỗm gỗn**
lạ lạm lạn lạng	**chợ chợm chợn chận**	**cộ cộm cộn**

---

1. The spelling differences between **ng** and **nh**, and between **c** and **ch** are introduced in Unit Eight.

3. Listen to and repeat after the speaker. Pay attention to the production of the tones with different finals.

1) bớ bớm bớp	2) phí phím phíp	3) xú xúm xúp	4) đứa đướm đướp
bợ bợm bợp	phị phịm phịp	xụ xụm xụp	đựa đượm đượp
tớ tớm tớp	khí khím khíp	chú chúm chúp	tứa tướm tướp
tợ tợm tợp	khị khịm khịp	chụ chụm chụp	tựa tượm tượp
đớ đớm đớp	nhí nhím nhíp	tú túm túp	ngứa ngướm ngướp
đợ đợm đợp	nhị nhịm nhịp	tụ tụm tụp	ngựa ngượm ngượp
nớ nớm nớp	bí bím bíp	thú thúm thúp	lứa lướm lướp
nợ nợm nợp	bị bịm bịp	thụ thụm thụp	lựa lượm lượp

5) lá lán lát	6) khí khín khít	7) tú tún tút	8) tía tiến tiết
lạ lạn lạt	khị khịn khịt	tụ tụn tụt	tịa tiện tiệt
tá tán tát	bí bín bít	đú đún đút	thía thiến thiết
tạ tạn tạt	bị bịn bịt	đụ đụn đụt	thịa thiện thiệt
đá đán đát	kí kín kít	bú bún bút	nghía nghiến nghiết
đạ đạn đạt	kị kịn kịt	bụ bụn bụt	nghịa nghiện nghiệt
nhá nhán nhát	nhí nhín nhít	phú phún phút	mía miến miết
nhạ nhạn nhạt	nhị nhịn nhịt	phụ phụn phụt	mịa miện miệt

9) đá đáng đác	10) bớ bấng bấc	11) nhá nhắng nhắc	12) lúa luống luốc
đạ đạng đạc	bợ bậng bậc	nhạ nhặng nhặc	lụa luộng luộc
tá táng tác	thớ thắng thấc	thá thắng thắc	búa buống buốc
tạ tạng tạc	thợ thậng thậc	thạ thặng thặc	bụa buộng buộc
khá kháng khác	sớ sắng sắc	tá tẳng tắc	múa muống muốc
khạ khạng khạc	sợ sậng sậc	tạ tặng tặc	mụa muộng muộc
trá tráng trác	lớ lắng lắc	khá khẳng khắc	chúa chuống chuốc
trạ trạng trạc	lợ lậng lậc	khạ khặng khặc	chụa chuộng chuộc

Unit Eight

Final consonants **ng/nh** [ŋ] and **c/ch** [k] in different positions

🎧 **PRONUNCIATION**

The final consonants **ng/nh** [ŋ] and **c/ch** [k] occur in three positions.

1. After the mid nuclear vowels **ư, â, a, ă** and the three diphthongs **iê, ươ, uô,** they occur in their main variants as deep velar stops produced by the contact of the back of the tongue against the velum. They are written as **ng** and **c**:

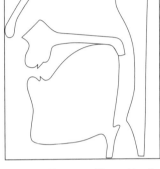

đứng đức	điếng điếc
đắng đắc	đướng đước
đáng đác	đuống đuốc
đẳng đắc	

   Note that the finals **ng** and **c** never follow the nuclear **ơ**.

Figure 13: Tongue and lip position for the regular final **ng**.

2. After the back nuclear vowels **u, ô, o,** they are pronounced as labialized variants: they are modified to adjust to preceding rounded vowels (regressive assimilation), which leads to the lips coming together at the end of the production of the syllable:

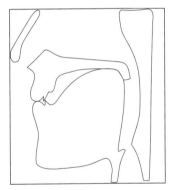

   đùng đục

   đồng độc

   đòng đọc

Figure 14: Tongue and lip position for the final **ng** after **u, ô, o.**

Note that the lips do not start rounding until the end of the production of the rounded vowels. At the beginning the vowels are pronounced like their central unrounded counterparts:

đùng = đ[ừ^u]ng	đục = đ[ự^u]c
đồng = đ[ờ^u]ng	độc = đ[ọ^u]c
đòng = đ[ʌ̀^u]ng	đọc = đ[ʌ̣^u]c

3. When following the front vowels **i, ê, e,** the finals **ng** [ŋ] and **c** [k] are made partly in the palatal region to agree in place of articulation with the preceding vowels; therefore, they are slightly palatalized and written as **nh** and **ch**:

inh	ích
ênh	ếch
anh	ách

(The vowel **e** is represented by the character **a: anh, ách.**)

Note that when following the diphthong **iê**, the finals **ng** [ŋ] and **c** [k] remain in their main variant, that is, they are pronounced as [ŋ] and [k] and written as **ng** and **c: nghiêng, tiếc.**

There is a small number of words where **ng** [ŋ] and **c** [k] occur in their main variant (as velar stops) when following the nuclear **e: kẻng, xẻng, éc.**

Note that syllables where the front and back rounded vowels are followed by the finals **ng/nh** [ŋ] and **c/ch** [k] are always short and tense. Compare:

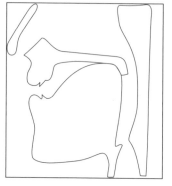

Figure 15: Tongue and lip position for the final **nh** after **i, ê, e**.

tín vs. **tính**	**hít** vs. **hích**	**cúm** vs. **cúng**	**ngụt** vs. **ngục**
bên vs. **bênh**	**chết** vs. **chếch**	**nồm** vs. **nồng**	**lột** vs. **lộc**
kèn vs. **cành**	**phét** vs. **phách**	**mỏm** vs. **mỏng**	**sọt** vs. **sọc**

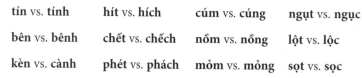 **PRONUNCIATION DRILLS**

1. Listen to and repeat after the speaker. Pay attention to the production of syllables with the finals **m** and **ng** following the rounded nuclear vowels.

1) **um ung**	2) **ôm ông**	3) **om ong**	4) **úp úc**
đùm đùng	**xồm xổng**	**còm còng**	**cụp cục**
túm túng	**đốm đống**	**ngóm ngóng**	**đúp đúc**
bủm bủng	**chổm chổng**	**nhỏm nhỏng**	**sụp sục**
lũm lũng	**ngỗm ngỗng**	**chõm chõng**	**húp húc**
cụm cụng	**nhộm nhộng**	**khọm khọng**	**ngụp ngục**

5) **ộp ộc**	6) **óp óc**
phốp phốc	**họp học**
hộp hộc	**ngóp ngóc**
lốp lốc	**cọp cọc**
độp độc	**tóp tóc**
tốp tốc	**đọp đọc**

2. Listen to and repeat after the speaker.

1) **ung bung dung khung cung hung lung xung sung phung trung tung mung nung rung nhung chung**

2) **mổng cổng tổng phổng bổng chổng nổng sổng đổng rổng hổng vổng lổng ngổng**

3) **mỏng tỏng đỏng nhỏng lỏng phỏng hỏng ngỏng dỏng bỏng**

4) **úc túc đúc múc rúc xúc lúc phúc nhúc súc cúc húc núc thúc**

5) ục tục đục mục rục xục lục phục nhục sục cục hục nục thục
6) ốc xốc bốc vốc cốc tốc đốc nhốc dốc sốc ngốc hốc phốc khốc nốc thốc lốc mốc
7) ộc xộc bộc vộc cộc tộc độc dộc sộc học phộc lộc mộc ngộc
8) óc nóc bóc róc cóc ngóc sóc thóc dóc tóc hóc nhóc vóc khóc xóc lóc móc
9) ọc nọc bọc rọc cọc ngọc sọc thọc dọc tọc học nhọc vọc xọc lọc mọc

3. Listen to and repeat after the speaker. Pay attention to the production of syllables with the finals **nh** and **ch** following the front nuclear vowels. In such syllables the vowel **e** is indicated by the character **a**. This type of syllable is always tense and short.

1) **in inh**
   thìn thình
   kín kính
   nhìn nhình
   vĩn vĩnh
   mịn mịnh

2) **hên hênh**
   dền dềnh
   nến nếnh
   nghển nghểnh
   tễn tễnh
   bện bệnh

3) **then thanh**
   kèn cành
   sén sánh
   lẻn lảnh
   bẽn bãnh
   nhẹn nhạnh

4) **khít khích**
   tịt tịch
   bít bích
   nịt nịch
   xít xích
   nghịt nghịch

5) **phết phếch**
   nghệt nghệch
   chết chếch
   bệt bệch
   kết kếch
   vệt vệch

6) **nhét nhách**
   kẹt cạch
   nghét ngách
   vẹt vạch
   nét nách
   tẹt tạch

4. Listen to and repeat after the speaker. Note that after the diphthong **iê** the consonants **ng** [ŋ] and **c** [k] occur in their main variants (as **ng** [ŋ] and **c** [k]) and are written as **ng** and **c**.

1) **inh ênh anh iêng/yêng**
   kình kềnh cành kiểng
   tính tếnh tánh tiếng
   đỉnh đểnh đảnh điểng
   lĩnh lễnh lãnh liễng
   thịnh thệnh thạnh thiệng

2) **ích ếch ách iếc/yếc**
   nghịch nghệch ngạch nghiệc
   phích phếch phách phiếc
   tịch tệch tạch tiệc
   mích mếch mách miếc
   xịch xệch xạch xiệc

Bảng chữ cái tiếng Việt
Vietnamese Alphabet

Chữ	Tên chữ	Chữ	Tên chữ
Letter	Name	Letter	Name
a	a	n	en/e-nờ
ă	á	o	o
â	ớ	ô	ô
b	bê	ơ	ơ
c	xê	p	pê
d	dê	q	cu
đ	đê	r	er/e-rờ
e	e	s	éx/ét-xì
ê	ê	t	tê
g	giê	u	u
h	hát	ư	ư
i	i	v	vê
k	ca	x	íchx/ích-xì
l	el/e-lờ	y	i-gờ-rếch
m	em/e-mờ	[z]	[dét]

🎧 Dấu Diacritic marks denoting the tones

Không dấu mid-level tone
Dấu huyền low-falling tone
Dấu sắc high-rising tone
Dấu hỏi low-falling-rising tone
Dấu ngã high-rising broken tone
Dấu nặng low-falling broken tone

BIBLIOGRAPHY

Chomsky, Noam & Halle, Morris, *The Sound Pattern of English*, The MIT Press, Cambridge, Massachusetts, London, England, 1991.

Đoàn Thiện Thuật, *Ngữ âm tiếng Việt*, Nhà xuất bản Đại học và Trung học chuyên nghiệp, Hà Nội, 1977.

Đỗ Hữu Châu, *Từ vựng - ngữ nghĩa tiếng Việt*, Nhà xuất bản giáo dục, Hà Nội, 1981.

Greenbaum, Sidney, *The Oxford English Grammar*, Oxford University Press, 1996.

Katamba, Francis, *An Introduction to Phonology*, Longman, London and New York, 1989.

Ngô Như Bình, *Vietnamese Language in Contact with Chinese and French*, proceedings of the Conference on Cultural and Language Contact in Asian and African Countries, Academy of Sciences of the USSR, Moscow, 1986. (in Russian: Вьетнамский язык в контакте с китайским и французским языками).

Ngô Như Bình, *Analysis of the Typical Phonetic Errors of Russian Students Learning Vietnamese (Based on Comparison of Russian and Vietnamese Phonological Systems)*, proceedings of the International Conference for Asian and African Studies, Moscow, December, 1989; Moscow University Press, 1990 (in Russian: Анализ типичных фонетических ошибок русских студентов, изучающих вьетнамский язык (на основании сопоставления русской и вьетнамской фонологической системы)).

Ngô Như Bình, *Identifying and overcoming the difficulties in teaching Vietnamese to English-speaking beginners* (in Vietnamese), Journal of Linguistics, #3, 1999, Hanoi, Vietnam.

Ngô Như Bình, *Proficiency Guidelines for Vietnamese* (co-authored with Lê Phạm Thuý-Kim, Arizona State University and KimLoan Hill, University of California at San Diego), on the website of the Group of Universities for the Advancement of Vietnamese Abroad (GUAVA) since 2005.

Ngô Như Bình, *Language Learning Framework for Vietnamese* (co-authored with Trần Hoài Bắc, University of California at Berkeley), published by the Council of Teachers of Southeast Asian Languages (COTSEAL), 2006.

Ngô Như Bình, *Continuing Vietnamese*, Charles E. Tuttle Publishing, 2010.

Nguyễn Đình-Hoà, *Vietnamese-English Dictionary*, NTC Publishing Group, Illinois, 1995.

Panfilov, V.S., *A Vietnamese Grammar*, Saint Petersburg University Press, Saint Petersburg, 1993 (in Russian: Грамматический строй вьетнамского языка).

Shiltova, A.P. & Ngô Như Bình & Norova, N.V., *A Vietnamese Language Textbook: Beginning Course*, Moscow University Press, Moscow, 1989 (in Russian: Учебное пособие по вьетнамскому языку: начальный курс).

Thomson, A.J. & Martinet, A.V., *A Practical English Grammar*, Oxford University Press, 1993.

Thompson, Laurence C., *A Vietnamese Reference Grammar*, edited by Stephen O'Harrow, University of Hawai'i Press, 1984–1985.

Từ điển bách khoa Việt Nam, Trung tâm biên soạn từ điển bách khoa Việt Nam, Hà Nội, 1995–2005.

Từ điển tiếng Việt, Viện ngôn ngữ học, Trung tâm từ điển học, Hà Nội 2005.

VIETNAMESE-ENGLISH GLOSSARY

This glossary contains all of the vocabulary used in the lessons. The words are listed in the traditional Vietnamese alphabetical order (**a, ă, â, b, c, ch, d, đ, e, ê, g, gi, h, i, k, kh, l, m, n, ng, nh, o, ô, ơ, ph, qu, r, s, t, th, tr, u, ư, v, x, y**). The words are further separated by their tone mark using the following sequence: **a, à, á, ả, ã, ạ**. Included with the word meaning are the lesson number and section where the word is first introduced. The code for each section is

D ....Dialogue
Dr ....Drill
G ....Grammar Notes
N ....Narrative
U ....Notes on Usage
W ....Word-formation

For example, **cửa** door (2, Dr) indicates that the word **cửa** has the meaning "door" and is introduced in the Drill section of Lesson Two.

A

à interrogative particle (2, G)
à initial particle (13, U)
ạ polite final particle (4, D)
ai? who? (1, D2)
ai đấy/đó someone (14, G)
ai cũng everybody (10, G)
Anh England; English (1, Dr; 2, G)
anh elder brother; you (1, D)
ảnh photo, picture (7, D2)
ảnh hưởng (to) influence (14, N, U)
ao pond (13, N)
áo shirt (2, G)
áo dài Vietnamese traditional flowing tunic (10, W)
áo mưa raincoat (14, D3)
áo ngắn tay short sleeve shirt (11, D1)

Ă

ăn to eat (1, Dr)

ăn chay to be a vegetarian (13, N)
ăn sáng to eat breakfast (5, Dr)
ăn sinh nhật to celebrate one's birthday (5, D2)
ăn tối to have dinner, supper (9, D2)
ăn trưa to have lunch (9, D1)

Â

ấy that (1, Dr, 2, G)
âm minus (14, D1)
ấm warm (9, D1)
ấm áp pleasantly warm (reduplicative) (14, N)
ẩm humid (14, D1)
  độ ẩm humidity

B

ba three (2, Dr)
ba father (4, U)
bà grandmother; lady; you (1, U; 4, G)

bác uncle, aunt (4, U)
bác sĩ doctor, physician (1, Dr)
bài lesson (1, Dr)
bài (newspaper) article (9, Dr)
bài hát song (11, Dr)
bài tập exercise (2, Dr)
bài tập về nhà homework (8, N)
ban đêm night time (5, G)
ban ngày day time (5, G)
bàn table (2, Dr)
bàn to discuss (11, G)
bàn ghế furniture (10, W)
bán to sell (1, Dr)
bán mở hàng to sell for the first time in a day (of a store, business, etc.) (11, D2)
bạn friend (4, G, Dr)
bang state (7, Dr)
bảng chalkboard, blackboard (8, D1)
Bảng pound (monetary unit of the United Kingdom) (11, Dr)
bánh cake, pie, cookies (13, N)

bánh chưng New Year rice cake (13, N)

bánh cuốn steamed springrolls (13, N)

bánh mì bread (10, Dr)

bao giờ? when? (5, D1)

bao giờ … cũng always (10, G)

bao lâu? [for] how long? (6, D3)

bao nhiêu? how many? (4, D1)

bao xa? how far? (9, G)

báo newspaper (1, D3)

bảo to tell (12, N)

bảo tàng museum (10, N)

bảo vệ to defend (7, D2)

bão storm, tornado, typhoon (14, N)

bão tuyết snowstorm (14, Dr)

bát bowl (10, Dr)

bảy seven (2, Dr)

bắc North; Northern (10, N)

băng ice (not for drinking) (14, N, U)

bằng equal (14, D4)

bằng in, by (10, D2, D3, G), (made) of (11, D1, G)

bằng used to form the positive of adjectives and adverbs (8, G)

bắt to force (someone to do something) (12, N)

bắt đầu to start, begin (6, G)

bắt tay (vào) to start doing something, set to work, set about something (10, N)

bận to be busy (4, D1, U)

bây giờ now (5, G)

bể sea (in some word-combinations) (13, D2)

　cua bể sea-crab

bể bơi swimming pool (9, N)

bên side (7, D1)

bến xe buýt bus stop (9, Dr)

bệnh disease, illness, ailment (12, U)

　bệnh viện hospital (3, Dr)

Bệnh viện Đa khoa Massachusetts Massachusetts General Hospital (7, N)

bị passive voice marker (10, N)

bị mất cắp to have something stolen (10, D4)

bị to suffer (12, D1, G)

　Anh bị sao? What's the matter?

bia beer (3, Dr)

bia hơi beer from a tap (13, D4)

biển sea, ocean (9, D3)

biết to know (2, Dr)

bình thường (as) usual (12, D2), O.K. (12, Dr)

bò cow, beef (13, D1)

bỏ to give up (12, D1)

bóng bàn table tennis (9, D3)

bóng chuyền volleyball (9, U)

bóng rổ basketball (9, U)

Bồ Đào Nha Portugal; Portuguese (2, Dr)

bố father (1, Dr)

bố mẹ parents (1, Dr)

bộ set; classifier for movies, etc. (4, D3)·

bốn four (2, Dr)

bỗng/bỗng nhiên suddenly, all of a sudden (14, D1)

bờ bank, shore, coast (9, D1)

　bờ sông riverside

bơi to swim (9, U)

bớt to take off, have discount for someone (11, D1)

bún soft noodles made from rice flour (13, N)

bùng binh traffic circle, rotary (10, D1)

bụng belly, stomach (12, D3)

buổi length of time, division of the day (5, G)

buồn nôn nauseous (12, U)

buốt sharp (of pain, wind) (14, D1)

　rét buốt piercingly cold

bút pen (2, Dr)

bữa ăn meal (13, N)

bữa cơm meal (12, D4)

bức hot and sultry (14, D1)

　oi bức hot and muggy

bức classifier for letters, paintings, etc. (12, N)

bưởi grapefruit (2, Dr)

bưu điện post office (1, Dr)

C

cà Vietnamese eggplant, aubergine (13, D3)

cá fish (2, G)

cả at all (9, G), all, whole (10, N; 13, G)

cả even (12, N, G)

các plural marker (3, D)

các cháu your children (12, N)

cách be distant from (9, N)

cách manner, method, way (12, N)

cách đây ago (7, D1)

cách mạng revolution (10, N)

cái classifier for inanimate things (2, G)

cái gì what (2, G)

cái gì đấy/đó something (14, G)

cam orange (2, Dr)

cám ơn to thank (1, D1)

cảm/cảm lạnh to catch a cold (12, U)

canh Vietnamese soup (13, D3)

cảnh sát police (13, W)

cạnh next, adjacent (11, N)

cạnh tranh to compete (11, N)

cao tall, high (2, D2)

cao học master's degree student (8, N)

cao nguyên plateau, highlands (14, N)

cay hot, spicy (11, Dr)

cân kilogram (11, D2)

cần (to) need (2, D2; 9, G)

cẩn thận careful (14, D1)

cấp cứu emergency (12, D3)

   xe cấp cứu ambulance

câu sentence (8, Dr)

câu hỏi question (1, Dr)

câu lạc bộ club (9, N)

cầu bridge (10, N)

cầu lông badminton (9, U)

cậu uncle, you (3, D2; 4, U)

cây tree; classifier for trees (2, G)

cây số kilometer (9, N)

căn classifier for houses (7, N)

có to have (1, D3)

có...không; có phải...không interrogative construction (1, D, G)

có chồng to be married (speaking of a woman) (7, D2, U)

có gia đình to be married (7, D2, U)

có khi occasionally (14, N)

có lẽ probably, perhaps (9, D3)

có nhà to be at home (4, D3)

có thể can, may, to be able (9, D1, G)

có từ rất lâu long established (11, N)

có vợ to be married (speaking of a man) (7, U)

coi là/như to consider (10, G)

con child; classifier for animals, fish, birds (2, G; 4, G; 10, G)

con gái daughter (7, N)

con trai son (7, U)

còn as for (1, D), and (3, G), still (6, D2)

còn lại to remain (10, N)

còn mình thì as for me (9, D1)

còn … nữa more, further (9, G)

còn … thì as for (10, D2)

cô aunt; Miss; you (1, G)

cô bán hàng salesgirl, saleswoman (11, D1)

cô giáo (female) teacher (1, G)

cố gắng to do one's best (12, D1)

cổ old, ancient (8, N)

cốc cup (10, Dr)

công trình edifice, structure (10, N)

công ty company (7, D2)

công viên park (9, N)

cộng (với) to add (14, D4, G)

cơ chế structure, system (11, N)

cơ quan one's workplace (9, D1); bureau, office, agency (10, N)

cỡ size (11, D1)

cởi [ra] to take off (one's clothes) (12, D1, U)

cơm rice, food, cuisine (3, G, Dr; 13, U)

cơm bình dân food, the price of which is affordable to everybody (11, N)

cơn classifier (14, N, G)

cũ old (speaking of inanimate things) (1, D2)

cụ great-grandparent (4, U)

cua crab (13, D2)

   cua bể sea-crab

của of (preposition) (8, D1), from (13, G)

cúm influenza, flu (12, D1)

cung cấp to supply, provide (11, N)

cùng together (7, N)

cùng một lúc at the same time (13, N)

cùng với together with (7, N)

cũng also, too (1, D1; 3, G)

cuộc classifier for events in which a number of people take part (10, N; 11, W)

cuộc đời life (10, G)

cuối cùng last (8, D1)

cuối giờ at the end of the class (8, N)

cuốn classifier for books (2, D2, G)

cổng gate (9, D2)

cứ continuing without interruption (8, D3)

cứ tự nhiên feel free and go ahead (11, D1)

cửa door (4, Dr)

cửa hàng shop, store (11, N)

cửa hiệu small shop, store (11, N)

cửa sổ window (11, G)

Ch

cha father (4, G)

chả meat paste, meat pie (13, D2)

   chả cá grilled fish

chai bottle (11, Dr)

chang chang (of the sun) hot and blinding (14, D3)

chanh lime, lemon (1, Dr)

chào to greet (1, U)

cháo rice gruel, porridge (13, N)

cháu nephew or niece; grandchild (4, U)

chảy to flow (10, Dr)

chạy to run (6, D2)

chắc to be sure (12, N), probably (14, D1)

   Tôi chắc … I am sure that …

chắc là = chắc (14, D1)

chăm diligent, assiduous (9, D1)

chẳng (informal) = **không** (12, N)

chấm to dip (food in sauce) (13, D3)

chấm point, dot, period (14, D4, G)

chậm slow (4, Dr)

chật too small (11, D1)

châu Âu Europe (10, Dr)

chèo Vietnamese traditional theater in the Red River delta (9, D1)

chê to criticize, belittle (10, G)

chế biến to process (food) (13, N)

chênh lệch to vary, differ (11, N)

chết to die, to stop (of watches, clocks) (6, U)

chỉ to show (12, N), to indicate (13, N)

chỉ … thôi only (10, D1, G)

chị elder sister; you, Miss (1, D1, Dr), your wife (12, N)

chia (cho) to divide (14, D4, G)

chiếc classifier for inanimate things (2, G)

chiếm to occupy (13, N)

chiến tranh war (10, N)

chiều evening (5, G)

chim bird (2, G)

chín nine (2, Dr)

chín well-done (13, D1)

chính main (11, N)

chính exactly, precisely, very (14, N, G)

chính vì thế exactly for that reason

chính phủ government (10, N)

chính thức official (11, N)

chính trị politics (10, N)

chịu to endure, bear (10, W)

cho to give (11, G)

cho for (1, Dr; 11, G)

cho đến bây giờ even now, even nowadays (13, N)

cho hỏi/cho … hỏi to let someone ask (10, D1)

cho nên so (9, G)

cho rằng to think, believe (13, N)

chó dog (2, Dr)

chọn to choose, pick up (13, D2)

chóng fast (12, D1)

chóng khỏi to get well fast

chóng mặt dizzy (12, U)

chỗ place (10, D4)

chỗ gửi xe bike parking lot

chồng husband (6, D2)

chờ to wait (4, D3; 6, U)

chở to deliver (11, D2)

chợ market, supermarket (1, Dr)

chơi to play (9, D1)

chợt suddenly (14, D3)

chú father's younger brother (4, G)

chú ý to pay attention to; attentively, closely (8, N)

chủ nhật Sunday (5, G)

chuẩn bị to prepare (4, D2)

chúc to wish (12, D1)

chúc mừng to congratulate; congratulations (5, D2)

chục dozen (10, N)

chúng ta we (including the person addressed) (4, U)

chúng tôi we (excluding the person addressed) (4, U)

chuối banana (2, G, Dr)

chụp to take a photograph (14, D2)

chuyên (về) to specialize (in) (7, D1)

chuyến đi trip (14, D2)

chuyển to forward (11, G)

chuyển (sang) to change to, shift to (11, N)

chuyện issue, matter (12, Dr)

chứ final particle (11, D1, G; 12, U)

chứ không but not (13, G)

chữ quốc ngữ modern romanized Vietnamese alphabet (12, Dr)

chưa not yet (7, D2, G)

chưa ăn thua gì almost nothing (14, D4, U)

chữa to fix, to repair (8, Dr), to correct (8, N), to treat (12, D2)

chương trình program, plan (9, D1)

D

da leather (11, Dr)

dài long (9, Dr)

dao knife (10, G)

dạo này these days, nowadays (4, D2)

dạy to teach (3, D1)

dần dần gradually, little by little (13, N)

dậy (intransitive) to wake up, get up (13, N)

dép sandal, slipper (11, D1)

dễ easy (1, Dr)

dễ chịu pleasant (12, N)

di tích vestiges, traces (of ancient times) (10, N)

di tích lịch sử historic site

dị ứng (với) allergy (to); to be allergic (to) (12, U)

dịch to translate (9, Dr)

dịch vụ service (9, N)

diễn ra to occur, take place (11, N)

dịp chance, opportunity (9, N)

do passive voice marker (10, N)

do because (11, N), due to; conjunction (14, G)

dọn cơm to bring the food to the table, set the table for eating (13, N)

dốc slope (10, D1)

đi hết dốc to come to the end of the slope (10, D4)

dông thunderstorm (14, N)

dời to move (10, N)

du lịch tourism; tourist (7, N)

đi du lịch to travel

dùng to use (9, Dr), to eat (formal) (13, D2)

dự báo to forecast (14, D4)

dự báo thời tiết weather forecast

dưa salted vegetables (13, N)

dừa coconut (1, Dr)

dứa pineapple (1, Dr)
dừng bút to stop writing (12, N)
dưới under, below, underneath (9, G)
dương plus (14, D1)

Đ

đa dạng diverse, varied (11, N)
đá stone (11, Dr)
đá ice (13, D2)
đã to have happened, occurred (7, D2)
đài radio, radio station (8, Dr)
đại học college, university (2, D)
đại học bách khoa polytechnic institute, university of technology (7, D1)
đại sứ quán embassy (10, N)
đám classifier for clouds, crowds (14, D3)
Đan Mạch Denmark (14, Dr)
đang to be happening, occuring (7, D1)
đánh to hit, beat (9, D1)
  đánh quần vợt to play tennis
đào tạo to train (8, N)
đạp xe to ride a bicycle (9, Dr)
đau (to feel a) pain (12, D1, U)
đặc biệt special (13, D2)
đặc sản specialties, specials (13, D2)
đằng side (in some word-combinations) (10, D2)
  đằng kia over there
đắt expensive (1, Dr)
đặt to put (8, N), to reserve, book (13, Dr)
đâu? where? (9, D3)
đâu final particle, emphasizing the negation (11, D1, G)
đầu head, beginning (10, D2)
  đầu đường at the beginning of the street
đầu tiên first (8, D1)

đậu bean, pea (13, N)
đậu phụ tofu (13, D3)
đây here; this (1, G)
đấy there; that (1, G)
đấy so, thus (7, D2)
đen black (2, Dr)
đèn lamp, light, traffic light (10, Dr)
đeo to carry, wear (11, U)
đèo mountain pass (14, D2)
đẹp beautiful (1, Dr)
để to let someone do something (14, D2, G)
để in order to (9, N)
để làm gì? for what purpose? (9, G)
đêm night (5, G)
đêm Giao thừa New Year's Eve (10, N)
đền temple (10, N)
đến to come (5, D2)
đến to (preposition) (6, D3), up to (10, N)
đều equal(ly) (13, G)
đi to go (1, Dr)
đi to wear (11, D1, U)
đi bộ to go on foot, walk (9, Dr)
đi chơi to go out, walk around (9, D3)
  đi chơi xa to leave the town to relax
đi công tác to go on a business trip (14, Dr)
đi học to go to class (8, D1)
đi khám bác sĩ to go to (see) the doctor (12, N)
đi lại to move from one place to another (10, D4)
đi làm to go to work (9, D1)
đi ngoài diarrhea (12, U)
đi ngủ to go to bed (1, Dr)
đĩa plate (13, D2)
địa lý geography (14, N)
điểm point (9, N), grade, mark

(12, G)
điểm du lịch point of interest, tourist attraction (9, N)
điện thoại telephone (10, Dr)
điện thoại di động cell phone (11, Dr)
điều kiện condition (14, N)
định to plan (3, D2)
đó there; that (1, G)
đỏ red (2, Dr)
đọc to read (1, Dr)
đói to be hungry (10, Dr)
đón to pick up someone (9, D2)
đóng vai trò to play a role (11, N)
đồ chơi toy (11, N)
đồ dùng appliance, utensil
  đồ dùng gia đình household appliances (11, N)
độ degree (12, D1)
độ approximately, about (10, D1)
độc lập independent (10, N)
đôi pair (11, D1)
đôi khi sometimes (14, N)
đối với for, to (9, N, 14, G)
đội to wear (11, U)
đông winter (7, N)
đông crowded, having many people (8, N)
đông east; eastern (11, N)
Đông Nam Á Southeast Asia (13, N)
đồng field (13, N)
đồng bằng delta, plain (14, N)
đồng hồ watch, clock (6, D1)
đồng ý (với) to agree (with) (9, D2)
đỡ to lessen, relieve (12, D4)
  đỡ nhức đầu a headache lessens
đời sống life (11, N)
đợi to wait (6, U)
đơn application (12, D1)
  đơn thuốc prescription

đợt a wave of something (14, D1)

đu đủ papaya (1, Dr)

đủ enough (9, Dr)

đũa chopsticks (9, Dr)

đúng correct, right (3, Dr)

đúng giờ on time (9, Dr)

đưa to carry (10, D4), to pass (11, G)

Đức Germany (2, Dr)

đừng do not (imperative) (8, D2)

đứng to stand, to stop, to be dead (of watches, clocks) (6, D1)

được to receive (8, N)

được to have the opportunity to do something (10, G)

được passive voice marker (10, N, G)

được to be able to (12, D2, G)

được O.K. (11, D1, U)

được không? is it O.K.?

được cái but (having a good point) (14, D3, U)

đường way, road (10, D1)

đi đường nào? what way to take?

đường cao tốc highway (9, N)

đường một chiều one-way street (10, D1)

đường sá roads (collective noun) (14, D1)

E

em younger brother or sister (4, G)

em gái younger sister (7, U)

em trai young brother (7, N)

G

ga station (9, Dr)

gà chicken (13, D1)

gái female (7, N)

gạo rice (12, Dr; 13, U)

gạo nếp glutinous rice, sticky rice (13, D4)

găng glove (11, U)

gặp to meet, see, run into (4, D1)

gặp nhau to meet with each other, get together (9, D2)

gần near, close (2, D2); about, approximately (6, D3; 9, U)

gần đây recent (9, N)

gần như almost (14, N)

gây ra to cause (14, N)

gầy đi to get thin (9, G)

ghé qua to stop by (9, D2)

ghế chair (2, G)

ghi to write down (1, Dr)

ghi tên to put oneself down for, enroll, sign up (12, Dr)

gõ to knock (14, Dr)

gõ cửa to knock at the door

gọi to order (13, D2)

gọi là/gọi … là to (be) call(ed) something (10, D4)

gọi điện thoại to telephone (8, Dr)

góp phần to contribute, to make a contribution (8, N)

gồm to consist of (11, N)

gửi to send (8, Dr)

gửi lời thăm to give one's best regards (12, N)

gừng ginger (13, N)

gươm sword (10, N)

Gi

gì? what? (1, D1)

gia đình family (7, D2)

gia vị spice, condiment (13, D1)

già old (8, Dr)

giá price (11, D1, U)

giải khát to have a refreshing drink (11, N)

giải thưởng prize, award (8, N)

giảng to explain (8, N), to deliver a lecture (10, Dr)

giảng viên teacher at a college or university (8, N)

giao to assign (8, D1)

giao thông transportation, traffic (10, D4)

giáo sư professor (6, Dr)

giận to be angry (11, Dr)

giây second (1/60 of a minute) (6, G)

giầy shoe (11, D1)

giấy paper (2, G)

gió wind (14, D1)

gió mùa monsoon (14, D1)

giỏi good at something, well (3, D1)

giống (như) to resemble, be like (12, N)

giờ hour (6, D1)

giờ học class period (8, D1)

giới thiệu (ai với ai) to introduce (someone to someone) (7, D1)

giúp to help (10, Dr)

giữ to maintain, keep (12, D1)

giữa in the middle of (9, G)

H

há miệng to open one's mouth (12, D1)

hai two (2, Dr)

hàng goods, articles for sale (11, N)

hát to sing (3, G)

hạt tiêu black pepper (13, N)

hay interesting (1, Dr)

hay or (3, D2, G)

hay often (6, D3, G)

hay là or (3, D2, G)

hay lắm! great! (9, D1)

hãy do something (imperative) (8, D1)

hằng ngày every day (8, N)

hân hạnh to have the honor (7, D1)

hấp dẫn attractive (9, D1)

Chương trình nghe hấp dẫn đấy! That sounds good!

hè summer (7, N)

hẹn make an appointment (9, D2)

hệ mở rộng extension school (8, N)

hết end (10, D1)

hết not any longer (12, D2, G)

hết đau it doesn't hurt any longer

hết to run out, be sold out (11, D3)

hết sức extremely (13, N)

hiện đại modern, contemporary (10, N)

hiện giờ now (7, N)

hiểu to understand (1, Dr)

hiệu store, shop (3, Dr)

hiệu ăn restaurant (11, N)

hiệu sách bookstore (2, Dr)

hình như it seems, it appears, apparently (12, D1)

ho (to) cough (12, D1)

họ they (1, Dr)

họ last name (10, Dr)

hoa flower (3, Dr)

hoa hồng rose (10, W)

hoa quả fruits (collective noun) (11, N)

hoạt động activity (9, N)

hoặc or (8, N)

học to study, learn (2, D1)

học bổng scholarship (12, Dr)

học kỳ semester (8, D4)

học sinh student, pupil (in an elementary or high school) (4, Dr)

hỏi to ask (a question) (1, Dr)

hỏng to break down (12, G), decayed (of the teeth) (12, D2)

họng throat (12, D1)

họp to meet, have a meeting, (8, Dr)

hồ lake (9, N)

hội association (10, Dr; 11, W)

hôm kia the day before yesterday (5, G)

hôm nào some day (in the future) (10, D4)

hôm nay today (5, D1)

hôm qua yesterday (5, G)

hồng pink (10, W)

hộp box (11, Dr)

hở polite particle, used before a personal pronoun in questions (10, D1)

hơi a little (9, D2)

hơn more than, over (8, N)

hơn used to form the comparative of adjectives and adverbs (8, G)

hơn nữa furthermore (12, N)

hợp đồng contract, agreement (12, N)

hợp lại to merge, become united (11, N)

hút to smoke (12, D1)

huyết áp cao high blood pressure (12, U)

hương thơm fragrance (12, N)

hướng direction (14, D1)

I

ít little, few (3, D1)

K

kém weak (in/at something) (3, G)

kém to, before (temporal preposition) (6, D3)

kéo dài to last (for a long time) (14, D1)

kéo đến to draw near (14, D3)

kẻo otherwise, if not, or else (10, D4, G)

kể cả including (13, N)

kết thúc to (come to an) end, finish (10, N)

kia there; that (1, G; 2, D2, G)

kìa there, overthere (10, D2)

kiểm tra to check, to test, to examine (8, D2)

bài kiểm tra test, quiz

kiến trúc architecture (10, N)

kinh đô capital (in the past, not present day) (10, N)

kinh tế economy, economics (10, N)

kính glasses (11, G)

kính râm sunglasses (11, Dr)

kịp to have enough time to do something on time (14, D3, U)

ký to sign (12, N)

ký túc xá dormitory (9, Dr)

kỷ niệm memory; to commemorate (14, D2)

làm kỷ niệm to remember

kỹ sư engineer (1, G)

kỹ thuật technology (7, N)

Kh

khá well, good (3, G)

khá rather, pretty (9, U)

khác another, different (8, N)

khác nhau different, various (9, N; 14, U)

khách guest (10, D4)

khách du lịch tourists

khách hàng customer (11, N)

khách sạn hotel (10, D1)

khám/khám bệnh (cho) to examine (a patient) (12, D1)

khám sức khoẻ check-up (a general physical examination) (12, Dr)

khen to praise (3, D)

khen quá lời to flatter someone too much

khi when (9, G)

khi nào? when? (5, G)

khi nào whenever, when (conjunction) (10, D4)

khi nào đấy/đó sometime (14, G)

khí hậu climate (10, Dr)

khiêu vũ to dance (9, N)

khó difficult, hard (1, Dr)

khó chịu unpleasant (14, D1)

khoa faculty, school (8, N)

khoa học science (8, N)

khoá lock; to lock (10, D4)

khoảng approximately, about (8, N)

khoẻ well, fine, healthy, strong (1, D)

khỏi out of (10, N)

khỏi to get better, recover (12, D1)

khô dry (14, N)

không no, not (1, G)

không zero (2, Dr)

không có gì no problem (reply to a thank you) (10, D3)

không có nhà not to be at home (4, D3)

không còn … nữa no longer, not any more (10, D4)

không dám you are welcome (reply to a thank you) (10, D1)

không … mà … not … but … (13, N, G)

không mất tiền for free (10, Dr)

khu area (9, D1)

khu thể thao sport area, athletic center

khu phố area (in a city) (11, N)

khuyên to advise, suggest, recommend (12, D1, U)

L

là to be (1, D)

là then, yet (10, D1)

là that (13, G)

lá leaf (12, N)

lái xe to drive; driver (1, Dr; 2, Dr)

lại to come over (5, D2)

lại again (8, N)

lại moreover, in addition (10, D4)

làm to do, to make (4, Dr)

làm/làm cho to make (put someone into a certain state) (12, N), to make someone be/become (14, D1, G)

làm gì? for what purpose? (9, G)

làm ơn please (10, D1)

làm quen (với) to meet, to be introduced (7, D1)

làm việc to work (3, Dr)

lạnh cold (9, G)

Lào Laos (14, N)

lắm very (3, D, G)

lần time (3, Dr)

lần sau next time (8, D2)

lần trước last time (8, D1)

lập gia đình to get married (7, U)

lâu long (4, D1)

Lâu chưa? How long have you had this problem? (12, D1)

lâu ngày for a long time (4, D1)

lây to transmit (of a disease); infectious, contagious (12, N)

lầy lội muddy (14, D1)

lấy to take (6, D2)

lấy to take money (informal) (11, D3)

Cuốn này bán thế nào đây? How much is this book?

Lấy anh 50 nghìn I'll take 50,000 dong (from you).

lấy chồng to get married (speaking of a woman) (7, N)

lấy đồng hồ to set one's watch

lấy vợ to get married (speaking of a man) (7, U)

lẻ and (particle for numbers) (5, G)

len wool (11, Dr)

lê pear (2, G)

lên to go up (8, D1)

lên to reach a certain age (speaking of children) (7, U)

lên cao to rise (14, N)

lên gác to go upstairs (8, Dr)

lịch calendar (5, D1)

lịch sử history (7, D1)

liên doanh to have a joint venture (13, D4)

linh and (particle for numbers) (5, G)

lít liter (14, U)

lo to worry, be worried (1, Dr; 3, G)

loại kind, type (10, Dr)

lon can (of beer, soda pop) (11, Dr)

lối way (used for directions) (10, D3)

lỗi error, mistake (8, D2)

lời word (10, W)

lớn big (2, Dr)

lớp class (3, Dr)

lúa rice (the plant in paddies) (13, D4, U)

lúa nước rice grown in flooded paddy fields, wet-rice

lụa silk (11, D1)

luận án thesis, dissertation (7, D2)

luật law (11, Dr)

luật sư lawyer (13, Dr)

lúc moment; temporal preposition (6, D2)

lúc ấy at that time (8, N)

lúc đầu at first (13, N)

luộc to boil (13, N)

lụt flood, flooding (14, N)

lươn eel (13, D2)

lượng amount (13, N)

M

mà but (9, G), in order to (14, D2, G), relative pronoun and adverb (14, D2, G)

má mother (4, U)

mang to carry (8, Dr,), wear (11, U)

mang tên to be named for (8, N)

mạnh strong (13, D4)

mát fresh and cool (13, Dr)

mát mẻ pleasantly cool (reduplicative) (14, D3)

máy ảnh camera (14, D2)

máy bay airplane (3, Dr)

máy vi tính computer (14, Dr)

mặc to wear (11, D1, U)

mặc cả/mà cả to bargain (11, D2)

mặc dù though, although (13, N, G)

mắm salted seafood (13, N)

mắt eye (10, G)

mặt hàng item, article for sale (11, N)

mây cloud (14, D3)

mấy hôm nay these days, in recent days (14, D1)

mất to take time to do something (9, N, G)

mất bao lâu? how long does it take? (9, G)

mẫu/màu color (2, Dr)

mấy? how many? (4, G)

mấy a few (2, D2)

mấy giờ? what time? (6, D1)

mẹ mother (1, Dr)

mèo cat (2, Dr)

mét meter (14, U)

mệt to be tired (9, Dr)

mì wheat noodles (13, N)

mía sugar cane (13, D2)

    nước mía sugar cane juice

miền region, zone (10, N)

miến glass noodles (13, N)

mình I (3, D2; 4, U)

mít tinh rally (10, G)

mọi every (13, D2, G)

mọi người everyone, everybody (12, N; 13, G)

món dish (8, Dr)

mong to expect, hope (12, N)

Mong thư của anh I am looking forward to hearing from you soon

mỗi every, each (12, D4, G)

mỗi lúc một more and more (13, G)

môn subject, course, class (4, D2)

mồng particle for dates (5, D1)

một one (2, Dr)

một ít a little (13, D3, U)

một số some, several (9, N)

một trong những one of (8, N)

mở to open (1, Dr)

mỡ fat, grease (10, Dr)

mời to invite (4, D3), please (8, G), to treat (someone to something) (13, N)

mới new (1, D3)

mới just (only a very short time ago) (7, G), not … until … (13, N, G)

mũ hat (1, Dr)

mua to buy (1, Dr)

mùa season (12, N)

mục sư minister (8, N)

mùi smell, odor (13, N)

mùng particle for dates (5, D1)

muối salt; to salt, pickle (13, N)

muốn to want (2, D2; 9, G)

muộn late (6, D3)

mưa to rain (2, Dr)

mưa phùn drizzle (14, D1)

mưa rào downpour (14, D3)

mức sống living standard (9, N)

mười ten (2, Dr)

mượn to borrow (1, D2)

Mỹ America, the U.S.A. (2, D1)

mỹ phẩm cosmetics (11, N)

N

nạc lean (13, D1)

nải cluster (11, Dr)

nam male (4, Dr)

nam South; Southern (11, Dr)

nào? what, which? (2, D1, G)

nào … cũng every (10, D2, G)

nào đó indefinite pronoun (14, D3, G)

này this (2, G)

năm five (2, Dr)

năm year (3, D1)

năm học academic year (7, Dr)

năm nay this year (3, D2; 5, U)

năm ngoái last year (5, U)

nằm to lie, be located (10, N)

nắng sunny (12, Dr)

nặng serious, severe (12, D3)

nâng cao to raise, improve (13, N)

nâu brown (2, Dr)

nấu to cook (9, Dr)

nem/nem rán egg roll (13, D2)

nên should (9, D3, G)

nên so (9, N, G)

nền classifier for some abstract concepts (11, N, G)

nếu if (9, G)

nĩa fork (13, D2)

nó he, it (4, U)

nói (về) to speak (of, about) (2, Dr; 7, D2)

nói chung generally speaking (11, N)

nói chuyện to talk, converse (8, N)

nón Vietnamese conical palm hat (11, U)

nóng hot (9, D3)

nối to connect, link (9, N)

nổi tiếng famous, renowned (8, N)

nội domestic (11, N)

nội/khoa nội internal medicine (12, D1)

   bác sĩ nội internist, specialist in internal diseases

nông dân farmer, peasant (13, N)

nông nghiệp agriculture, farming (13, N)

nông sản farm products (11, N)

nông thôn countryside (9, N)

nộp to hand in, turn in (11, G)

nơi place (4, D1)

nơi nào đấy/đó somewhere, someplace, in some place (14, G)

núi mountain (9, D3)

nữ female (4, Dr)

nửa half (6, D3; 13, G)

nữa more, further (9, G)

nữa in (12, D2, G)

   hai tiếng nữa in two hours

nước country (2, D1)

nước water (13, D1)

nước dùng broth (13, D1)

nước chấm dipping sauce (13, N)

nước mắm fish sauce (13, D1)

nước ngoài foreign (10, D2)

nướng to roast, barbecue (13, D2)

Ng

Nga Russia; Russian (2, Dr)

ngã to fall down (speaking of people) (14, Dr)

ngã ba T-intersection (10, D1)

ngã tư intersection (10, D3)

ngạc nhiên to be surprised (12, N)

ngại (to be) hesitant, unwilling (14, D1)

ngàn thousand (5, G)

ngạt mũi (having) a stuffed nose (12, U)

ngay just, right (10, N; 11, N, G)

ngày day (4, D1)

ngày càng more … every day (13, N, G)

ngày lễ holiday (10, N)

ngày mai tomorrow (5, D2)

ngày nay today, at the present time (10, N)

ngắn short (4, Dr)

ngân hàng bank (10, N)

nghe to listen, hear (1, Dr; 7, D2)

nghỉ to rest (2, Dr)

nghỉ đông (to have) a winter break (7, N)

nghỉ hai ngày having two days off (9, D1)

nghỉ hè (to have) a summer vacation (7, N)

nghỉ mát to go on a summer vacation (to get relief from the heat)

nghĩ to think (12, G)

nghiên cứu to research (8, N)

nghiên cứu sinh Ph.D. student (8, N)

nghiện to be addicted to (13, N)

nghìn thousand (5, G)

ngoài outside of (9, G)

ngoài ra in addition, besides (8, N)

ngoại imported (11, N)

ngoại khoá extracurricular (9, N)

ngoại ngữ foreign language (3, D2)

ngoại thành suburbs, outskirts (9, D3)

ngoại văn foreign language (in some word-combinations) (10, D2)

   cửa hàng sách báo ngoại văn foreign language bookstore

ngon tasty (1, Dr)

ngọt sweet (11, D2)

ngôi classifier for buildings, houses (2, D2, G)

ngồi to sit, take a seat (8, Dr)

ngủ to sleep (2, Dr)

nguy hiểm dangerous (10, Dr)

ngữ pháp grammar (8, D2)

ngứa itchy (12, U)

ngựa horse (2, Dr)

người classifier for some nouns denoting people (9, D2)

người man, person (2, D)

người bán hàng salesperson (11, D3)

người dân residents, people (11, N)

người nào đấy/đó someone (14, G)

người ta they (11, D2, G)

Nh

nhà house, home (1, Dr)

nhà báo reporter, journalist (11, W)

nhà hàng restaurant (9, D1)

nhà hát theater (9, D2)

nhà khoa học scientist (11, W)

nhà kinh tế economist (11, W)

nhà máy factory (4, Dr)

nhà nghỉ cottage (9, N)

nhà nghiên cứu researcher (13, N)

nhà nước state (10, N)

nhà thơ poet (11, D3)

nhà thờ church (10, N)

nhà văn writer, author (10, Dr)

nhạc music (1, Dr)

nhãn hiệu label (13, D4)

nhanh fast (6, D1)

nhanh chóng quickly, promptly (11, N)

nhau each other, one another (11, N, G)

nhảy to dance (10, Dr)

nhắc to remind (11, Dr)

nhầm to make a mistake (10, D3)

   nhầm đường to take a wrong way

nhân (với) to multiply (14, D4, G)

nhân dân people (10, N)

Nhân dân tệ renminbi (monetary unit of the People's Republic of China) (11, Dr)

nhân dịp on the occasion of (11, Dr)

nhẫn ring (worn on the finger) (11, U)

nhận to receive (13, G)

nhập khẩu to import (11, N)

nhất first (3, D)

nhất used to form the superlative of adjectives and adverbs (8, G)

nhất là especially (13, N)

Nhật Japan; Japanese (2, Dr)

nhé O.K.? (8, D3)

nhẹ light, not heavy (2, Dr)

nhiệt độ temperature (12, D1)

nhiệt đới tropical (11, N)

nhiều much, many (3, G)

nho grape (2, Dr)

nhỏ small (1, G), quiet (speaking of sounds) (3, Dr)

nhổ to take out, extract (12, D2)

nhồi to stuff (13, D3)

nhớ to remember (3, Dr), not forget (10, D4)

nhớ to miss (12, N)

   nhớ nhà to be homesick

như as, like (7, N)

như used to form the positive of adjectives and adverbs (8, G)

như thế nào? what?, how? (3, G)

nhức ache, a stinging pain (12, D1)

nhức đầu (to have) a headache

nhức nhối (to feel a) lasting pain (12, D2, W)

nhưng but (3, Dr)

những plural marker (3, G)

những người lớn tuổi old people (9, N)

O

oi sultry, muggy (14, D1)

   oi bức hot and muggy

Ô

ô umbrella (2, G)

ô tô car (1, Dr)

ốm to be sick (6, Dr)

ôn to review, read (for a test, exam) (8, D2)

ồn noisy (14, Dr)

ông grandfather; Mister; you (1, Dr; 4, G)

Ơ

ở to live (2, Dr)

ở in, at, on (2, D, U)

ở đây here (3, Dr)

ở đâu? where? (location) (2, G)

ở đâu đấy/đó somewhere (14, G)

ở lại to stay, remain (9, Dr)

ở nhà at home (2, Dr)

ơi excuse me, hey (2, D2; 10, D1)

ớt (red) pepper (13, D1)

Ph

pha to mix (speaking of liquid) (13, N)

phải must, to have to (9, G)

phải right (10, D3)

   bên [tay] phải on the right side

phải không? interrogative expression (2, G)

phản ánh to reflect (13, N)

Pháp France; French (2, Dr)

phát triển to develop (9, N)

phần part (8, N)

phần lớn most (9, N)

phẩy comma (14, D4, G)

phía side, direction (10, N)

   về phía tây to the West

phim movie (4, D3)

phong cảnh view (12, Dr)

phong kiến feudal (10, N)

phong phú plentiful, abundant (11, N)

phong tục custom (12, Dr)

phòng room (3, Dr)

phòng học tiếng language lab (8, D3)

phòng thử fitting room (11, D1)

phố street (1, Dr)

phố phường streets (collective noun) (10, N)

phổ biến common, popular (13, N)

phổi lung (12, U)

   viêm phổi pneumonia

phở Vietnamese soup with rice noodle (10, Dr)

phụ nữ woman (11, Dr)

phục vụ to serve (11, N)

phút minute (4, D3)

phương tiện means (10, D4)

Qu

qua to cross, pass (8, G), come by (9, D1)

qua through (10, N)

qua đó by that means, thereby (9, N)

quà gift (11, Dr)

quá very, excessive (3, D, G)

quả fruit; classifier for fruits (2, G)

quan trọng important (10, D4)

quán small store or restaurant (11, N)

quanh năm all year round,

throughout the year (13, N)

quay lại to go back, to make a U-turn (10, D3)

quần pants, trousers (2, Dr)

quần áo clothes (10, W)

quần vợt tennis (9, D1)

quầy stand, kiosk (10, D2)

  quầy [bán] báo newsstand

quen to know, be acquainted with (3, Dr)

quen to be used to (11, N, U)

quên to forget (8, D2)

quốc gia national (2, D1)

Quốc tử giám Royal College (school for mandarins' children (10, N)

quyển classifier for books (2, G)

R

ra to go out, come out (8, G)

rán to fry (13, D3)

rau vegetables (11, N)

rau muống bindweed, river greens (13, N)

rau sống raw vegetables (13, N)

răng tooth (12, D2)

  bác sĩ răng dentist

rằng that (13, G)

rất very (3, G)

rẻ cheap, inexpensive (2, Dr)

rẽ to turn (10, D1)

  rẽ [tay] trái to turn left

rét cold, freezing(14, D1)

  rét buốt piercingly cold

riêng separate, private, own (9, N)

rõ clear (3, Dr)

rồi already (6, G)

rồi then, and then (8, N)

rỗi free, having free time (10, Dr)

rùa turtle (10, N)

ruột thừa vermiform appendix (12, D3)

  viêm ruột thừa appendicitis

rưởi and a half (13, D1, G)

rưởi and a half (6, D1; 13, G)

rượu alcoholic drink, liquor (13, D4)

  rượu trắng vodka

  rượu vang wine (13, D4)

S

sách book (1, Dr)

sai incorrect (3, Dr)

sản phẩm product (13, N)

sản xuất to produce, make (13, D4)

sang to go, come over (7, D1)

sang năm next year (5, G)

sáng morning (5, G)

sao? why? (9, D3)

sao đắt thế? It's too expensive. (11, D1)

sau after, behind (9, G)

sau đó then, after that (9, N)

sau khi after (conjunction) (9, D1, G)

sau này in the future (7, N)

sáu six (2, Dr)

sắp soon (7, D2)

sân bay airport (10, Dr)

sân vận động stadium (9, N)

sầu riêng durian (13, Dr)

sẽ to happen, occur [in future] (7, D2)

siêu thị supermarket (11, N, U)

sinh to give birth; be born (7, N, U)

sinh học biology (7, Dr)

sinh nhật birthday (5, D2)

sinh tố juice (13, Dr)

sinh viên student (1, Dr)

so với in comparison with, compared to/with (11, N)

song however (14, N)

số number (10, Dr)

số điện thoại phone number (9, Dr)

số small notebook (4, Dr)

sổ mũi (having) a runny nose (12, U)

sông river (9, N)

sông Cửu Long the Mekong River

  đồng bằng sông Cửu Long (ĐBSCL) the Mekong River delta (14, N)

sông Hồng the Red river (in Northern Vietnam) (9, Dr)

sống to live (6, Dr)

sốt fever (12, D1)

  bị sốt to have a fever

sợ to fear, be afraid (3, G)

sớm early (8, N)

suốt throughout (12, D2)

  suốt đêm throughout the night, all night long

sự an element, turning a verb into a noun (11, W)

sữa milk (12, N)

  cây hoa sữa a type of tall tree in Hanoi

sức khoẻ health (12, D1)

sương mù fog (14, D2)

T

ta we (4, G)

tai nạn accident (12, Dr)

tái rare, half-cooked (13, D1)

tại in, at (8, N)

tại sao? why? (9, G)

tám eight (2, Dr)

tan to clear, burn off (of fog) (14, D2)

tàn phá to destroy, ruin (10, N)

tạnh to stop (of rain) (14, D3)

táo apple (2, Dr)

tạp chí magazine, journal (1, Dr)

tạp hoá dry goods (11, N)

Tàu China; Chinese (in some word-combinations) (10, Dr)

tàu hoả train (in Northern Vietnam) (10, D4)

tàu thuỷ ship (10, D4)

tay arm, hand (8, D1)

tắc congested (9, N)

  đường tắc roads are congested

tăng/tăng lên to increase (13, N)

tặng to present, make a gift to (11, G)

tấn ton (12, Dr)

tầng floor (8, G)

tập to practice (8, N)

tập collection (of poems, short stories) (11, D3)

tất socks (11, U)

tất cả all (13, G)

tất nhiên of course (9, D2)

tây west; western (10, N)

Tây Ban Nha Spain; Spanish (2, Dr)

tem (postage) stamp (10, G)

tên name (1, D)

Tết New Year (9, Dr)

tiếc to regret (4, D3)

Tiếc quá! What a pity! (4, D3)

tiền money (9, Dr)

tiền học tuition (13, Dr)

tiến sĩ doctor (one who holds a doctorate) (7, D2)

tiện convenient (9, D3)

tiếng language (2, G)

tiếng hour (6, D3)

tiếp xúc to communicate (9, N)

tiểu thủ công nghiệp hand(i)craft (11, N)

tiểu thuyết novel (11, D3)

tìm to look for, seek (14, D3)

tìm hiểu (về) to learn about (9, D2)

tìm được to find (14, Dr)

tin news (12, Dr)

tin học computer science (6, D2)

tình hình situation (12, N)

  Tình hình công việc của anh

thế nào? How are you doing?

tính to calculate, figure out (13, D1)

tính ra to calculate in (14, D4)

  tính ra độ F to calculate in F degrees

to big, large; loud (1, Dr; 3, Dr), wide(ly) (12, D1), heavy; heavily (speaking of rain) (3, Dr)

toà classifier for tall buildings (2, D2, G)

toán mathematics (7, D1)

tỏi garlic (13, N)

tổ chức to organize (5, D2)

tôi I (1, D1; 4, G)

tối evening (5, G)

tối mai tomorrow evening (5, D2)

tôm shrimp (13, D2)

tốt good (1, Dr)

tốt đẹp fine, splendid (10, W)

tốt lắm! very good! excellent! (8, D1)

tốt nghiệp to graduate (7, N)

tờ sheet; classifier for paper, newspapers (2, G)

tới to come, arrive (8, G)

tục ngữ proverb, saying (1)

túi pocket, bag (5, D1)

tuần week (4, D1)

tuần sau next week (5, D1)

tuần trước last week (5, G)

túi bag (10, Dr)

tuổi age, year of age (7, N)

tuy … nhưng … though, although (13, N, G)

tuỳ theo according to, depending on (11, N)

tuyết snow (14, N)

tuyệt excellent (9, D2)

tư four; fourth (3, G)

tư private (10, N)

tư nhân private (11, N)

từ word, vocabulary (1, Dr)

từ from (6, D3, G), from (a place) (7, N), since (12, N, G)

  từ lâu rồi long since

từ điển dictionary (1, Dr)

tự/tự … lấy self (13, D1, G)

tức là that is (6, D1)

từng every (10, N; 13, G)

tươi fresh (13, D1)

tương thick soy sauce (13, D3)

tương đối relative(ly) (14, N)

tương ớt hot chili sauce (13, D1)

tỷ billion (5, G)

Th

thác/thác nước waterfall (14, D2)

thái độ attitude (11, N)

Thái Lan Thailand (5, Dr)

tham gia to take part, participate (9, N)

tham quan to visit (a place) (10, D4)

tháng month (3, Dr)

tháng chạp December (5, G)

tháng giêng January (5, G)

tháng sau next month (5, D1)

tháng trước last month (5, G)

Thanh-Nghệ-Tĩnh provinces of Thanh Hoá, Nghệ An and Hà Tĩnh (14, N)

thanh niên young people (9, N)

thành lập to found, establish (8, N)

thành phố city (3, D1)

thạo to be adept at, familiar with (13, D2)

tháp tower (10, N)

thay to replace, substitute (13, Dr)

thay đổi to change (10, N)

thày giáo (male) teacher (1, Dr)

thăm to visit (7, N)

thẳng straight (10, D1)

thân sincerely (a complimentary closing) (12, N)

thân mến dear (12, N, U)

thấp low, short (3, Dr)

thật/thật là really (14, D1, U)

thấy to see (2, Dr), feel (14, D1)

theo according to (6, D1)

theo anh in your opinion (10, D4)

theo tôi in my opinion (12, D2)

thế thus, so (7, U; 9, D3), and (10, D1)

như thế so, to such extent

thế à? oh! really? (5, D2)

thế giới world (14, Dr)

thế kỷ century (10, N)

thế nào? what?, how? (1, D1; 3, D2, G)

thế thì well then, in that case (9, D2)

thể dục exercises (9, N)

tập thể dục to exercise

thể hiện to express, convey (11, N)

thể thao sports (9, D1)

thêm … nữa more (10, D3)

thi to take a final exam; a final exam (4, D2)

thi vào to take entrance exams to a college (7, N)

thì then (9, G)

thì giờ time (9, U)

thì phải undoubtedly (final particle) (13, D4)

thì sao? how about? (10, D4)

thị trường market (an economic situation) (11, N)

thìa spoon (13, D2)

thích to like (2, Dr; 3, G)

thiên nhiên nature (11, N)

thiếu to lack, be short of (13, N)

thỉnh thoảng sometimes, occasionally (7, N)

thịt meat (11, N)

thịt bò beef (11, Dr)

thịt lợn pork (11, Dr)

thóc rice (13, U)

thôi particle (11, D2, G)

thổi cơm to cook rice (13, N)

thống nhất to unite, unify; (re)unified (10, N)

thơ poetry, poem (11, D3)

thơ mộng picturesque (14, D2)

thời gian time (9, D2, U)

một thời gian a time, a while

thời khoá biểu schedule (8, D4)

thời tiết weather (14, D4)

dự báo thời tiết weather forecast

thu autumn, fall (12, N)

thu hút to attract (9, N)

thủ đô capital (10, N)

thuận lợi favorable (14, N)

thuốc medicine, drug (12, D1)

thuốc lá cigarette (12, D1)

thuỷ sản fresh and salt water seafood (11, N)

Thuỵ Sĩ Switzerland (11, Dr)

thuyền boat (10, G)

thư letter (8, Dr)

thư ký secretary (1, Dr)

thư viện library (2, D2)

thứ kind, sort (11, D2)

thứ ba Tuesday (5, G)

thứ bảy Saturday (5, G)

thứ hai Monday (5, G)

thứ năm Thursday (5, G)

thứ sáu Friday (5, D1)

thứ tư Wednesday (5, D1)

thử to try (10, D4)

thưa polite initial particle (4, D)

thực đơn menu (13, D2)

thực hiện to carry out, implement (14, D2)

thực phẩm food (11, N)

thực tập to do one's internship (6, Dr)

thường usual; usually (7, Dr)

thường thôi nothing special (12, N)

thưởng thức to enjoy (13, N)

Tr

trả to return (8, D2)

trả lời to answer (1, Dr)

trai male (7, N)

trái left (10, D1)

trang page (8, D1)

tranh painting (8, Dr)

tranh thủ to make use, take advantage (9, D2)

tranh thủ thời gian to make use of free time

trăm hundred (5, G)

trắng white (2, D2)

tre bamboo (11, Dr)

trẻ young (1, G)

trẻ con (collective noun) children (9, N)

trên on, on top of (9, N, G)

triều đại dynasty (10, N)

triệu million (5, G)

trong in, within, during (9, G)

trong clear (14, N)

trời trong xanh blue sky

trong đó có including (10, N)

trong khi while, as (9, G)

trộn to mix, blend (13, N)

trông to look (11, N)

trông ra to overlook

trở lạnh to become cold (14, D1)

trở nên to become (14, D3)

trở thành to become (9, N; 14, G)

trời weather (9, D1)

trú to shelter (intransitive) (14, D3)

trú mưa to shelter from the rain, take refuge from the rain

trung bình average (14, N, U)

Trung Quốc China; Chinese (2, Dr)

trung tâm center (8, N)

truyền thống tradition (13, N)

trừ except (13, N)
trừ (đi) to subtract (14, D4, G)
trưa noon (5, G)
trước before; previous (8, N)
trước in front of (9, G)
trước đây before, formerly (9, N)
trước hết first of all (13, N)
trước khi before (9, G)
trường school (2, D1)
trường đại học college, university (2, D1)
trường Đại học Bách khoa
   University of Technology (6, D1)
trường Đại học Kỹ thuật Massachusetts MIT (7, N)
trường Đại học Quốc gia
   National University (2, D1)
trường trung học high school (7, N)
trưởng a person who leads, rules or is in charge (11, W)
trưởng phòng chief of an office (12, N)

U
Úc Australia (9, Dr)
uống to drink (3, Dr)
uỷ ban committee (10, N)
   Uỷ ban nhân dân thành phố
   City Hall

Ư
ừ yeah (5, D1)

V
và and (2, G; 3, G)
vài several (9, N)
vải fabric (11, Dr)
vàng yellow (2, Dr)
vàng gold (11, Dr)
vào to enter, be admitted (7, Dr)
vay to borrow (speaking of money) (13, G)

văn hoá culture (11, G; 13, N)
văn học literature (7, Dr)
Văn miếu Temple of Literature (10, N)
văn phòng office (7, D2)
văn phòng phẩm office supplies, stationery (11, N)
vắng mặt to be absent (8, D1)
v.v… = vân vân etc. (11, N)
vấn đề problem (12, Dr), issue (13, Dr)
vẫn = vẫn còn still (7, D2, G)
vẫn còn still (7, D2, G)
vâng yes (1, D)
vậy = thế (6, U; 14, D1)
   như vậy = như thế so, to such extent
vé ticket (9, D2)
vẽ to draw (2, G)
về to return, go back, come back (8, G)
về on, of, about (9, N; 11, D3, G)
về hưu to retire (7, Dr)
về nước to go back to one's home country (8, Dr)
vì because (9, N, G)
vì sao? why? (9, U)
vì vậy/vì vậy nên because of that (13, N)
vị trí place, position (11, N)
vỉa hè sidewalk (11, N)
việc business (4, D2)
việc an element, turning a verb into a noun (11, W)
việc làm job (14, Dr)
việc phát triển development (14, N)
viêm inflamation; inflamed (12, D3)
   viêm ruột thừa appendicitis
viên tablet, pill (12, D4)
viên member of an organization (11, W)
viện institute (10, Dr)

viết to write (8, Dr)
võ martial arts (9, U)
vội to hurry, be in a rush (10, D4)
vở notebook (1, Dr)
vợ wife (7, N)
với with (1, D1)
với nhau with each other (8, N)
vua king (10, N)
vui to be glad, happy (1, D1); have fun, be fun, enjoy, be enjoyable (8, N)
vùng region (12, Dr)
vừa just (only a very short time ago) (7, G)
vừa to fit (11, D1)
vừa mới just (only a very short time ago) (7, G)
vừa … vừa … both … and … (8, N, G)
vườn garden (9, N)
   vườn bách thú zoo
   vườn bách thảo botanical garden

X
xa far away (9, D3, U)
xanh green, blue (2, Dr)
xanh lá cây green (11, D1)
xanh nước biển navy blue (11, D1)
xào to stir-fry
xấu ugly (3, G)
xây dựng to build (10, N)
xe vehicle, car (1, Dr)
xe buýt bus (10, D4)
xe đạp bicycle (2, Dr)
xe điện ngầm subway (10, D4)
xe đò long-distance bus (in Southern Vietnam) (10, D4)
xe khách long-distance bus (in Northern Vietnam) (10, D4)
xe lửa train (in Southern Vietnam) (10, D4)

xe máy motorbike (2, Dr)

xem to watch, look, take a look (4, D3), and we'll see (12, U)

xích-lô pedicab (10, D4)

xin to let, allow, permit (7, D1)

xin lỗi to excuse, beg pardon (1, D1), apologize (12, Dr)

xoài mango (2, Dr)

xong to be finished, be done (8, D3, G)

xông to have a steam bath for a cure (12, N)

xuất hiện to appear (10, N)

xuất khẩu to export (11, N)

xung quanh around (10, N)

xuống to go down, get down (8, G)

xuống nhà to go downstairs (8, Dr)

xúp soup (13, D2)

Y

y medicine, medical (9, Dr)

y tá nurse (1, Dr)

Ý Italy; Italian (2, Dr)

yên tĩnh quiet (14, Dr)

yêu to love (2, G)

yếu weak (12, N)

ENGLISH-VIETNAMESE GLOSSARY

This glossary contains the English words, phrases and set expressions, the Vietnamese equivalents of which are used in this textbook. The part of speech of an English word is indicated in the cases when the same form of a word functions as different parts of speech that have different equivalents in Vietnamese, for instance *after* (conjunction) **sau khi** (9, G) and *after* (preposition) **sau** (9, G), or *telephone* (noun) **điện thoại** (10, Dr) and *telephone* (verb) **gọi điện [thoại]** (10, Dr). The explanations are used to distinguish the different meanings of a word, for example *short* (opposite of long) **ngắn** (5, Dr) and *short* (not tall) **thấp** (3, Dr); or to distinguish homonyms, for example *can* (of beer, pop drink) **lon** (11, Dr) and *can* (be able) **có thể** (9, G).

The lesson number/section code is the same as that used in the Vietnamese-English Glossary (see p. 230).

A

a few **mấy** (2, D2)

a little **hơi** (9, D2), **một ít** (13, D3, G)

about (approximately) **gần** (2, D2; 6, D3), **khoảng** (8, N), **độ** (10, D1)

about (in reference to) **về** (11, D3, G)

abundant **phong phú** (11, N)

academic year **năm học** (7, Dr)

according to theo (6, D1), **tuỳ theo** (11, N)

activity **hoạt động** (9, N)

add **cộng (với)** (14, D4)

advise **khuyên** (12, D1, U)

after (conjunction) **sau khi** (9, D1, G)

after (preposition) **sau** (9, G)

after that **sau đó** (9, N)

again **lại** (8, N)

age **tuổi** (7, N)

agency **cơ quan** (10, N)

ago **cách đây** (7, D1)

three days ago **cách đây ba ngày**

agree on the time to meet with someone **hẹn** (9, D2)

agree with **đồng ý (với)** (9, D2)

agriculture **nông nghiệp** (13, N)

airplane **máy bay** (3, Dr)

airport **sân bay** (10, Dr)

alcoholic drink **rượu** (13, D4)

all **tất cả** (13, G), **cả** (10, N; 13, G)

all night long **suốt đêm** (12, D2)

all of a sudden **bỗng/bỗng nhiên** (14, D1)

all year round **quanh năm** (13, N)

allergy (to) **dị ứng (với)** (12, U)

allow **xin** (7, D1)

almost **gần như** (14, N)

almost nothing **chưa ăn thua gì** (14, D4, U)

already **rồi** (6, G)

also **cũng** (1, D1; 3, G)

although **mặc dù, tuy … nhưng …** (13, N, G)

always **bao giờ … cũng** (10, G)

ambulance **xe cấp cứu** (12, D3)

America **Mỹ** (2, D1)

amount **lượng** (13, N)

ancient **cổ** (8, N)

an ancient city **thành phố cổ**

and **và** (2, G; 3, G), **còn** (3, G), **thế** (10, D1)

and (particle for numbers) **linh** (5, G), **lẻ** (5, G)

and a half **rưỡi** (13, D1)

and a half **rưỡi** (6, D1)

and then **rồi** (8, N, G)

another **khác** (8, N)

answer (verb) **trả lời** (1, Dr)

apologize **xin lỗi** (12, Dr)

apparently **hình như** (**12, D1**)

appear **xuất hiện** (10, N)

appendicitis **viêm ruột thừa** (12, D3)

apple **táo** (2, Dr)

appliance **đồ dùng** (11, N)

household appliances **đồ dùng gia đình**

application **đơn** (12, D1)

approximately **gần** (2, D2; 6, D3), **khoảng** (8, N), **độ** (10, D1)

architecture **kiến trúc** (10, N)

area **khu** (9, D1), **khu phố** (in a city) (11, N)

arm **tay** (8, D1)

around **xung quanh** (10, N)

arrive **đến** (5, D2), **tới** (8, G)

article (newspaper) **bài/ bài báo** (9, Dr)

articles for sale **hàng/mặt hàng** (11, N)

as **như** (7, N)

as (conjunction of time) **trong khi** (9, G)

as for **còn** (1, D)

as for me **còn tôi/mình … thì** (9, D1)

ask (a question) **hỏi** (1, Dr)

assiduous **chăm** (9, D1)

assign **giao** (8, D1)

at **ở** (2, D, U), **tại** (8, N)

at all **cả** (9, G)

at first **lúc đầu** (13, N)

at home **ở nhà** (2, Dr)

at that time **lúc ấy** (8, N)

at the end of the class **cuối giờ** (8, N)

at the same time **cùng một lúc** (13, N)

athletic center **khu thể thao** (9, D1)

attentively **chú ý** (8, N)

attitude **thái độ** (11, N)

attract **thu hút** (9, N)

attractive **hấp dẫn** (9, D1)

aubergine **cà** (13, N)

aunt **cô, bác** (1, G, 4, U)

Australia **Úc** (9, Dr)

author (writer) **nhà văn** (10, Dr)

autumn **thu** (12, N)

average **trung bình** (14, N, U)

award (noun) **giải thưởng** (8, N)

B

badminton **cầu lông** (9, U)

bag **túi** (5, D1), (10, Dr)

bamboo **tre** (11, Dr)

banana **chuối** (2, G, Dr)

bank (financial establishment) **ngân hàng** (10, N)

bank (of a river, lake) **bờ** (9, D1)

barbecue (verb) **nướng** (13, D2)

bargain **mặc cả/mà cả** (11, D2)

basketball **bóng rổ** (9, U)

be **là** (1, D)

be a vegetarian **ăn chay** (13, N)

be able **có thể** (9, D1, G), **được** (12, D2, G)

be absent **vắng mặt** (8, D1)

be acquainted with **quen** (3, Dr)

be addicted to **nghiện** (13, N)

be adept at **thạo** (13, D2)

be admitted **vào** (7, Dr)

be afraid **sợ** (3, G)

be allergic (to) **dị ứng (với)** (12, U)

be angry **giận** (11, Dr)

be born **sinh** (7, N, U)

(be) call(ed) something **gọi là/ gọi … là** (10, D4)

be distant from **cách** (9, N)

be done **xong** (8, D3, G)

be enjoyable **vui** (8, N)

be finished **xong** (8, D3, G)

be fun **vui** (8, N)

be glad **vui** (1, D1)

be happy **vui** (1, D1)

be hesitant **ngại** (14, D1)

be homesick **nhớ nhà** (12, N)

be in a rush **vội** (10, D4)

be introduced to someone **làm quen** (7, D1)

be located **nằm** (10, N)

be married **có gia đình** (7, D2, U), **có chồng** (speaking of a woman) (7, D2, U), **có vợ** (speaking of a man) (7, U)

be named for **mang tên** (8, N)

be short of **thiếu** (13, N)

be sick **ốm** (6, Dr)

be sold out **hết** (11, D3)

be sure **chắc** (12, N)

I am sure that … **Tôi chắc …**

be surprised **ngạc nhiên** (12, N)

be tired **mệt** (9, Dr)

be unwilling **ngại** (14, D1)

be used to **quen** (11, N, U)

bean **đậu** (13, N)

bear (verb) **chịu** (10, W)

beat **đánh** (9, D1)

beautiful **đẹp** (1, Dr)

because of that **vì vậy/vì vậy nên** (13, N)

because **vì** (9, N, G)

become (come to be) **trở thành** (9, N; 14, G), **trở nên** (14, D3, G)

become cold **trở lạnh** (14, D1)

become united **hợp lại** (11, N)

beef **thịt bò** (11, Dr)

beer **bia** (3, Dr)

beer from a tap **bia hơi** (13, D4)

before (adverb) **trước đây** (9, N)

before (conjunction) **trước khi** (9, D1, G)

before (preposition) **trước** (8, N; 9, G)

beg pardon **xin lỗi** (1, D1)

begin **bắt đầu** (6, G)

beginning **đầu** (10, D2)
    at the beginning of the street **đầu phố, đầu đường**

behind **sau** (9, G)

belittle **chê** (10, G)

belly **bụng** (12, D3)

below **dưới** (9, G)

besides **ngoài ra** (8, N)

big **to** (1, Dr), **lớn** (2, Dr)

bike parking lot **chỗ gửi xe** (10, D4)

billion **tỷ** (5, G)

bindweed **rau muống** (13, N)

biology **sinh học** (7, Dr)

bird **chim** (2, G)

birthday **sinh nhật** (5, D2)

black **đen** (2, Dr)

blackboard **bảng** (8, D1)

blend (verb) **trộn** (13, N)

blue **xanh** (2, Dr)

blue sky **trời trong xanh** (14, N)

boat **thuyền** (10, G)

boil (verb) **luộc** (13, N)

book (a room at a hotel) **đặt** (13, Dr)

book **sách** (1, Dr)

bookstore **hiệu sách** (2, Dr)

borrow **mượn** (1, D2), **vay** (speaking of money) (13, G)

botanical garden **vườn bách thảo** (9, N)

both … and … **vừa … vừa …** (8, N,G)

bottle **chai** (11, Dr)

bowl **bát** (10, Dr)

box **hộp** (11, Dr)

bread **bánh mỳ** (10, Dr)

break down **hỏng** (12, G)

bridge **cầu** (10, N)

bring the food to the table **dọn cơm** (13, N)

broth **nước dùng** (13, D1)

brown **nâu** (2, Dr)

build **xây dựng** (10, N)

bureau **cơ quan** (10, N)

burn off (speaking of fog) **tan** (14, D2)

bus **xe buýt** (10, D4)

bus stop **bến xe buýt** (9, Dr)

business **việc** (4, D2)

busy **bận** (4, D1, U)

but **nhưng** (3, Dr), **mà** (9, G)

but (having a good point) **được cái** (14, D3, U)

buy **mua** (1, Dr)

by **bằng** (10, D2, D3, G)

by that means **qua đó** (9, N)

C

cake **bánh** (13, N)

calculate **tính** (13, D1)

calculate in **tính ra** (14, D4)

   calculate in F degrees **tính ra độ F**

calendar **lịch** (5, D1)

call (verb) **gọi là** (10, D4)

camera **máy ảnh** (14, D2)

can (be able) **có thể** (9, D1, G)

can (of beer, soda pop) **lon** (11, Dr)

capital (city) **thủ đô** (10, N)

capital (in the past, not present day) **kinh đô** (10, N)

car **ô tô, xe** (1, Dr)

careful **cẩn thận** (14, D1)

carry **mang** (8, Dr), **đưa** (10, D4)

carry out **thực hiện** (14, D2)

cat **mèo** (2, Dr)

cause (verb) **gây ra** (14, N)

celebrate one's birthday **ăn sinh nhật** (5, D2)

cell phone **điện thoại di động** (11, Dr)

center **trung tâm** (8, N)

century **thế kỷ** (10, N)

chair **ghế** (2, G)

chalkboard **bảng** (8, D1)

chance **dịp** (9, N)

change (verb) **thay đổi** (10, N)

change to **chuyển sang** (11, N)

cheap **rẻ** (2, Dr)

check (verb) **kiểm tra** (8, D2)

check-up **khám sức khoẻ** (12, Dr)

chicken **gà** (13, D1)

chief of an office **trưởng phòng** (12, N)

child **con** (2, G; 4, G; 10, G)

children **trẻ con** (collective noun) (9, N)

China **Trung Quốc** (2, Dr), **Tàu** (in some word-combinations) (10, Dr)

Chinese **Trung Quốc** (2, Dr), **Tàu** (in some word-combinations) (10, Dr)

choose **chọn** (13, D2)

chopsticks **đũa** (9, Dr)

church **nhà thờ** (10, N)

cigarette **thuốc lá** (12, D1)

city **thành phố** (3, D1)

City Hall **Uỷ ban nhân dân thành phố** (10, N)

class **lớp** (3, Dr), **môn** (4, D2)

class period **giờ học** (8, D1)

classifier for animals, fish, birds **con** (2, G; 4, G; 10, G)

classifier for books **cuốn, quyển** (2, D2, G)

classifier for buildings, houses **ngôi** (2, D2, G)

classifier for clouds, crowds **đám** (14, D3)

classifier for events in which a number of people take part **cuộc** (10, N; 11, W)

classifier for fruits **quả** (2, G)

classifier for inanimate things **cái** (2, G)

classifier for inanimate things **chiếc** (2, G)

classifier for letters, paintings, etc. **bức** (12, N)

classifier for movies **bộ** (4, D3)

classifier for paper, newspapers **tờ** (2, G)

classifier for rains, winds, storms, anger **cơn** (14, N, G)

classifier for some abstract concepts **nền** (11, N, G)

classifier for tall buildings **toà** (2, D2, G)

clear **rõ** (3, Dr), **trong** (14, N)

clear (verb; speaking of fog) **tan** (14, D2)

climate **khí hậu** (10, Dr)

clock **đồng hồ** (6, D1)

closely (to follow) **chú ý** (8, N)

clothes **quần áo** (10, W)

cloud **mây** (14, D3)

club **câu lạc bộ** (9, N)

cluster **nải** (11, Dr)

   a cluster of bananas **nải chuối**

coast **bờ** (9, D1)

coconut **dừa** (1, Dr)

cold **lạnh** (9, G), **rét** (14, D1)
  piercingly cold **rét buốt** (14, D1)

cold (a disease) **cảm/cảm lạnh** (12, U)

collection (of poems, short stories) **tập** (11, D3)

college **trường đại học** (2, D1)

color **mầu/màu** (2, Dr)

come **đến** (5, D2), **tới** (8, G)
  come to class **đến lớp** (8, D1)

come by **qua** (9, D1)

come back **về** (8, G)

come out **ra** (8, G)

come over **lại** (5, D2), **sang** (7, D1)

come to an end **kết thúc** (10, N)

comma **phẩy** (14, D4)

commemorate **kỷ niệm** (14, D2)

committee **uỷ ban** (10, N)

common **phổ biến** (13, N)

communicate **tiếp xúc (với)** (9, N)

compared to/with **so với** (11, N)

compete **cạnh tranh** (11, N)

computer **máy vi tính** (7, N)

computer science **tin học** (6, D2)

condiment **gia vị** (13, D1)

condition **điều kiện** (14, N)

congested **tắc** (9, N)
  roads are congested **đường tắc**

congratulate **chúc mừng** (5, D2)

congratulations **chúc mừng** (5, D2)

connect **nối** (9, N)

consider **coi là/coi như** (10, G)

consist of **gồm** (11, N)

contagious **lây** (12, N)

contemporary **hiện đại** (10, N)

continuing without interruption **cứ** (8, D3)

contribute **góp phần** (8, N)

convenient **tiện** (9, D3)

converse **nói chuyện** (8, N)

convey **thể hiện** (11, N)

cook (verb) **nấu** (9, Dr)

cook rice **thổi cơm** (13, N)

cookies **bánh** (13, N)

correct (adjective) **đúng** (3, Dr)

correct (verb) **chữa** (8, N)

cosmetics **mỹ phẩm** (11, N)

cottage **nhà nghỉ** (9, N)

cough **ho** (12, D1)

country **nước** (2, D1)

countryside **nông thôn** (9, N)

course **môn** (4, D2)

cow **bò** (13, D1)

crab **cua** (13, D2)

criticize **chê** (10, G)

cross (verb) **qua** (8, G)

crowded **đông** (8, N)

cuisine **cơm** (3, G, Dr)
  French cuisine **cơm Pháp**

culture **văn hoá** (11, G; 13, N)

cup **cốc** (10, Dr)

custom **phong tục** (12, Dr)

customer **khách hàng** (11, N)

D

dance (verb) **nhảy, khiêu vũ** (10, Dr)

dance (noun) **khiêu vũ** (9, N)

dancing **khiêu vũ** (9, N)

dangerous **nguy hiểm** (10, Dr)

daughter **con gái** (7, N)

day **ngày** (5, D1)

day before yesterday **hôm kia** (5, G)

daytime **ban ngày** (5, G)

dear **thân mến** (12, N)

decayed (of the teeth) **hỏng** (12, D2)

December **tháng chạp** (5, G)

defend **bảo vệ** (7, D2)

degree **độ** (12, D1)

deliver **chở** (11, D2)

deliver a lecture **giảng** (10, Dr)

delta **đồng bằng** (14, N)

Denmark **Đan Mạch** (14, Dr)

dentist **bác sĩ răng** (12, D2)

depending on **tuỳ theo** (11, N)

destroy **tàn phá** (10, N)

develop **phát triển** (14, N)
  development **việc phát triển, sự phát triển**

dictionary **từ điển** (1, Dr)

die **chết** (3, U)

differ **chênh lệch** (11, N)

different **khác** (8, N), **khác nhau** (9, N; 14, U)

difficult **khó** (1, Dr)

diligent **chăm** (9, D1)

dining hall **nhà ăn** (9, D1)

dip (food in sauce) **chấm** (13, D3)

dipping sauce **nước chấm** (13, N)

direction **phía** (10, N), **hướng** (14, D1)

discuss **bàn** (11, G)

dish **món** (8, Dr)

dissertation **luận án** (7, D2)

diverse **đa dạng** (11, N)

divide **chia (cho)** (14, D4)

dizzy **chóng mặt** (12, U)

do **làm** (4, Dr)

do not (imperative) **đừng** (8, D2)

do one's best **cố gắng** (12, D1)

do one's internship **thực tập** (6, Dr)

doctor (physician) **bác sĩ** (1, Dr)

doctor (one who holds a doctorate) **tiến sĩ** (7, D2)

dog **chó** (2, Dr)

domestic **nội** (11, N)

door **cửa** (4, Dr)

dormitory **ký túc xá** (9, Dr)

dot **chấm** (14, D4)

downpour **mưa rào** (14, D3)

dozen **chục** (10, N)
draw (verb) **vẽ** (2, G)
draw near **kéo đến** (14, D3)
drink (verb) **uống** (3, Dr)
drive (verb) **lái xe** (1, Dr)
driver **lái xe** (2, Dr)
drizzle **mưa phùn** (14, D1)
drug **thuốc** (12, D1)
dry **khô** (14, N)
dry goods **tạp hoá** (11, N)
durian **sầu riêng** (13, Dr)
during **trong** (9, G)
dynasty **triều đại** (10, N)

E

each **mỗi** (12, D4, G)
each other **nhau** (11, N, G)
early **sớm** (8, N)
east **đông** (11, N)
eastern **đông** (11, N)
easy **dễ** (1, Dr)
eat **ăn** (1, Dr), **dùng** (formal)
   (13, D2)
eat breakfast **ăn sáng** (5, Dr)
economics **kinh tế** (10, N)
economist **nhà kinh tế** (11, W)
economy **kinh tế** (10, N)
edifice **công trình** (10, N)
eel **lươn** (13, D2)
egg roll **nem/nem rán** (13, D2)
eight **tám** (2, Dr)
elder brother **anh** (1, D)
elder sister **chị** (1, D1, Dr)
element turning a verb into a
   noun **sự** (11, W), **việc** (11, W)
embassy **đại sứ quán** (10, N)
emergency **cấp cứu** (12, D3)
end **hết** (10, D1)
endure **chịu** (10, W)
engineer **kỹ sư** (1, G)
England **Anh, nước Anh** (1, Dr;
   2, G)
English **Anh; tiếng Anh** (1, Dr;
   2, G)

enjoy **vui** (8, N), **thưởng thức**
   (13, N)
enough **đủ** (9, Dr)
enroll **ghi tên** (12, Dr)
enter **vào** (7, Dr)
equal **bằng** (14, D4)
equal(ly) **đều** (13, G)
error **lỗi** (8, D2)
especially **nhất là** (13, N)
etc. **v.v… = vân vân** (11, N)
Europe **châu Âu** (10, Dr)
even (intensive adverb) **cả** (12,
   N, G)
evening **chiều, tối** (5, G)
every **nào … cũng** (10, D2, G),
   từng (10, N), **mỗi** (12, D4, G),
   mọi (13, D2, G)
every day **hàng ngày** (8, N)
everybody **ai cũng** (10, G), **mọi**
   người (12, N; 13, G)
everyone **ai cũng** (10, G), **mọi**
   người (12, N; 13, G)
exactly **chính** (14, N, G)
   exactly for that reason **chính**
   vì thế
examine (verb) **kiểm tra** (8, D2),
   khám/khám bệnh (cho) (12,
   D1)
Excellent! **Tốt lắm!** (8, D1)
   tuyệt; Tuyệt quá! (9, D2)
except **trừ** (13, N)
excessive **quá** (3, D, G)
excuse (verb) **xin lỗi** (1, D1)
excuse me (to attract someone's
   attention) **ơi** (2, D2; 10, D1)
exercise **bài tập** (2, Dr), **thể dục**
   (9, N)
expect **mong** (12, N)
expensive **đắt** (1, Dr)
explain **giảng** (8, N)
export (verb) **xuất khẩu** (11, N)
exposure (speaking of photos)
   kiểu (14, D2)
express (verb) **thể hiện** (11, N)

extention school **hệ mở rộng** (8,
   N)
extract (verb) **nhổ** (12, D2)
   extract a tooth **nhổ răng**
extracurricular **ngoại khoá** (9,
   N)
extremely **hết sức** (13, N)
eye **mắt** (10, G)

F

fabric **vải** (11, Dr)
factory **nhà máy** (4, Dr)
faculty (of a university) **khoa** (8,
   N)
fall (autumn) **thu** (12, N)
fall down (speaking of people)
   ngã (14, Dr)
familiar with **thạo** (13, D2)
family **gia đình** (7, D2)
famous **nổi tiếng** (8, N)
far away **xa** (9, D3, U)
farm products **nông sản** (11, N)
farmer **nông dân** (13, N)
farming **nông nghiệp** (13, N)
fast **nhanh** (6, D1), **chóng** (12,
   D1)
fat **mỡ** (10, Dr)
father **bố, ba, cha** (1, Dr; 4, U,
   G)
father's younger brother **chú** (4,
   G)
favorable **thuận lợi** (14, N)
fear (verb) **sợ** (3, G)
feel **thấy** (14, D1)
feel a pain **đau** (12, D1, U)
feel free and go ahead **cứ tự**
   nhiên (11, D1)
female **nữ** (4, D), **gái** (7, N)
feudal **phong kiến** (10, N)
fever **sốt** (12, D1, U)
few **ít** (3, D)
field **đồng** (13, N)
figure out **tính** (13, D1)
final exam **thi** (4, D2)

find **tìm được** (14, Dr)

fine **khoẻ** (1, D)

fine **tốt đẹp** (10, W)

finish **kết thúc** (10, N)

first **nhất** (3, D), **đầu tiên** (8, D1)

first of all **trước hết** (13, N)

fish **cá** (2, G)

fish sauce **nước mắm** (13, D1)

fit (verb) **vừa** (11, D1)

fitting room **phòng thử** (11, D1)

five **năm** (2, Dr)

fix **chữa** (8, Dr)

flatter someone too much **khen quá lời** (3, D)

flood(ing) **lụt** (14, N)

floor **tầng** (8, G)

flow **chảy** (10, G)

flower **hoa** (3, Dr)

flu **cúm** (12, D1)

fog **sương mù** (14, D2)

food **cơm** (3, G, Dr), **thực phẩm** (11, N)

Vietnamese food **cơm Việt Nam**

food, the price of which is affordable to everybody **cơm bình dân** (11, N)

for **cho** (1, Dr; 11, G), **đối với** (14, N, G)

for a long time **lâu ngày** (4, D1)

for free **không mất tiền** (10, Dr)

for how long? **bao lâu?** (6, D3)

for what purpose? **làm gì?, để làm gì?** (9, G)

force (someone to do something) **bắt** (12, N)

forecast **dự báo** (14, D4)

weather forecast **dự báo thời tiết**

foreign **nước ngoài** (10, D2)

foreign language **ngoại ngữ** (3, D2), (in some word-combinations) **ngoại văn** (10, D2)

foreign language bookstrore **cửa hàng sách báo ngoại văn**

forget **quên** (8, D2)

fork **nĩa** (13, D2)

formerly **trước đây** (9, N)

forward (verb) **chuyển** (11, G)

found (establish) **thành lập** (8, N)

four **bốn** (2, Dr), **tư** (3, G)

fourth **tư** (3, G)

fragrance **hương thơm** (12, N)

France **Pháp** (2, Dr)

free (having free time) **rỗi** (10, Dr)

freezing **rét** (14, D1)

French **Pháp** (2, Dr)

fresh **tươi** (13, D1)

fresh and cool (speaking of weather) **mát** (13, Dr)

fresh and salt water seafood **thuỷ sản** (11, N)

Friday **thứ sáu** (5, D1)

friend **bạn** (4, G, Dr)

from **từ** (6, D3), (6, D3, G), (a place) **từ** (7, N), **của** (13, G)

fruit **quả** (2, G)

fruits **hoa quả** (collective noun) (11, N)

fry **rán** (13, D3)

furniture **bàn ghế** (10, W)

further **nữa** (9, G)

furthermore **hơn nữa** (12, N)

G

garden **vườn** (9, N)

garlic **tỏi** (13, N)

gate **cổng** (9, D2)

geography **địa lý** (14, N)

Germany **Đức** (2, Dr)

get better **khỏi** (12, D1)

get down **xuống** (8, G)

get married **lập gia đình** (7, U), **lấy chồng** (speaking of a woman) (7, N), **lấy vợ** (speak-

ing of a man) (7, U)

get thin **gầy đi** (9, G)

get together **gặp nhau** (9, D2)

get up **dậy** (13, N)

gift **quà** (11, Dr)

ginger **gừng** (13, N)

give **cho** (11, G)

give a phone call **gọi điện [thoại]** (8, Dr)

give birth to someone **sinh** (7, N, U)

give discount to someone **bớt** (11, D1)

give one's best regards **gửi lời thăm** (12, N)

Please give my best regards to your wife and children. **Cho tôi gửi lời thăm chị và các cháu.**

give up **bỏ** (12, D1)

glasses **kính** (11, G)

glass noodles **miến** (13, N)

glove **găng** (11, U)

glutinous rice **gạo nếp** (13, D4)

go **đi** (1, Dr)

go back **về** (8, G), **quay lại** (10, D3)

go back to one's home country **về nước** (8, Dr)

go down **xuống** (8, G)

go downstairs **xuống nhà** (8, Dr)

go on a business trip **đi công tác** (14, Dr)

go on a summer vacation (to get relief from the heat) **nghỉ mát** (14, Dr)

go on foot **đi bộ** (9, Dr)

go out **ra** (8, G), **đi chơi** (9, D3)

go to (see) the doctor **đi khám bác sĩ** (12, N)

go to bed **đi ngủ** (1, Dr)

go to work **đi làm** (9, D1)

go up **lên** (8, D1)

go upstairs **lên gác** (8, Dr)

gold **vàng** (11, Dr)

good **tốt** (1, Dr)

good at something **giỏi** (3, D1)

goods **hàng** (11, N)

government **chính phủ** (10, N)

grade **điểm** (12, G)

gradually **dần dần** (13, N)

graduate (verb) **tốt nghiệp** (7, N)

grammar **ngữ pháp** (8, D2)

grandchild **cháu** (4, U)

grandfather **ông** (1, Dr; 4, G)

grandmother **bà** (4, G)

grape **nho** (2, Dr)

grapefruit **bưởi** (2, Dr)

grease **mỡ** (10, Dr)

Great! **Hay lắm!** (9, D1)

great-grandparent **cụ** (4, U)

green **xanh** (2, Dr), **xanh lá cây** (11, D1)

greet **chào** (1, U)

grilled fish **chả cá** (13, D2)

guest **khách** (10, D4)

H

half **nửa** (6, D3)

half-cooked **tái** (13, D1)

hand (noun) **tay** (8, D1)

hand in **nộp** (11, G)

hand(i)craft **tiểu thủ công nghiệp** (11, N)

hard (difficult) **khó** (1, Dr), **to** (speaking of rain) (3, Dr)

hat **mũ** (1, Dr)

have **có** (1, D3)

have a joint venture **liên doanh** (13, D4)

have a refreshing drink **giải khát** (11, N)

have dinner/supper **ăn tối** (9, D2)

have enough time to do something on time **kịp** (14, D3, U)

have free time **rỗi** (10, Dr)

have fun **vui** (8, N)

have lunch **ăn trưa** (9, D1)

have something stolen **bị mất cắp** (10, D4)

have the honor **hân hạnh** (7, D1)

have the opportunity to do something **được** (12, G)

have to **phải** (9, G)

having two days off **nghỉ hai ngày** (9, D1)

he **nó** (4, U)

head **đầu** (10, D2)

headache **nhức đầu** (12, D1)

healthy **khoẻ** (1, D)

hear **nghe** (1, Dr; 7, D2)

heavy(ly) (speaking of rain) **to** (3, Dr)

help (verb) **giúp** (10, Dr)

here **đây** (1, G), **ở đây** (3, Dr)

hey (excuse me) **ơi** (2, D2; 10, D1)

high **cao** (2, D2)

high blood pressure **huyết áp cao** (12, U)

high school **trường trung học** (7, N)

highlands **cao nguyên** (14, N)

highway **đường cao tốc** (9, N)

historic site **di tích lịch sử** (10, N)

history **lịch sử** (7, D1)

hit **đánh** (9, D1)

holiday **ngày lễ** (10, N)

home **nhà** (1, Dr)

homework **bài tập về nhà** (8, N)

hope (verb) **mong** (12, N)

horse **ngựa** (2, Dr)

hospital **bệnh viện** (3, Dr)

hot **nóng** (9, D3)

hot (spicy) **cay** (11, Dr)

hot and blinding (speaking of the sun) **chang chang** (14, D3)

hot and muggy **oi bức** (14, D1)

hot and sultry **bức** (14, D1)

hot chili sauce **tương ớt** (13, D1)

hotel **khách sạn** (10, D1)

hour **giờ, tiếng** (6, D1, D3, U)

house **nhà** (1, Dr)

how? **thế nào? như thế nào?** (3, D2, G)

how about? **thì sao?** (10, D4)

how are you doing? **tình hình công việc của anh thế nào?** (12, N)

how far? **bao xa?** (9, G)

how long? **bao lâu?** (6, D3)

how long does it take? **mất bao lâu?** (9, G)

how many? **bao nhiêu?, mấy?** (4, D, G)

however **song** (14, N)

humid **ẩm** (14, D1)

humidity **độ ẩm**

hundred **trăm** (5, G)

hungry **đói** (10, Dr)

hurry (verb) **vội** (10, D4)

husband **chồng** (7, D2)

hygiene **vệ sinh** (9, N)

I

I **tôi** (1, D1; 4, G), **mình** (3, D2; 4, U)

ice (for drinking) **đá** (13, D2; 14, U)

ice (not for drinking) **băng** (14, N, U)

if **nếu** (9, G)

if not **kẻo** (10, D4)

implement **thực hiện** (14, D2)

import (verb) **nhập khẩu** (11, N)

important **quan trọng** (10, D4)

imported **ngoại** (11, N)

improve **nâng cao**

the living standard is improved **mức sống được nâng cao**

in **ở** (2, D, U), **tại** (8, N), **trong** (9, G), **bằng** (10, D2, D3, G), **nữa** (12, D2, G)

in addition **ngoài ra** (8, N), **lại**
  (10, D4)
in comparison with **so với** (11, N)
in front of **trước** (9, G)
in my opinion **theo tôi** (12, D2)
in order to **để** (9, N)
in recent days **mấy hôm nay** (14,
  D1)
in that case **thế thì** (9, D2)
in the future **sau này** (7, N)
in the middle of **giữa** (9, G)
in your opinion **theo anh** (10,
  D4)
including **trong đó có** (10, N),
  kể cả (13, N)
incorrect **sai** (3, Dr)
increase (verb) **tăng/tăng lên**
  (13, N)
independent **độc lập** (10, N)
indicate **chỉ** (13, N)
inexpensive **rẻ** (2, Dr)
infectious **lây** (12, N)
inflamed **viêm** (12, D3)
inflammation **viêm** (12, D3)
influence **ảnh hưởng** (14, N, U)
influenza **cúm** (12, D1)
institute **viện** (10, Dr)
institute of technology **đại học**
  bách khoa (7, D1)
intend **định** (3, D2)
interesting **hay** (1, Dr)
internal medicine **nội/khoa nội**
  (12, D1)
internist (specialist in internal
  diseases) **bác sĩ nội** (12, D1)
intersection **ngã tư** (10, D3)
introduce someone to someone
  giới thiệu ai với ai (7, D1)
invite **mời** (4, D3)
issue **điều** (9, N), **chuyện** (12,
  Dr), **vấn đề** (13, Dr)
it **nó** (4, U)
it appears (seems) **hình như** (12,
  D1)

It's too expensive. **Sao đắt thế?**
  (11, D1)
Italian **Ý** (2, Dr)
Italy **Ý** (2, Dr)
itchy **ngứa** (12, U)
item (article for sale) **mặt hàng**
  (11, N)

J
January **tháng giêng** (5, G)
Japan **Nhật** (2, Dr)
Japanese **Nhật** (2, Dr)
job **việc làm** (14, Dr)
journal **tạp chí** (1, Dr)
journalist **nhà báo** (11, W)
juice **sinh tố** (13, Dr)
just (only a very short time ago)
  mới (7, G), **vừa/vừa mới** (7,
  G), **ngay** (10, N; 11, N, G)

K
keep **giữ** (12, D1)
kilogram **cân** (11, D2)
kilometer **cây số** (9, N)
kind (noun) **loại** (10, Dr), **thứ**
  (11, D2)
king **vua** (10, N)
kiosk **quầy** (10, D2)
knife **dao** (10, G)
knock **gõ** (14, Dr)
  knock at the door **gõ cửa**
know **biết** (2, Dr), **quen** (3, Dr)

L
label **nhãn hiệu** (13, D4)
lack **thiếu** (13, N)
lady **bà** (4, G)
lake **hồ** (9, N)
lamp **đèn** (10, Dr)
language **tiếng** (2, G)
language lab **phòng học tiếng**
  (8, D3)
Laos **Lào** (14, N)
large **to** (1, Dr)

last **cuối cùng** (8, D1)
last (verb; for a long time) **kéo**
  dài (14, D1)
last month **tháng trước** (5, G)
last name **họ** (10, Dr)
last time **lần trước** (8, D1)
last week **tuần trước** (5, G)
last year **năm ngoái** (5, U)
lasting pain **nhức nhối** (12, D2)
late **muộn** (6, D3)
lavatory **phòng vệ sinh** (9, N)
law **luật** (11, Dr)
lawyer **luật sư** (13, Dr)
leaf **lá** (12, N)
lean (containing little or no fat)
  nạc (13, D1)
learn **học** (2, D1)
learn about **tìm hiểu (về)** (9, D2)
leather **da** (11, Dr)
leave the town to relax **đi chơi**
  xa (9, D3)
left **trái** (10, D1)
lemon **chanh** (1, Dr)
lessen **đỡ** (12, D4)
lesson **bài** (1, Dr)
let (allow) **xin** (7, D1)
let someone ask **cho hỏi/cho …**
  hỏi (10, D1)
let someone do something **để**
  (14, D2, G)
letter (a written communication)
  thư (8, Dr)
library **thư viện** (2, D2)
lie (be placed or located some-
  where) **nằm** (10, N)
life **cuộc đời** (10, G), **đời sống**
  (11, N)
light (not heavy) **nhẹ** (2, Dr)
light (a lamp) **đèn** (10, Dr)
like (preposition) **như** (7, N)
like (verb) **thích** (2, Dr; 3, G)
lime **chanh** (1, Dr)
link **nối** (9, N)
liquor **rượu** (13, D4)

listen **nghe** (1, Dr; 7, D2)

liter **lít** (14, U)

literature **văn học** (7, Dr)

little (not much) **ít** (3, D1)

little by little **dần dần** (13, N)

live (verb) **ở** (2, Dr, U), **sống** (6, Dr)

living room **phòng khách** (9, N)

living standard **mức sống** (9, N)

lock (verb, noun) **khoá** (10, D4)

long (extending a relatively great distance) **dài** (9, Dr)

long (a long time) **lâu** (4, D1)

long established **có từ rất lâu** (11, N)

long since **từ lâu rồi** (12, N)

long-distance bus **xe khách** (in Northern Vietnam), **xe đò** (in Southern Vietnam) (10, D4)

look (verb) **xem** (4, D3; 12, U), **trông** (11, N)

look for **tìm** (14, D3)

loud **to** (3, Dr)

love (verb) **yêu** (2, G)

low **thấp** (3, Dr)

M

magazine **tạp chí** (1, Dr)

main **chính** (11, N)

maintain **giữ** (12, D1)

 maintain one's health **giữ sức khoẻ**

make (produce) **làm** (4, Dr), **sản xuất** (13, D4)

make (put someone into a certain state) **làm/làm cho** (12, N)

make a contribution **góp phần** (8, N)

make a gift to **tặng** (11, G)

make a mistake **nhầm** (10, D3)

make a U-turn **quay lại** (10, D3)

make an appointment **hẹn** (9, D2)

make someone be/become **làm/làm cho** (14, D1, G)

make use **tranh thủ** (9, D2)

 make use of free time **tranh thủ thời gian**

male **nam** (4, Dr), **trai** (7, N)

man **người** (2, D)

mango **xoài** (2, Dr)

manner **cách** (12, N)

many **nhiều** (3, G)

market **chợ** (1, Dr)

market (an economic situation) **thị trường** (11, N)

martial arts **võ** (9, U)

Massachusetts Institute of Technology (MIT) **trường Đại học Kỹ thuật Massachusetts** (7, N)

master's degree student **cao học** (8, N)

mathematics **toán** (7, D1)

matter **chuyện** (12, Dr)

may **có thể** (9, D1, G)

meal **bữa cơm** (12, D4), **bữa ăn** (13, N)

means **phương tiện** (10, D4)

meat **thịt** (11, N)

meat paste/meat pie **chả** (13, D2)

medicine **y** (9, Dr), **thuốc** (drug) (12, D1)

medical **y** (9, Dr)

meet **gặp** (4, D1), **làm quen (với)** (be introduced to someone) (7, D1)

meet with each other **gặp nhau** (9, D2)

meet (have a meeting) **họp** (8, Dr)

meeting **cuộc họp** (12, W)

Mekong River (in Southern Vietnam) **sông Cửu Long** (14, N)

 the Mekong River delta **đồng bằng sông Cửu Long (ĐBSCL)**

member of an organization **viên** (11, W)

memory **kỷ niệm** (14, D2)

menu **thực đơn** (13, D2)

merge **hợp lại** (11, N)

meter **mét** (14, U)

method **cách** (12, N)

milk **sữa** (12, N)

million **triệu** (5, G)

minister (in a Protestant church) **mục sư** (8, N)

minus **âm** (14, D1)

minute **phút** (4, D3)

miss (verb) **nhớ** (12, N)

Miss **cô, chị** (1, D1, G)

mistake **lỗi** (8, D2)

Mister **ông** (1, Dr; 4, G)

mix (verb) **trộn, pha** (speaking of liquid) (13, N)

modern **hiện đại** (10, N)

modern romanized Vietnamese alphabet **chữ quốc ngữ** (12, Dr)

moment **lúc** (6, D2)

Monday **thứ hai** (5, G)

money **tiền** (9, Dr)

monsoon **gió mùa** (14, D1)

month **tháng** (3, Dr)

more **nữa** (9, G), **thêm ... nữa** (10, D3)

more ... every day **[càng] ngày càng** (13, N, G)

more than **hơn** (8, N)

moreover **lại** (10, D4)

morning **sáng** (5, G)

most (the greatest part) **phần lớn** (9, N)

mother **mẹ** (1, Dr), **má** (4, U)

motorbike **xe máy** (2, Dr)

motorcycle **xe máy** (2, Dr)

mountain **núi** (9, D3)

mountain pass **đèo** (14, D2)

move (verb) **dời** (10, N)

move from one place to another **đi lại** (10, D4)

movie **phim** (4, D3)

much **nhiều** (3, G)

muddy **lầy lội** (14, D1)

muggy **oi** (14, D1)

multiply **nhân (với)** (14, D4)

museum **bảo tàng** (10, N)

music **nhạc** (1, Dr)

must **phải** (9, G)

N

name **tên** (1, D)

national **quốc gia** (2, D1)

nature **thiên nhiên** (11, N)

nauseous **buồn nôn** (12, U)

navy blue **xanh nước biển** (11, D1)

near **gần** (2, D2; 6, D3; 9, U)

need **cần** (2, D2, 9, G)

neighborhood **khu phố** (11, N)

nephew **cháu** (4, U)

new **mới** (1, D3)

New Year **Tết** (9, Dr)

New Year rice cake **bánh chưng** (13, N)

New Year's Eve **đêm Giao thừa** (10, N)

news **tin** (12, Dr)

newspaper **báo** (1, D3)

next (adjacent) **cạnh** (11, N)

next month **tháng sau** (5, D1)

next time **lần sau** (8, D2)

next week **tuần sau** (5, D1)

next year **sang năm** (5, G)

niece **cháu** (4, U)

night **đêm** (5, G)

nighttime **ban đêm** (5, G)

nine **chín** (2, Dr)

no **không** (1, G)

no longer **không còn … nữa** (10, D4)

no problem (reply to a thank you) **không có gì** (10, D3)

noisy **ồn** (14, Dr)

noon **trưa** (5, G)

North **bắc** (10, N)

Northeast **đông bắc** (14, U)

Northern **bắc** (10, N)

Northwest **tây bắc** (14, U)

not **không** (1, G)

not any longer **hết** (12, D2, G)

not to be at home **không có nhà** (4, D3)

not … until **mới** (13, N, G)

not any more **không còn … nữa** (10, D4)

not yet **chưa** (7, D2, G)

notebook **vở** (1, Dr)

nothing special **thường thôi** (12, N)

novel **tiểu thuyết** (11, D3)

now **bây giờ** (5, G), **hiện giờ** (7, N)

nowadays **dạo này** (4, D2)

number **số** (10, Dr)

nurse **y tá** (1, Dr)

O

O.K. **được** (11, D1, U), **bình thường** (12, Dr)

is it O.K.? **được không?**

O.K.? **nhé** (8, D3)

occasionally **thỉnh thoảng** (7, N), **có khi** (14, N)

occupy **chiếm** (13, N)

occur **diễn ra** (11, N)

ocean **biển** (9, D3)

odor **mùi** (13, N)

of (belonging to) **của** (8, D1)

of (made from/of) **bằng** (11, D1, G)

of (with reference to, about) **về** (11, D3, G)

of course **tất nhiên** (9, D2)

office **văn phòng** (7, D2), **cơ quan** (10, N)

office supplies **văn phòng phẩm** (11, N)

official **chính thức** (11, N)

often **hay** (6, D2, G)

Oh! Really! **Thế à?** (5, D2)

old (ancient) **cổ** (8, N)

old (speaking of inanimate things) **cũ** (1, D2)

old (speaking of someone's age) **già** (8, Dr)

old people **những người lớn tuổi** (9, N)

on **ở** (2, D, U), **trên** (9, N, G)

on the occasion of **nhân dịp** (11, Dr)

on time **đúng giờ** (9, Dr)

on top of **trên** (9, N, G)

one **một** (2, Dr)

one another **nhau** (11, N, G)

one of **một trong những** (8, N)

one's workplace **cơ quan** (9, D1)

one-way street **đường một chiều** (10, D1)

only **chỉ … thôi** (10, D1, G)

open (verb) **mở** (1, Dr)

open one's mouth **há miệng** (12, D1)

opportunity **dịp** (9, N)

or **hay, hay là** (3, D2, G), **hoặc** (8, N)

or else **kẻo** (10, D4, G)

orange **cam** (2, Dr)

order (verb) **gọi** (in a restaurant) (13, D2)

organize **tổ chức** (5, D2)

otherwise **kẻo** (10, D4, G)

out of **khỏi** (10, N, G)

outside of **ngoài** (9, G)

outskirts **ngoại thành** (9, D3)

over (more than) **hơn** (8, N)

overlook **trông ra** (11, N)

overthere **đằng kia** (10, D2), **kìa** (10, D2)

own **riêng** (9, N)

P

page **trang** (8, D1)

pain **đau** (12, D1)

painting **tranh** (8, Dr)

pair **đôi** (11, D1)

 a pair of shoes **đôi giầy**

pants **quần** (2, Dr)

papaya **đu đủ** (1, Dr)

paper **giấy** (2, G)

parents **bố mẹ** (1, Dr)

park **công viên** (9, N)

part **phần** (8, N)

participate **tham gia** (9, N)

pass (verb) **qua** (8, G), **đưa** (11, G)

pay attention to **chú ý** (8, N)

pea **đậu** (13, N)

pear **lê** (2, G)

peasant **nông dân** (13, N)

pedicab **xích-lô** (10, D4)

pen **bút** (2, Dr)

people (a nationality) **nhân dân** (10, N), **người dân** (11, N)

pepper **ớt** (red), **hạt tiêu** (black) (13, D1, N)

perhaps **có lẽ** (9, D3)

period **chấm** (14, D4)

permit (verb) **xin** (7, D1)

person **người** (2, D)

person who leads, rules or is in charge **trưởng** (11, W)

Ph.D. student **nghiên cứu sinh** (8, N)

phone number **số điện thoại** (9, Dr)

photo **ảnh** (7, D2)

physician **bác sĩ** (1, Dr)

pickle (verb) **muối** (13, N)

picture **ảnh** (7, D2)

picturesque **thơ mộng** (14, D2)

pie **bánh** (13, N)

pill **viên** (12, D4)

pineapple **dứa** (1, Dr)

pink **hồng** (10, W)

place **nơi** (4, D1), **chỗ** (10, D4), **vị trí** (11, N)

plain (delta) **đồng bằng** (14, N)

plan (noun) **chương trình** (9, D1)

plan (verb) **định** (3, D2)

plate **đĩa** (13, D2)

plateau **cao nguyên** (14, N)

play **chơi** (9, D1)

 play tennis **chơi/đánh quần vợt**

play a role (figurative) **đóng vai trò** (11, N)

pleasant **dễ chịu** (12, N)

pleasantly cool (reduplicative) **mát mẻ** (14, D3)

pleasantly warm (reduplicative) **ấm áp** (14, N)

please (used to make a request polite) **làm ơn** (10, D1), **mời** (8, G)

plentiful **phong phú** (11, N)

plus **dương** (14, D1)

poem **thơ/bài thơ** (11, D3)

poet **nhà thơ** (11, D3)

poetry **thơ** (11, D3)

point **điểm** (9, N), **chấm** (14, D4)

 point of interest **điểm du lịch** (9, N)

police **cảnh sát** (13, W)

politics **chính trị** (10, N)

polytechnic institute **đại học bách khoa** (7, D1)

pond **ao** (13, N)

popular **phổ biến** (13, N)

pork **thịt lợn** (11, Dr)

Portugal **Bồ Đào Nha** (2, Dr)

Portugese **Bồ Đào Nha** (2, Dr)

position **vị trí** (11, N)

post office **bưu điện** (1, Dr)

pound (monetary unit of the United Kingdom) **Bảng** (11, Dr)

practice (verb) **tập** (8, N)

praise **khen** (3, D)

precisely **chính** (14, N, G)

prepare **chuẩn bị** (4, D2)

prescription **đơn thuốc** (12, D1)

present (verb) **tặng** (11, G)

pretty **khá** (9, U)

previous **trước** (8, N)

price **giá** (11, D1, U)

private **riêng** (9, N), **tư** (10, N), **tư nhân** (11, N)

probably **có lẽ, chắc** (9, D3; 11, D1), **chắc là** (14, D1)

problem **vấn đề** (12, Dr)

process (verb) **chế biến** (13, N)

produce (verb) **sản xuất** (13, D4)

product **sản phẩm** (13, N)

professor **giáo sư** (6, Dr)

program **chương trình** (9, D1)

promptly **nhanh chóng** (11, N)

proverb **tục ngữ** (1)

provide **cung cấp** (11, N)

pupil **học sinh** (4, Dr)

put (verb) **đặt** (8, N)

put on (one's clothes) **mặc vào** (12, U)

put on weight **béo ra** (9, D2)

put oneself down for **ghi tên** (12, Dr)

Q

question (noun) **câu hỏi** (1, Dr)

quickly **nhanh chóng** (11, N)

quiet **nhỏ** (speaking of sounds) (3, Dr), **yên tĩnh** (14, Dr)

quiz **bài kiểm tra** (8, D2)

R

radio **đài** (8, Dr)

radio station **đài** (8, Dr)

rain **mưa** (2, Dr)

raincoat **áo mưa** (14, D3)

raise (verb) **nâng cao** (13, N)

rally **mít tinh** (10, G)

rare (half-cooked) **tái** (13, D1)

rather **khá** (9, U)

raw vegetables **rau sống** (13, N)

read **đọc** (1, Dr), **ôn** (for a test, exam) (8, D2)

really **thật/thật là** (14, D1, U)

receive **được** (8, N), **nhận** (13, G)

recent **gần đây** (9, N)

recommend **khuyên** (12, D1, U)

record (verb) **ghi âm** (8, D3)

recover (get better) **khỏi** (12, D1)

red **đỏ** (2, Dr)

Red river (in Northern Vietnam) **sông Hồng** (9, Dr)

reflect **phản ánh** (13, N)

region **miền** (10, N), **vùng** (12, Dr)

regret **tiếc** (4, D3)

relative(ly) **tương đối** (14, N)

relieve **đỡ** (12, D4)

remain **ở lại** (9, Dr), **còn lại** (10, N)

remember **nhớ** (3, Dr), **làm kỷ niệm** (14, D2)

remind **nhắc** (11, Dr)

renminbi (monetary unit of the People's Republic of China) **Nhân dân tệ** (11, Dr)

renowned **nổi tiếng** (8, N)

repair **chữa** (8, Dr)

replace **thay** (13, Dr)

reporter **nhà báo** (11, W)

research **nghiên cứu** (8, N)

researcher **nhà nghiên cứu** (13, N)

resemble **giống (như)** (12, N)

reserve (verb) **đặt** (13, Dr)

residents **người dân** (11, N)

rest (verb) **nghỉ** (2, Dr)

restaurant **nhà hàng** (9, D1), **hiệu ăn** (11, N)

retire **về hưu** (7, Dr)

return (give back) **trả** (8, D2)

return (go or come back) **về** (8, G)

reunified **thống nhất** (10, N)

review (for a test, exam) **ôn** (8, D2)

revolution **cách mạng** (10, N)

rhythm **nhịp điệu** (9, D2)

rice **cơm** (3, G, Dr; 13, U), **gạo** (12, Dr; 13, U), **thóc** (13, U), **lúa** (13, N, U)

rice grown in flooded paddy fields **lúa nước** (13, N)

rice gruel **cháo** (13, N)

ride a bicycle **đi xe đạp, đạp xe** (9, Dr)

right (correct) **đúng** (3, Dr)

right (right side) **phải** (10, D3) on the right side **bên [tay] phải**

right (just) **ngay** (10, N; 11, N, G)

ring (worn on the finger) **nhẫn** (11, U)

rise **lên cao** (14, N)

river **sông** (9, N)

river greens **rau muống** (13, N)

riverside **bờ sông** (9, D1)

road **đường** (10, D1)

roads (collective noun) **đường sá** (14, D1)

roast (verb) **nướng** (13, D2)

room **phòng** (3, Dr)

rose hoa **hồng** (10, W)

rotary **bùng binh** (10, D1)

Royal College (school for mandarins' children in Vietnam in the past) **Quốc tử giám** (10, N)

run **chạy** (6, D2)

run into **gặp** (4, D1)

run out of **hết** (11, D3)

runny nose **sổ mũi** (12, U)

Russia **Nga** (2, Dr)

Russian **Nga** (2, Dr)

S

salesgirl **cô bán hàng** (11, D1)

salesperson **người bán hàng** (11, D3)

saleswoman **bà bán hàng** (11, D1)

salt **muối** (13, N)

salted seafood **mắm** (13, N)

salted vegetables **dưa** (13, N)

sandal **dép** (11, D1) a pair of sandals **đôi dép**

Saturday **thứ bảy** (5, G)

saying **tục ngữ** (1)

schedule (a program of classes) **thời khoá biểu** (8, D4)

scholarship **học bổng** (12, Dr)

school **trường** (2, D1)

school (of a university) **khoa** (8, N)

science **khoa học** (8, N)

scientist **nhà khoa học** (11, W)

sea **biển** (9, D3), **bể** (in some word-combinations) (13, D2) sea-crab **cua bể**

season **mùa** (12, N)

second ($\frac{1}{60}$ of a minute) **giây** (6, G)

secretary **thư ký** (1, Dr)

see **thấy** (2, Dr), **gặp** (4, D1)

seek **tìm** (14, D3)

self **tự/tự … lấy** (13, D1, G)

sell **bán** (1, Dr)

sell for the first time in a day (of a store, business, etc.) **bán mở hàng** (11, D2)

semester **học kỳ** (8, D4)

send **gửi** (8, Dr; 11, G)

sentence **câu** (8, Dr)

separate **riêng** (9, N)

serious (of an illness) **nặng** (12, D4)

serve (verb) **phục vụ** (11, N)

service **dịch vụ** (9, N)

set one's watch **lấy đồng hồ** (6, D2)

set the table for eating **dọn cơm** (13, N)

set to work/set about something **bắt tay vào** (10, N)

seven **bảy** (2, Dr)

several **một số** (9, N), **vài** (9, N)

severe (of an illness) **nặng** (12, D4)

sharp (of pain, wind) **buốt** (14, D1)

sheet (of paper) **tờ** (2, G)

shelter (intransitive) **trú** (14, D3)
shelter from the rain **trú mưa**

shift to **chuyển sang** (11, N)

ship (noun) **tàu thuỷ** (10, D4)

shirt **áo** (2, G)

shoe **giầy** (11, D1)

shop **hiệu** (3, Dr), **cửa hàng, cửa hiệu** (11, N)

shore **bờ** (9, D1)

short (not tall) **thấp** (3, Dr)

short (opposite long) **ngắn** (4, Dr)

short sleeve shirt **áo ngắn tay** (11, D1)

should **nên** (9, D3, G)

show (verb) **chỉ** (12, N)

shrimp **tôm** (13, D2)

side **bên** (7, D1), **phía** (10, N), (in some word-combinations) **đằng** (10, D2)

sidewalk **vỉa hè** (11, N)

sign (verb) **ký** (12, N)
sign a contract **ký hợp đồng**

sign up **ghi tên** (12, Dr)

silk **lụa** (11, D1)

since **từ** (12, N, G)
long since **từ lâu rồi**

sing **hát** (3, G)

sit **ngồi** (8, Dr)

six **sáu** (2, Dr)

size **cỡ** (11, D1)

sleep (verb) **ngủ** (2, Dr)

slipper **dép** (11, D1)
a pair of slippers **đôi dép**

slope **dốc** (10, D1)

slow **chậm** (4, Dr)

small **nhỏ** (1, G), **chật** (11, D1)

small notebook **sổ** (4, Dr)

small restaurant **quán** (11, N)

small store **quán** (11, N)

smell (noun) **mùi** (13, N)

smoke (verb) **hút/hút thuốc lá** (12, D1)

snow **tuyết** (14, N)

snowstorm **bão tuyết** (14, Dr)

so (conjunction) **nên, cho nên** (9, N, G)

so (adverb) **đấy** (7, D2), **thế** (7, U), **vậy** (6, U; 14, D1)

socks **tất** (11, U)

soft noodles made from rice flour **bún** (13, N)

some (several) **một số** (9, N)

some day (in the future) **hôm nào** (10, D4)

someone **ai đấy/đó, người nào đấy/đó** (14, G)

someplace **ở đâu đấy/đó** (14, G)

something **cái gì đấy/đó** (14, G)

sometime **khi nào đấy/đó** (14, G)

sometimes **thỉnh thoảng** (7, N), **đôi khi** (14, N)

somewhere **ở đâu đấy/đó** (14, G)

son **con trai** (7, U)

song **bài hát** (11, Dr)

soon **sắp** (7, D2)

sort **loại** (10, Dr), **thứ** (11, D2)

soup **xúp** (13, D2)

South **nam** (11, Dr)

Southeast **đông nam** (14, U)

Southeast Asia **Đông Nam Á** (13, N)

Southern **nam** (11, Dr)

Southwest **tây nam** (14, U)

Spain **Tây Ban Nha** (2, Dr)

Spanish **Tây Ban Nha** (2, Dr)

speak (of) **nói (về)** (2, Dr; 7, D2)

special **đặc biệt** (13, D2)

specialize (in) **chuyên (về)** (7, D1)

specials/specialties **đặc sản** (13, D2)

spice **gia vị** (13, D1)

spicy **cay** (11, Dr)

splendid **tốt đẹp** (10, W)

spoon **thìa** (13, D2)

sport area **khu thể thao** (9, D1)

sports **thể thao** (9, D1)

stadium **sân vận động** (9, N)

stamp (postage) **tem** (10, G)

stand (for the display of goods for sale) **quầy** (10, D2)
newsstand **quầy [bán] báo**

stand (verb) **đứng** (6, D1)

start **bắt đầu** (6, G)

start doing something **bắt tay vào** (10, N)

state (in the U.S.A.) **bang** (7, Dr)

state (supreme public power) **nhà nước** (10, N)

station **ga** (9, Dr)

stationery **văn phòng phẩm** (11, N)

stay **ở lại** (9, Dr)

steamed springrolls **bánh cuốn** (13, N)

sticky rice **gạo nếp** (13, D4)

still **vẫn còn/vẫn/còn** (7, D2, G)

stinging pain **nhức** (12, D1)

stir-fry (verb) **xào** (13, D2)

stomach **bụng** (12, D3)

stone **đá** (11, Dr)

stop **bến** (9, D3)
bus stop **bến xe buýt**

stop (speaking of rain) **tạnh** (14, D3)

stop (speaking of watches, clocks) **chết, đứng** (6, D1)

stop by **ghé qua** (9, D2)

stop writing **dừng bút** (12, N)

store **hiệu** (3, Dr), **cửa hàng, cửa hiệu** (11, N)

storm **bão** (14, N)

straight **thẳng** (10, D1)

street **phố** (1, Dr)

streets (collective noun) **phố phường** (10, N)

strong **khoẻ** (1, D), **mạnh** (13, D4)

structure (something construct-ed) **công trình** (10, N)

structure (the way in which parts are arranged) **cơ chế** (11, N)

student **sinh viên** (1, Dr), **học sinh** (in an elementary or high school) (4, Dr)

study (verb) **học** (2, D1)

stuff (verb) **nhồi** (13, D3)

stuffed nose **ngạt mũi** (12, U)

subject (an area of study) **môn** (4, D2)

substitute **thay** (13, N)

subtract **trừ (đi)** (14, D4)

suburbs **ngoại thành** (9, D3)

subway **xe điện ngầm** (10, D4)

suddenly **bỗng nhiên** (14, D1), **chợt** (14, D3)

suffer **bị** (12, D1, G)

sugar cane **mía** (13, D2)
    sugar cane juice **nước mía**

suggest **khuyên** (12, D1, U)

sultry **oi** (14, D1)

summer **hè** (7, N)

summer vacation **nghỉ hè** (7, N)

Sunday **chủ nhật** (5, G)

sunglasses **kính râm** (11, Dr)

sunny **nắng** (12, Dr)

supermarket **chợ, siêu thị** (1, Dr; 11, N, U)

supply **cung cấp** (11, N)

sweet **ngọt** (11, D2)

swim **bơi** (9, U)

Switzerland **Thuỵ Sĩ** (11, Dr)

sword **gươm** (10, N)

T

T-intersection **ngã ba** (10, D1)

table **bàn** (2, Dr)

table tennis **bóng bàn** (10, Dr)

tablet **viên** (12, D4)

take **lấy** (6, D2)

take a final exam **thi** (4, D2)

take a look **xem** (4, D3)

take a photograph **chụp** (14, D2)
    take a couple of exposures **chụp mấy kiểu**

take a seat **ngồi** (8, Dr)

take a steam bath for a cure **xông** (12, N)

take a summer vacation **nghỉ hè** (7, N)

take a winter break **nghỉ đông** (7, N)

take entrance exams to a college **thi vào** (7, N)

take money (informal) **lấy** (11, D3)
    I'll take 50,00 dong (from you) **Lấy anh 50 nghìn.**

take off (give discount) **bớt** (11, D1)

take off (one's clothes) **cởi [ra]** (12, D1)

take part **tham gia** (9, N)

take place **diễn ra** (11, N)

take refuge from the rain **trú mưa** (14, D3)

take the wrong way **nhầm đường** (10, D3)

take time to do something **mất** (9, N, G)
    It takes two hours to drive there. **Lái xe đến đấy mất hai tiếng.**

talk (verb) **nói chuyện** (8, N)

tall **cao** (2, D2)

tape **băng** (8, D3)

tasty **ngon** (1, Dr)

teach **dạy** (3, D1)

teacher (female) **cô giáo** (1, G)

teacher (male) **thày/thầy giáo** (1, Dr)

teacher at a college or university **giảng viên** (8, N)

technology **kỹ thuật** (7, N)

telephone (noun) **điện thoại** (10, Dr)

telephone (verb) **gọi điện [thoại]** (10, Dr)

tell **bảo** (12, N)

temperature **nhiệt độ** (12, D1)

temple **đền** (10, N)

Temple of Literature **Văn miếu** (10, N)

ten **mười** (2, Dr)

tennis **quần vợt** (9, D1)

test (noun) **bài kiểm tra** (8, D2)

test (verb) **kiểm tra** (8, D2)

Thailand **Thái Lan** (5, Dr)

thank **cám ơn** (1, D1)

that **ấy** (1, Dr, 2, G), **kia** (1, G; 2, D2, G), **đấy, đó** (1, G)

that (conjunction in a noun clause) **rằng, là** (13, G)

that is **tức là** (6, D1)

That sounds good! **Chương trình nghe hấp dẫn đấy!** (9, D1)

theater **nhà hát** (9, D2)

then **rồi** (8, N, G), **sau đó** (9, N), **thì** (9, G), **là** (10, D1)

there **đấy, đó** (1, G), **kia** (1, G; 2, D2, G), **kìa** (10, D2)

thereby **qua đó** (9, N)

these days **dạo này** (4, D1), **mấy hôm nay** (14, D1)

thesis **luận án** (7, D2)

they **họ** (1, Dr), **người ta** (11, D2, G)

thick soy sauce **tương** (13, D3)

think **nghĩ** (12, G), **cho rằng** (13, N)

this **đây** (1, G), **này** (2, G)

this year **năm nay** (3, D2; 5, U)

though **mặc dù, tuy … nhưng …** (13, N, G)

thousand **nghìn** (5, G)

three **ba** (2, Dr)

throat **họng** (12, D1)

through **qua** (10, N)

throughout **suốt** (12, D2)

   throughout the night **suốt đêm**

throughout the year **quanh năm** (13, N)

thunderstorm **dông** (14, N)

Thursday **thứ năm** (5, G)

thus **đấy, thế** (7, D2, U)

ticket **vé** (9, D2)

time **thì giờ, thời gian** (9, D2, U)

time (a particular moment) **lần** (3, Dr)

to (preposition) **đến** (6, D3), **đối với** (14, N, G)

to (preposition denoting clock time) **kém** (6, D3)

to such extent **như vậy/như thế** (14, D1)

today **hôm nay** (5, D1)

today (at the present time) **ngày nay** (10, N)

tofu **đậu phụ** (13, D3)

together **cùng** (7, N)

   together with **cùng với**

tomorrow **ngày mai** (5, D2)

tomorrow evening **tối mai** (5, D2)

ton **tấn** (12, Dr)

too **cũng** (1, D1; 3, G)

tooth **răng** (12, D1)

tornado **bão** (14, N)

tourism **du lịch** (7, N)

tourist **du lịch** (7, N)

tourist attraction **điểm du lịch** (9, N)

tower **tháp** (10, N)

toy **đồ chơi** (11, N)

traces (of ancient times) **di tích** (10, N)

tradition **truyền thống** (13, N)

traffic **giao thông** (10, D4)

traffic circle **bùng binh** (10, D1)

traffic light **đèn** (10, Dr)

train (means of transportation) **tàu hoả** (in Northern Vietnam), **xe lửa** (in Southern Vietnam) (10, D4)

train (verb) **đào tạo** (8, N)

translate **dịch** (9, Dr)

   translate from English into Vietnamese **dịch từ tiếng Anh ra tiếng Việt**

transmit (a disease) **lây** (12, N)

transportation **giao thông** (10, D4)

travel **đi du lịch** (7, N)

treat **chữa** (give medical aid to) (12, D2), **mời** (provide with food) (13, N)

tree **cây** (2, G)

trip **chuyến đi** (14, D2)

tropical **nhiệt đới** (11, N)

trousers **quần** (2, Dr)

try **thử** (10, D4)

Tuesday **thứ ba** (5, G)

tuition **tiền học** (13, Dr)

turn (verb) **rẽ** (10, D1)

   turn left **rẽ [tay] trái**

turn in **nộp** (11, G)

turtle **rùa** (10, N)

two **hai** (2, Dr)

type (noun) **loại** (10, Dr)

typhoon **bão** (14, N)

U

ugly **xấu** (3, G)

umbrella **ô** (2, G)

uncle **bác, cậu** (4, U)

under **dưới** (9, G)

underneath **dưới** (9, G)

understand **hiểu** (1, Dr)

undoubtedly **thì phải** (final particle) (13, D4)

unify; unified **thống nhất** (10, N)

unite **thống nhất** (10, N)

university **[trường] đại học** (2, D),

unpleasant **khó chịu** (14, D1)

up to **đến** (10, N)

U.S.A. **Mỹ** (2, D2)

use (verb) **dùng** (9, Dr)

usual(ly) **thường** (7, Dr), **bình thường** (12, D2)

utensil **đồ dùng** (11, N)

V

varied **đa dạng** (11, N)

various **khác nhau** (9, N)

vary **chênh lệch** (11, N)

vegetables **rau** (11, N)

vehicle **xe** (1, Dr)

vermiform appendix **ruột thừa** (12, D3)

very **rất** (3, G), **lắm, quá** (3, D, G), **chính** (14, N, G)

vestiges (of ancient times) **di tích** (10, N)

Vietnamese conical palm hat **nón** (11, U)

Vietnamese eggplant **cà** (13, D3)

Vietnamese soup **canh** (13, D3)

Vietnamese soup with rice noodle **phở** (10, Dr)

Vietnamese traditional flowing tunic **áo dài** (10, W)

Vietnamese traditional theater in the Red River delta **chèo** (9, D2)

view **phong cảnh** (12, Dr)

visit (verb) **thăm** (7, N), **tham quan** (a place) (10, D4)

vocabulary **từ** (1, Dr)

vodka **rượu trắng** (13, D4)

volleyball **bóng chuyền** (9, U)

W

wait **chờ, đợi** (4, D3; 6, U)

wake up (intransitive) **dậy** (13, N)

walk **đi bộ** (9, Dr)

walk around **đi chơi** (9, D3)

want **muốn** (2, D2; 9, G)

war **chiến tranh** (10, N)

warm **ấm** (9, D1)

watch (noun) **đồng hồ** (6, D1)

watch (verb) **xem** (4, D3)

water **nước** (13, D1)

waterfall **thác/thác nước** (14, D2)

wave of something **đợt** (14, D1)

way **đường** (10, D1), **lối** (used for directions), **cách** (12, N) what way to take? **đi đường/lối nào?**

we (excluding the person addressed) **chúng tôi** (4, U)

we (including the person addressed) **chúng ta** (4, U)

weak **kém** (in/at something) (3, G), **yếu** (12, N)

wear **mặc, đội, đeo, mang, đi** (11, U)

weather **trời** (9, D1), **thời tiết** (14, D4)

Wednesday **thứ tư** (5, D1)

week **tuần** (4, D1; 5, G)

well **khá** (3, G)

well (be feeling) **khoẻ** (1, D)

well then **thế thì** (9, D2)

well-done (speaking of food) **chín** (13, D1)

west **tây** (10, N)

western **tây** (10, N)

what? **gì? cái gì?** (1, D1; 2, G), **nào?** (2, D1, G), **như thế nào?** (3, G)

What a pity! **Tiếc quá!** (4, D3)

what time? **mấy giờ?** (6, D1)

wheat noodles **mì** (13, N)

when? **bao giờ?** (5, D1)

when (conjunction) **khi** (9, G)

whenever **khi nào** (10, D4)

where? (location) **ở đâu?** (2, G), **đâu?** (9, D3)

which? **nào?** (2, D1, G)

while **trong khi** (9, G)

white **trắng** (2, D2)

who? **ai?** (1, D2)

whole **cả** (10, N)

why? **sao?** (9, D3), **tại sao?** (9, G), **vì sao?** (9, U)

wide(ly) **to** (12, D1)

wife **vợ** (7, N)

wind **gió** (14, D1)

window **cửa sổ** (11, G)

wine **rượu vang** (13, D4)

winter **đông** (7, N)

winter break **nghỉ đông** (7, N)

wish (verb) **chúc** (12, D1)

with **với** (1, D1)

with each other **với nhau** (8, N)

within **trong** (9, G)

woman **phụ nữ** (11, Dr)

wool **len** (11, Dr)

word **từ** (1, Dr), **lời** (10, W)

work (verb) **làm việc** (3, Dr)

world **thế giới** (14, Dr)

worry **lo** (1, Dr; 3, G)

write **viết** (8, Dr)

write down **ghi** (1, Dr)

writer **nhà văn** (10, Dr)

Y

yeah **ừ** (5, D1)

year **năm** (3, D1)

year of age **tuổi** (7, N)

yellow **vàng** (2, Dr)

yes **vâng** (1, D)

yesterday **hôm qua** (5, G)

yet **là** (10, D1)

you are welcome (reply to a thank you) **không dám** (10, D1)

you **anh, chị, cô, ông, bà** (1, D; 4, G, U)

young **trẻ** (1, G)

young people **thanh niên** (9, N)

younger brother **em trai** (7, N)

younger brother or sister **em** (4, G)

younger sister **em gái** (7, U)

Z

zero **không** (2, Dr)

zone **miền** (10, N)

zoo **vườn bách thú** (9, N)

GRAMMAR AND USAGE INDEX

This index contains all the grammar and usage introduced in the lessons. The number in the parentheses indicates the lesson, and the number on the right side refers to the page.

AUDIO TRACK LIST

The *Elementary Vietnamese* audio disc contains the below 175 audio files, in MP3 format.

🎧 **Lesson 1**
01-01_Dialog_1.mp3
01-02_Dialog_2.mp3
01-03_Dialog_3.mp3
01-04_Vocabulary_Dialog_1.mp3
01-05_Vocabulary_Dialog_2.mp3
01-06_Vocabulary_Dialog_3.mp3
01-07_Grammar_Notes_1.mp3
01-08_Notes_on_Usage_1.mp3
01-09_Tuc_Nur.mp3

🎧 **Lesson 2**
02-01_Dialog_1.mp3
02-02_Dialog_2.mp3
02-03_Vocabulary_Dialog_1.mp3
02-04_Vocabulary_Dialog_2.mp3
02-05_Grammar_Notes_1.mp3
02-06_Notes_on_Usage_1.mp3
02-07_Drill_1.mp3

🎧 **Lesson 3**
03-01_Dialog_1.mp3
03-02_Dialog_2.mp3
03-03_Vocabulary_Dialog_1.mp3
03-04_Vocabulary_Dialog_2.mp3
03-05_Grammar_Notes_1.mp3
03-06_Tuc_Nur.mp3

🎧 **Lesson 4**
04-01_Dialog_1.mp3
04-02_Dialog_2.mp3
04-03_Dialog_3.mp3
04-04_Vocabulary_Dialog_1.mp3
04-05_Vocabulary_Dialog_2.mp3
04-06_Vocabulary_Dialog_3.mp3
04-07_Grammar_Notes_1.mp3
04-08_Notes_on_Usage_1.mp3

04-09_Tuc_Nur.mp3

🎧 **Lesson 5**
05-01_Dialog_1.mp3
05-02_Dialog_2.mp3
05-03_Vocabulary_Dialog_1.mp3
05-04_Vocabulary_Dialog_2.mp3
05-05_Grammar_Notes_1.mp3
05-06_Notes_on_Usage_1.mp3

🎧 **Lesson 6**
06-0l_Dialog_1.mp3
06-02_Dialog_2.mp3
06-03_Dialog_3.mp3
06-04_Vocabulary_Dialog_1.mp3
06-05_Vocabulary_Dialog_2.mp3
06-06_Vocabulary_Dialog_3.mp3
06-07_Grammar_Notes_1.mp3
06-08_Notes_on_Usage_1.mp3

🎧 **Lesson 7**
07-01_Dialog_1.mp3
07-02_Dialog_2.mp3
07-03_Vocabulary_Dialog_1.mp3
07-04_Vocabulary_Dialog_2.mp3
07-05_Grammar_Notes_1.mp3
07-06_Notes_on_Usage_1.mp3
07-07_Narrative_1.mp3
07-08_Vocabulary_Narrative_1.mp3
07-09_Notes_on_Usage_2.mp3
07-10_Tuc_Nur.mp3

🎧 **Lesson 8**
08-01_Dialog_1.mp3
08-02_Dialog_2.mp3
08-03_Dialog_3.mp3
08-04_Dialog_4.mp3

08-05_Vocabulary_Dialog_1.mp3
08-06_Vocabulary_Dialog_2.mp3
08-07_Vocabulary_Dialog_3.mp3
08-08_Vocabulary_Dialog_4.mp3
08-09_Grammar_Notes_1.mp3
08-10_Narrative_1.mp3
08-11_Vocabulary_Narrative_1.mp3
08-12_Grammar_Notes_2.mp3
08-13_Notes_on_Usage_1.mp3
08-14_Tuc_Nur.mp3

🎧 Lesson 9

09-01_Dialog_1.mp3
09-02_Dialog_2.mp3
09-03_Dialog_3.mp3
09-04_Vocabulary_Dialog_1.mp3
09-05_Vocabulary_Dialog_2.mp3
09-06_Vocabulary_Dialog_3.mp3
09-07_Grammar_Notes_1.mp3
09-08_Notes_on_Usage_1.mp3
09-09_Narrative_1.mp3
09-10_Vocabulary_Narrative_1.mp3
09-11_Grammar_Notes_2.mp3
09-12_Tuc_Nur.mp3

🎧 Lesson 10

10-01_Dialog_1.mp3
10-02_Dialog_2.mp3
10-03_Dialog_3.mp3
10-04_Dialog_4.mp3
10-05_Vocabulary_Dialog_1.mp3
10-06_Vocabulary_Dialog_2.mp3
10-07_Vocabulary_Dialog_3.mp3
10-08_Vocabulary_Dialog_4.mp3
10-09_Grammar_Notes_1.mp3
10-10_Notes_on_Usage_1.mp3
10-11_Word_Formation.mp3
10-12_Narrative_1.mp3
10-13_Vocabulary_Narrative_1.mp3
10-14_Grammar_Notes_2.mp3
10-15_Exercise_3_poem.mp3
10-16_Exercise_3_poem_Vocabulary.mp3
10-17_Tuc_Nur.mp3

🎧 Lesson 11

11-01_Dialog_1.mp3
11-02_Dialog_2.mp3
11-03_Dialog_3.mp3
11-04_Vocabulary_Dialog_1.mp3
11-05_Vocabulary_Dialog_2.mp3
11-06_Vocabulary_Dialog_3.mp3
11-07_Grammar_Notes_1.mp3
11-08_Notes_on_Usage_1.mp3
11-09_Word_Formation.mp3
11-10_Narrative_1.mp3
11-11_Vocabulary_Narrative_1.mp3
11-12_Grammar_Notes_2.mp3
11-13_Notes_on_Usage_2.mp3
11-14_Tuc_Nur.mp3

🎧 Lesson 12

12-01_Dialog_1.mp3
12-02_Dialog_2.mp3
12-03_Dialog_3.mp3
12-04_Dialog_4.mp3
12-05_Vocabulary_Dialog_1.mp3
12-06_Vocabulary_Dialog_2.mp3
12-07_Vocabulary_Dialog_3.mp3
12-08_Vocabulary_Dialog_4.mp3
12-09_Grammar_Notes_1.mp3
12-10_Notes_on_Usage_1.mp3
12-11_Word_Formation.mp3
12-12_Narrative_1.mp3
12-13_Vocabulary_Narrative_1.mp3
12-14_Grammar_Notes_2.mp3
12-15_Notes_on_Usage_2.mp3
12-16_Tuc_Nur.mp3

🎧 Lesson 13

13-01_Dialog_1.mp3
13-02_Dialog_2.mp3
13-03_Dialog_3.mp3
13-04_Dialog_4.mp3
13-05_Vocabulary_Dialog_1.mp3
13-06_Vocabulary_Dialog_2.mp3
13-07_Vocabulary_Dialog_3.mp3
13-08_Vocabulary_Dialog_4.mp3
13-09_Grammar_Notes_1.mp3

13-10_Notes_on_Usage_1.mp3
13-11_Word_Formation.mp3
13-12_Narrative_1.mp3
13-13_Vocabulary_Narrative_1.mp3
13-14_Grammar_Notes_2.mp3
13-15_Tuc_Nur.mp3

🎧 **Lesson 14**
14-01_Dialog_1.mp3
14-02_Dialog_2.mp3
14-03_Dialog_3.mp3
14-04_Dialog_4.mp3
14-05_Vocabulary_Dialog_1.mp3
14-06_Vocabulary_Dialog_2.mp3
14-07_Vocabulary_Dialog_3.mp3
14-08_Vocabulary_Dialog_4.mp3
14-09_Grammar_Notes_1.mp3
14-10_Notes_on_Usage_1.mp3
14-11_Narrative_1.mp3
14-12_Vocabulary_Narrative_1.mp3
14-13_Grammar_Notes_2.mp3
14-14_Notes_on_Usage_2.mp3
14-15_Tuc_Nur.mp3

🎧 **Pronunciation Guide**
Unit 1
Pronunc-01_Guide-Unit-01.mp3
Pronunc-02_Drills-Unit-01.mp3

Unit 2
Pronunc-03_Guide-Unit-02.mp3
Pronunc-04_Drills-Unit-02.mp3

Unit 3
Pronunc-05_Guide-Unit-03.mp3
Pronunc-06_Drills-Unit-03.mp3

Unit 4
Pronunc-07_Guide-Unit-04.mp3
Pronunc-08_Drills-Unit-04.mp3

Unit 5
Pronunc-09_Guide-Unit-05.mp3
Pronunc-10_Drills-Unit-05.mp3

Unit 6
Pronunc-11_Guide-Unit-06.mp3
Pronunc-12_Drills-Unit-06.mp3

Unit 7
Pronunc-13_Guide-Unit-07.mp3
Pronunc-14_Drills-Unit-07.mp3

Unit 8
Pronunc-15_Guide-Unit-08.mp3
Pronunc-16_Drills-Unit-08.mp3
Pronunc-17_Diacritic_Marks.mp3

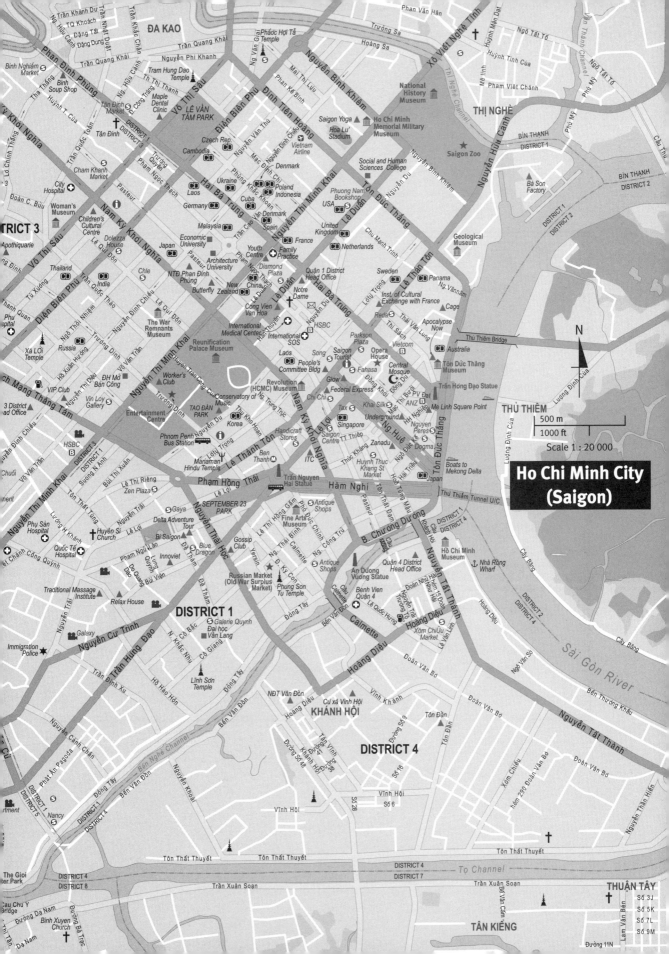

Practice your Vietnamese with the included MP3 audio files!

This CD contains <u>MP3 audio files</u>.

You can play MP3 files on your computer (most computers include a default MP3 player); in your portable MP3 player; on many mobile phones and PDAs; and on some CD and DVD players.

You can also convert the MP3 files and create a regular audio CD, using software and a CD writing drive.

To play your MP3 files:

1. Open the CD on your computer.
2. Click on the MP3 file that you wish to play, to open it. The file should start playing automatically. *(If it doesn't, then perhaps your computer does not have an MP3 player; you will need to download one. There are dozens of players available online, and most of them are free or shareware. You can type "mp3 player" or "music downloads" into your search engine to find some.)*